காஞ்சி மஹான் திருவிளையாடல்

(அலகிலா விளையாட்டுடையான்)

எழுதியவர்
எஸ். கணேச சர்மா

धर्मो रक्षति रक्षितः
GIRI
SINCE 1951
FOR INDIAN CULTURE & TRADITION

கிரி

கிரி டிரேடிங் ஏஜென்ஸி பிரைவேட் லிமிடெட்

KANCHI MAHAN THIRUVILAIYADAL
(ALAKILA VILAIYATTUDAIYAN)
(Tamil)
ISBN : 978-81-7950-628-8

1st Edition : January 2014 | 7th Reprint : March 2022
Pages 272 | Demy 1/8 | N.S. Maplitho | 500 Copies

Published by : GIRI TRADING AGENCY PRIVATE LIMITED
© Publisher | All rights reserved.

Regd. Office : Modi Niwas, Opp.Post Office, Matunga, Mumbai - 19. ✆ (022) 2412 1344
Admn. Office : No.372/1, Mangadu Pattur Koot Road, Mangadu, Chennai - 600 122.
✆ +91 44 66 93 93 93 (Multiple Lines), +91 44 2679 3190, 3100
www.giri.in ✉ sales@giri.in

SHOWROOMS : Mumbai - Chennai - Kanchipuram - Coimbatore - Madurai - Trichy Hosur - Villupuram - Puducherry - Secunderabad - Hyderabad - Bangalore - New Delhi

FRANCHISEES : Kumbakonam - Kalyan - Hyderabad

முகவுரை

'உலகம் யாவையுந் தாமுளவாக்கலும்
நிலைபெறுத்தலு நீக்கலு நீங்கலா
அலகிலாவிளையாட்டுடையாரெவர்
தலைவ ரன்னவர்க்கே சரண்நாங்களே'

- இது கம்பர் வாக்கு. படைத்தல், காத்தல், அழித்தல் முதலான முத்தொழிலும் தவிர எல்லையில்லா விளையாட்டு உடையவன் என்று பரம்பொருளை பாடுகிறார்.

அது என்ன அலகிலா விளையாட்டு?

கருணா மூர்த்தியான பகவான் அனைத்து ஜீவராசிகளுக்கும் தன் இயல்பான தாயிற்சிறந்த தயையால் அருளும் செயல்தான்.

மனம், மொழி, மெய்க்கெட்டாத அந்த பரம்பொருள் எட்டிப் பிடிக்கும் கிட்டத்தில் ஸகுண பிரம்மாய் காஞ்சியில் ஸ்ரீ காமகோடியில் ஸ்ரீமத் சந்திர சேகரேந்திர ஸரஸ்வதி என்ற திருநாமத்துடன் ஸ்ரீ மஹா பெரியவராய் வந்தது. அருள் தந்தது, இன்றும் என்றும் தருகிறது.

அந்த மகா அவதாரத்தை பக்தி செய்து வழிபட்ட, பாக்கியசாலிகள் பலர். அவர்களில் சிலரின் அருள் லீலைகளையே இங்கு தொகுத்து தரப்பட்டுள்ளது. இன்னும் தொகுக்க வேண்டியது கடலளவு. இந்த அருள் அமுதை அன்பர்கள் படித்து பயன்பெற குருநாதனை வேண்டுகிறேன்.

இதை மாதாமாதம் வெளியிட்ட 'காமகோடி'க்கும், புத்தக வடிவில் வெளியிடும் கிரி டிரேடிங் நிறுவனத்திற்கும் ஆன்மீக உலகம் நன்றிக் கடன் பட்டுள்ளது.

நன்றி வணக்கங்களுடன் பதிப்பாளர், அலுவலர்கள் மற்றும் பக்தர்களை வாழ்த்துகிறேன்.

சென்னை-87 **எஸ். கணேச சர்மா**
22.2.2013

பதிப்புரை

ஸ்ரீ குருப்யோ நம:

இப்பாரத புண்ணிய க்ஷேத்திரத்தில் பல மகான்களின் அவதாரங்கள் நிகழ்ந்திருக்கிறது. அவ்வகையில் நம்மை நற்பாதையில் வழிநடத்திச் செல்லும் குருவாக காஞ்சி மகான் ஸ்ரீ சந்திரசேகரேந்திர ஸரஸ்வதி ஸ்வாமிகள், ஸ்ரீ ஆதிசங்கரர் நிறுவிய காஞ்சி மடத்து குரு பரம்பரையில் 68வது பீடாதிபதியாக பொறுப்பேற்று ஆற்றிய பணிகள் ஏராளம்.

இவரது எளிமை, உயர்பக்தி, விஷய ஞானம் போன்ற விஷயங்கள் மக்களை இவர்பால் இழுத்தது. அரசனிலிருந்து ஆண்டி வரை இவரை தரிசித்து அருளாசி பெற பலர் தவமிருந்தனர். பக்தர்களிடம் இவர் நிகழ்த்திய அலகிலா விளையாட்டுகள் எண்ணிலடங்கா. அத்தகைய நிகழ்வுகளை அனைவரும் பயன்பெறும் பொருட்டு தொகுத்து வழங்கிய திரு.கணேச சர்மா அவர்களின் கைங்கர்யத்திற்கும், முயற்சிக்கும் **'கிரி'** நிறுவனம் தனது மனமார்ந்த நன்றிகளைத் தெரிவித்துக் கொள்கிறது.

பக்தி புத்தகங்களை வெளியிட்டு ஆன்மீக உலகில் சாதனை புரிந்துவரும் எமது **கிரி** நிறுவனம், தற்போது வெளியிட்டுள்ள மஹா பெரியவாளின் அருள் லீலைகளை விளக்கும் **'அலகிலா விளையாட்டுடையான்'** என்ற இப் புத்தகத்தை அனைவரும் படித்து குருவருள்பெற எல்லாம் வல்ல குருவின் திருவடிகளை வணங்கி ப்ரார்த்திக்கிறோம்.

குரு வார்த்தைக்கு மறுவார்த்தை நினையாமல் அவர் காட்டிய பாதையில் நடந்தால் அனைத்திலும் வெற்றியே! குருவடி தொழுவோம்! நலம் பல பெறுவோம்!!

- பதிப்பகத்தார்

1

அலகிலா விளையாட்டு

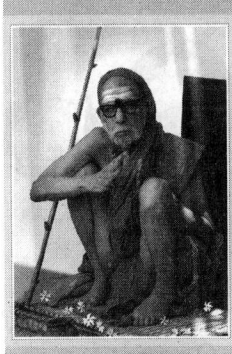

"எல்லா சமயங்களும் கடவுளை வழிபட ஏற்பட்டவையே ஆகும். எல்லா சமயங்களும் கடவுள் ஒருவரே என்று சொல்கின்றன. ஒருவரேயான அக்கடவுள் எந்த சமயத்தின் மூலம் வழிபட்டாலும், அதை ஏற்றுக் கொள்ளத்தான் செய்வார். எனவே, எவரும் தாங்கள் பிறந்த மதத்தை விட்டு இன்னொரு மதத்தைத் தழுவ வேண்டியதில்லை."

ஆலமரத்தடியில் அமர்ந்து அருளும் ஞானமூர்த்தி ஆதிகுரு ஸ்ரீ தக்ஷிணா மூர்த்தியின் அவதாரமான ஸ்ரீமஹா பெரியவாளின் பக்த மண்டலத்தில் முடிமணியாக திகழ்பவா "ப்ரதோஷம் மாமா" என்று காமகோடி குடும்பத்தாரால் அழைக்கப்படும் ப்ரம்மஸ்ரீ வெங்கட்ராம அய்யா அவர்கள்.

சிவபெருமானை வழிபட மிகச் சிறந்த நேரமான ப்ரதோஷ தினம் எல்லாவற்றிலும் சிவபெருமானின் ப்ரத்யக்ஷ வடிவான ஸ்ரீ காஞ்சி மஹா பெரியவரை தவறாது தரிசித்து பக்தியுடன் பூஜை செய்து வந்த காரணத்தாலேயே அவா 'ப்ரதோஷம் வெங்கட்ராமய்யர்' என்று அழைக்கப்பட்டார்.

இவா பெரியவாளிடம் கொண்ட அன்பு, பக்தி, காதலுக்கு அளவு சொல்வதென்பது இயலாத காரியம். அந்த ஆதி குருவின் அவதாரமான ஸ்ரீமத் ஜகத்குரு பெரியவாளின் மேல் கொண்டுள்ள பக்தி எனும் ஆலவிழுதை உலகம் முழுதும் பரவச் செய்த வோ என்று ப்ரதோஷம் மாமாவை சொல்ல வேண்டும். இப்படிப்பட்ட இந்த உத்தமரின் பக்தியை நாயன்மாா்களின் பக்திக்கு நிகராக வைத்து

பெரியவாளே தன் திருவாயால் "64ஆவது நாயன்மார்" என்று இவரை அழைத்தார். இவர் இரயில்வேயில் உத்தியோகமாக இருந்தார்.

மஹான்கள் உலக வாழ்வில் இருந்தாலும், உள்ளம் எப்பொழுதும் பரப்ரம்மத்திடமே லயித்து இருப்பதால் 15 நாட்களுக்கு ஒருமுறை விடுப்பு எடுத்துக் கொண்டு மஹா பெரியவாள் எங்கிருந்தாலும் அங்கு சென்று ப்ரதோஷ தரிசனம் செய்வதை தன் ஜன்ம ஸங்கல்பமாகக் கொண்டு நிறைவேற்றி வந்தார்.

விருப்பு வெறுப்பு நிறைந்த உலக மாந்தர்கள் எங்கும் நிறைந்திருப்பது போலவே ப்ரதோஷம் மாமா அலுவலகத்திலும் இருந்தனர். அவருடன் பணிபுரியும் ஒரு சக ஊழியர் தன் உயர் அதிகாரியிடம் ப்ரதோஷம் மாமா அடிக்கடி விடுப்பு எடுப்பதைப் பற்றிப் புறங் கூறினார். அதன் எதிரொலியாய் அந்த மேலதிகாரியும் 'இனி மேல் ப்ரதோஷம் மாமாவின் விடுப்பு விண்ணப்பங்கள் தன்னிடமே நேரடியாக வரவேண்டும்' என்று உத்தரவிட்டார்.

இதனால் ப்ரதோஷம் மாமா கண் கலங்கினார். ஆனால் கருணை வள்ளலான பெரியவாளோ, மற்றொரு சக ஊழியரின் எண்ணத்தில் புகுந்து மாமாவின் அபார பக்தியைப் பற்றியும் அவரது ஜன்ம ஸங்கல்பம் பற்றியும் 'உடனடி அதிகாரியிடம்' எடுத்தியம்ப வைத்தார். நிலைமையை உணர்ந்த அந்த அதிகாரியும் ப்ரதோஷத்தன்று மாமாவிற்குஅரக்கோணத்திற்கு 'ட்யூட்டி' போட்டு அனுப்பினார். இதனால் ப்ரதோஷம் மாமா பணியையும் முடித்து அருகில் காஞ்சியில் பெரியவாளையும் தரிசிக்க முடிந்தது. இதைவிட அருள் லீலை என்னவெனில் அடுத்த ப்ரதோஷத்திற்குள் 'தடையாக இருந்த' மேலதிகாரிக்கு மாற்றல் ஆகி சென்று விட மாமாவிற்கும் ப்ரதோஷ தரிசனத் தடை அகன்றது.

பெரியவாள் ஒரு சமயம் மீராஜ் என்ற இடத்தில் இருக்கும்போது தரிசனம் செய்யச் சென்ற ப்ரதோஷம் மாமா, தனக்கு சென்னையில் இருந்து சேலத்துக்கு மாற்றலாகும் என்றும், அங்கு சென்றால் தனக்கு செளகர்யமாக இருக்கும் என்றும் சொன்னார். அதற்கு பெரியவா அவரிடம் 'இருக்கிற இடத்திலேயே இரு' என உத்தரவிட்டார். மாமா 'தான் சேலம் போவதே நல்லது' என மீண்டும் விண்ணப்பிக்க, முதலில் ''சரி சரி போ'' என்று அரைகுறையாய் சொன்ன கருணாமூர்த்தி பின்பு "சேலம் போனா எத்தனை சம்பளம் கூடவரும்" என்றும், "மெடிகல் டெஸ்ட் உண்டா!" என்றும் கேட்டார். மாமா "மெடிக்கல் டெஸ்ட் உண்டு" என்று சொல்ல, உடனே திரிகால ஞானி "அதில் ஃபெயில் ஆனா என்ன பண்ணுவா" என்று வினவினார். "மெடிகல் ஃபிட்னஸ் தேவைப்படாத போஸ்டுக்கு இறக்கி விடுவா. அப்படி அதிலும் போட முடியாவிட்டா கம்பல்சரி ரிடையர் மெண்ட் பண்ணிடுவா," என்று மாமா பின்விளைவுகளைச் சொன்னார்.

உடனே தடுத்தாட் கொள்ளும் பெருமானான பெரியவா "இருக்கிற இடத்திலேயே இரு" என்று உறுதியாய் உத்தர விட்டார். மாமாவும் மாற்றலில் அக்கறைகாட்டவில்லை. பெரியவா உத்தரவின் காரணம் பின்புதான் தெரிந்தது. ஆறு மாதம் கழித்து மாமாவிற்கு கண்களில் பாதிப்பு ஏற்பட்டது. மாமாவின் பதவிக்கு முக்கிய தகுதிகளில் ஒன்று தெளிவான கண்பார்வை. பின்னால் வர இருக்கும் நிலைமைக்கு ஏற்ப முன் கூட்டியே அருளும் அருள் மலைதான் நம் பெரியவாள். இப்படி ப்ரதோஷம் மாமாவின் வாழ்வில் பலப்பல அருள் விளையாட்டுக்களை நிகழ்த்தி தடுத்தாட் கொண்டு மாமாவை"மீளா அடிமை" யாக்கிக் கொண்டார் நடமாடும் தெய்வம் பெரியவாள்.

ப்ரதோஷம் மாமா, பெரியவர் அவதரித்த திருநட்சத்திரமான அனுஷத்தை விமரிசையாய் கொண்டாடுவார். இது மாதாமாதமும் நடக்கும். மேலும் வைகாசி அனுஷத்தில் வெகுவிமரிசையாய் நடைபெறும். அப்படி ஒரு வருடம் 4 நாட்கள் முன்பே ஆரம்பித்த ஜெயந்தி விழா, எழும்பூரில் அவர் தங்கியிருந்த ரயில்வே

காலனியில் நடைபெற்றது. ஜெயந்திக்கு முதல்நாள் இரவு 'ப்ரதோஷம் மாமா' தன்னுடன் கைங்கர்யம் செய்யும் அன்பரிடம், 'நாளை ஸ்ரீபெரியவாள் ஜெயந்தியாக இருப்பதால் 'பால் பாயசம்'வைத்து தரிசனத்திற்கு வரும் அன்பர்கள் அனைவருக்கும் வழங்க வேண்டும்' எனக் கூற, உடன் இருந்த அன்பர், "இரவு வெகு நேரமாகிவிட்டதே! இப்போது யாரிடம் போய் பாலுக்கு சொல்வது? குறைந்தபட்சம் 100 லிட்டராவது பாயசத்துக்கு தேவைப்படுமே! முன்கூட்டியே ஆர்டர் செய்தால்தான் தேவையான அளவு கிடைக்கும். அதனால் இப்பொழுது செய்ய முடியாது. பிறகு ஒரு சமயம் செய்யலாம்" என்று சொல்லிக் கொண்டிருந்த சமயம் பாரிமுனையிலிருந்து ஜோஷி என்ற பக்தர் தொலைபேசியில் "நாளை பெரியவாள் ஜெயந்திக்கு காலையிலேயே 100 லிட்டர் பால் அனுப்பப் போவதாகவும் அதை தக்க விதத்தில் உபயோகித்துக் கொள்ளும் படியும்" தெரிவித்தார். அதைக் கேட்ட அனைவரும் பெரியவாளின் அருளை எண்ணி வியந்து உருகினர். விரும்பிக் கேட்டதை உடனே அருளும் காமதேனு, கல்பக விருட்சமல்லவா நம் பெரியவாள்!

எப்பொழுதும் தன்னையே நினைந்துருகி பக்தி செய்யும் அடியார்களின் மனக் கோயிலுள் வீற்றிருந்து அருள்செய்வது இறைவன் இயல்பு. பக்தர்களின் பக்தி பழுக்க பழுக்க பக்தர்களையே பகவான் தனக்கு சமமாக ஆக்கி தன் அருள் விளையாட்டை அந்த பக்தர்கள் மூலமாக நடத்துவதும் உண்டு. அப்படிப்பட்ட உயர்ந்த நிலையில் இருந்த பக்தர்களைத்தான் உலகம் நாயன்மார்கள் என்றும் ஆழ்வார்கள் என்றும் பாகவதர்கள் என்றும் போற்றி வழிபடுகின்றது.

இந்த உயர்ந்த நிலையில், இடம் கொண்ட பரமபக்தர் ப்ரதோஷம் மாமா. தன்னிடம் வரும் அன்பர்களுக்கும் பெரியவாளின் அளவிலா மஹிமையை எடுத்து இயம்பி அவர்களையும் கருணை மலையின் அருள்வலையில் சிக்க வைப்பார். பெரியவாளே "தந்தது உன் தன்னை கொண்டது என் தன்னை" என்ற மணிவாசகர் வாக்கிற்கேற்ப, 'நீயே நான், நானே நீ'

என்ற முடிவான அத்வைத நிலையை அருளியதால், ப்ரதோஷம் மாமா தன்னை மறந்து சொல்லும் வார்த்தைகளை தன் வார்த்தையாகவே பெரியவாள் அருளி உள்ளார்.

ஒரு முறை ப்ரதோஷம் மாமா இல்லத்திற்கு பிரபல வயலின் வித்வான்கள் திரு.கணேஷ், திரு.குமரேஷ் ஆகிய இருவரும் வந்தனர். பெரியவா ப்ரசாதமாக "தங்கக் காசு" வேண்டும் என வாய்விட்டு மாமாவிடம் கேட்டனர். மாமாவும் உடனே "அடுத்த மாதம் 23ஆம் தேதி வாருங்கள் கிடைக்கும்" என சொல்லி அனுப்பினார். அடுத்த மாதம் நடந்தது அதிசயம்!

இவர்களை அழைத்து வந்த கடம் வித்வான் திரு.சுபாஷ் சந்திரன் பெரியவாளின் அருள், மாமாவின் பக்தி இரண்டையும் நன்கு அறிந்தவராதலால் மறுமாதம் 23ஆம் தேதி குறிப்பிட்டபடி வயலின் சகோதரர்களை காஞ்சிக்கு அழைத்துச் சென்றார். முதலில் ஸ்ரீமடம் சென்று மாமுனியை தரிசித்து, இசை அஞ்சலி செலுத்திவிட்டு ப்ரதோஷம் மாமா வீட்டிற்கு கிளம்புவதற்காக பெரியவாளிடம் உத்தரவு கேட்டு நிற்கையில் பெரியவர் இவர்களுக்கு இரண்டு தங்கக் காசுகளைக் கொடுத்து ஆசீர்வதித்து ப்ரசாதமும் அருள இன்ப அதிர்ச்சியில் சிலையாய் நின்றனர் மூவரும். ஒரு மாதத்திற்கு முன்பு தன் பக்தன் கொடுத்த வாக்கை நிறைவேற்ற எப்படி அருள் விளையாடல் புரிகிறார் இந்த மஹாஞானி! தன்னை உளமார நம்பும் அடியவர்கள் வாக்கை காக்க விரதம் கொண்ட வள்ளல் அன்றோ நம் காஞ்சி மஹான்.

இப்படி ஒருதரம் மட்டுமா? தான் வேறு, தன் பக்தர் வேறல்ல என்று உறுதி செய்வது போல் அடுக்கடுக்காக பல லீலைகள்!

மற்றொரு சமயம் மாத ஜெயந்தியாகிய அனுஷத்தன்று சேலத்தில் இருக்கும் திரு.ரவிச்சந்திரனின் பெற்றோர், தங்கள் மகனுக்கு திருமணம் நிச்சயம் செய்து புடவை, திருமாங்கல்யம் முதலிய மங்கலப் பொருள்களுடன் பெரியவாளிடம் அனுக்ரஹம் பெற்றுச் செல்ல வந்தனர். வந்தவர்கள் நேராக ப்ரதோஷம் மாமா இல்லம் சென்று மாத ஜெயந்தி வைபவத்தில் கலந்து கொண்டு

மகிழ்ந்தனர். இரவு 9 மணிக்குத்தான் ப்ரதோஷம் மாமாவிற்கு ரவியின் பெற்றோர் வந்த காரிய விவரம் தெரிய வந்தது. இரவு நேரமாகி விட்டதால் அவர்கள் தயங்குவதை உணர்ந்த மாமா"பரவாயில்லை உடனே ஸ்ரீமடம் சென்று, திருமாங்கல்யத்தை வைத்து அருள் பெறுங்கள் பெரியவாளின் அனுக்கிரகம் கிடைக்கும்" என்று சொல்ல, ரவியின் பெற்றோர் தயங்கியபடி ஸ்ரீமடம் வந்தனர்.

நேரம் ஆகிவிட்டபடியால் மடமே அமைதியாய் இருந்தது. அனைவரும் உறங்கிவிட்டனர். செய்வதறியாது நின்ற ரவியின் பெற்றோரை திடீரென பாலு என்ற அன்பர் "என்ன பிள்ளைக்கு கல்யாணமா" என்று விசாரித்து அவர்களை உள்ளே அழைத்துச் சென்று சயனத்திலிருந்த மஹா ப்ரபுவிடம் மெல்லிய குரலில் தகவல் சொன்னார். உடனே எழுந்த கருணாமூர்த்தி அவர்களை அழைத்து அருள் ஒழுக கடாட்சித்து திருமாங்கல்யத்தை வாங்கி மடியில் வைத்து கொண்டார். அந்த அகாலத்திலும் அதிசயமாய் ஸ்ரீ காமாட்சி அம்பாளின் குங்கும ப்ரசாதம் வர, அன்னையின் அருட் ப்ரசாதத்துடன் திருமாங்கல்யத்தை அருளி தன் பக்தர்களுக்கு அருளவே தான் எந்நேரமும் இருப்பதை உணர்த்தி, தன் அன்பர் வாக்கையும் காத்திடுவதே தனது கடமை என்று அருளினார்.

இதேபோல் ப்ரதோஷம் மாமாவின் மனைவி, மகள், பேரன்,

பேத்தி, பந்து, மித்திரர்கள் அனைவரும் பெரியவாளிடம் பூரணபக்தி செய்து சரணாகதி செய்தவர்கள். மாமாவின் துணைவியாருக்கு ஒரு சமயம் உடல்நிலை பாதிக்கப்பட்டு மருத்துவ சோதனை செய்யும் போது அவருக்கு ஒருவகை கேன்சர் என்று தெரிய வந்தது. இதனால் பெருங் கலக்கம் உண்டானது. ஆனால் மாமா கலங்காமல் பெருந்தெய்வமான ஸ்ரீ மஹா பெரியவாளிடம் பொறுப்பை அர்ப்பணித்து விட்டு மனைவிக்கு வேண்டிய மருத்துவ சிகிச்சைக்கு ஏற்பாடு செய்தார். இரவு முழுவதும் உடல் நிலை பாதிப்பால் தவித்துக் கொண்டிருந்த மாமிக்கு கனவில் நடமாடும் தெய்வம் ஆள் உயர குத்து விளக்கில் 'முருகனாய்' காட்சி அளித்து பிரகாசமாக தரிசனம் தந்தார். தான் அணிந்திருந்த சால்வையை எடுத்து மாமிக்கு போர்த்தினார். உடனே மெய்சிலிர்த்து விழித்துக் கொண்ட மாமி தன் உடலில் ஏதோ மாயம் நிகழ்ந்தது போல் உணர்ந்தார்.

அதுவரை அனுபவித்த உபாதைகள் சட்டென்று மாயமாய் மறைந்து விட அவர் புத்துணர்வு பெற்றார். மறுநாள் மாமி தனக்கு கனவில் அருளிய பெருந் தெய்வத்தை உடனே காண வேண்டும் என்று விரும்பினார். மாமாவோ "உடல் நிலை இன்னும் சற்று தேறிய உடன் செல்லலாம்" என்று சொன்னார். மறுநாளும் திரும்பவும் அதேபோல் காட்சி தந்த மஹானின் முன்பு மாமி "ஏறுமயில் ஏறி விளையாடும் முகம்

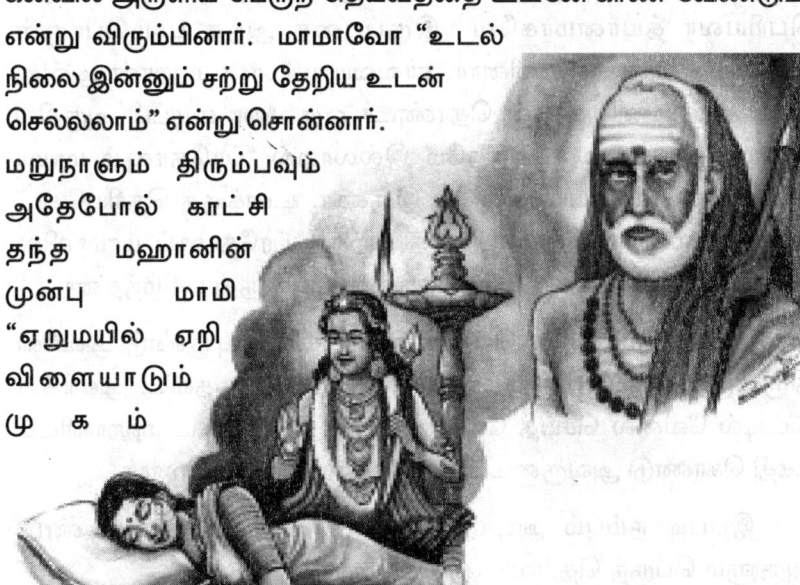

ஒன்றே" என்ற திருப்புகழ்ப் பாடலைப் பாடினார். அதில் "கூறும் அடியார்கள் வினை தீர்த்த முகம் ஒன்றே" என்று மனமுருகிப் பாடும்போது கனவு கலைந்தது. உடனே மாமி அன்று இரவே காஞ்சிக்கு புறப்பட்டார். ரயில் தாமதத்தால் மதியம் காஞ்சி வந்த மாமிக்கு மஹாப்ரபு கலவை சென்று கொண்டிருப்பதாக தெரியவந்தது. விடாப்பிடியாக கலவை நோக்கி அவரும் புறப்பட்டார். ஆற்காடு அருகே ஓர் இடத்தில் பெரியவா இருப்பதை அறிந்து அங்கு சென்று தரிசித்தார். அப்போது அவர் கண்ட காட்சி மேலும் அதிசயத்தில் ஆழ்த்தியது. காரணம் அவர் கண்டது கனவல்ல நிஜம் என்பது போல் கனவில் கண்ட மாதிரியே ஒரு கல்மண்டபத்தில் அமர்ந்து மஹா பெரியவா தரிசனம் தந்ததுதான். இப்படி மஹான்கள் கனவும், நினைவும் ஒன்றே என்று உலகிற்கு உணர்த்துவது போல் இந்த அருள் விளையாட்டு அமைந்தது!

ப்ரதோஷம் மாமாவின் பெண்ணும் பெரியவாளிடம் அளவிலா பக்தி கொண்டவர். அவர் கணவரும் மஹானிடம் பேரன்பு கொண்டவர். இவர்கள் கோயமுத்தூரில் இருந்த சமயம் ஒருமுறை பேருந்தில் பயணித்துக் கொண்டிருக்கும் போது "நாம் எப்போதும் பெரியவா த்யானமாகவே இருப்பதை அந்த பரம்பொருள் அறியுமா," என எண்ணினார். சர்வவியாபியான மஹான் அன்று இரவு ஒரு மணிக்கு தன் தொண்டர் ஒருவரை எழுப்பி அருகில் அழைத்து சற்றும் சம்பந்தமே இல்லாமல் "ப்ரதோஷம் மாமா பொண்ணு என் தியானமாகவே இருக்கா. உனக்குத் தெரியுமோ," என வினவினார். பின்னர் இதை அறிந்த ப்ரதோஷம் மாமாவின் மகளும் மஹானின் சர்வவ்யாபகத்தை உணர்ந்து மகிழ்ந்தனர்.

இப்படி குடும்பமே பெரியவாளிடம் பேரன்பு பூண்டு அவரின் திருவருளுக்குப் பாத்திரமானவர்கள். ஏன் அதைவிட அவர்கள் வீட்டில் வேலை செய்த வேலைக்காரப் பெண் கூட மஹானிடம் பக்தி கொண்டு அவருடைய அருளுக்குப் பாத்திரமானார்.

இப்படி நம்பும் அடியார்கள் குடிமுழுவதையும் ஆண்டு அருளும் பெருந் தெய்வம் ஸ்ரீ பெரியவாள்.

✶✶✶✶✶✶

2. அலகிலா விளையாட்டு

"மனம் எதைத் தீவிரமாக நினைக்கிறதோ அதுவாகவே மாறிவிடும். அதனால் மனதில் தூய்மையான உயர்ந்த சிந்தனைகளை மட்டுமே நினைக்க வேண்டும்.

பாவம் நீங்க ஒரேவழி தியானம் செய்வது தான். தியானத்திற்காக தினமும் சிறிது நேரமாவது ஒதுக்குங்கள். அதே நேரம் புதிதாகப் பாவம் ஏதும் செய்யாமல் இருப்பது அவசியம்."

அளவிலா தவமலையாகிய ஸ்ரீ மஹா பெரியவாள் நினைத்தால் நடக்காத காரியம் பதினான்கு உலகிலும் இல்லை. இப்படிப்பட்ட அநுக்ரஹம் யாருக்கு கிடைக்கும் என்றால் காதலாகி கசிந்து கண்ணீர்மல்க பெரியவாளிடம் பக்தி செய்தால் கிடைக்கும். அப்படிப்பட்ட பக்தர்களில் ஒருவர் பெங்களூரில் வசிக்கும் பாலகிருஷ்ணன். அவரது தந்தை காலம் சென்ற கந்தஸ்வாமி அய்யர். பெரியவாளுக்கு ஆத்மார்த்தமாய் பல கைங்கர்யங்கள் செய்தவர். மல்லேஸ்வரம் சங்கரமடம் கட்டியது, பொதுக்கிணறு எடுத்தது முதலிய பணிகளில் ஈடுபட்டவர். கங்கா ஸ்நானம், துங்கா பானம் என்று சொல்லியிருக்கிறது. அதாவது கங்கை ஜலத்தில் குளிப்பதும் துங்கா ஜலத்தை குடிப்பதும் விசேஷம். பெரியவாளுக்கு தவறாமல் துங்கா ஜலம் சமர்ப்பித்த பக்தர் அவர்.

AG's Office ல் பாலகிருஷ்ணனுக்கு உத்தியோகம் கிடைத்தது. பதவி உயர்வுபெற்று மேலே முன்னேற வேண்டுமானால் அந்த துறைக்கான தேர்வு எழுதி பாஸ் செய்தால்தான் சாத்தியம். இந்த பரீட்சையை பாலகிருஷ்ணன் ஐந்து முறை

எழுதியும் பாஸாகவில்லை. இதில் சிக்கல் என்னவென்றால் ஐந்து முறைக்கு மேல் எழுத முடியாது. இந்த இக்கட்டான சமயத்தில் அவரது தந்தை கந்தஸ்வாமி அய்யர் பெரியவாளிடம் வேண்டி முறையிட பெரியவாளும் ஆசீர்வதித்து அக்ஷதை ப்ரசாதம் கொடுத்த உடன் என்ன அதிசயம் நடந்தது என்றால் புதியதாக ஒரு அரசு ஆணை தில்லியில் இருந்து வந்தது. ஐந்தாவது முறை தவறியவர்கள் 50% மார்க் வாங்கியிருந்தால் இன்னும் ஒரு முறை எழுத விண்ணப்பிக்கலாம் என்பதுதான் அது. ஆனால் இதிலும் பாலகிருஷ்ணனுக்கு என்ன சிக்கல் வந்தது என்றால் அவர் 48% மார்க்கே வாங்கி இருந்தார். ஆனால் பெரியவாள் அருள் வேலை செய்யாது போகுமா? இவரது மேலதிகாரி ஒருவர் சிபாரிசு செய்து இவரையும் தேர்வு எழுத விண்ணப்பிக்க வைத்தார். இதற்குள் பரீட்சைக்கு நாள் மிக நெருங்கியதால் பாலகிருஷ்ணனால் சரியாக படித்து தயார் செய்ய இயலவில்லை. இவ்வளவு செய்த பெரியவர் இங்கு மட்டும் விடுவாரா! பரீட்சை இரண்டு மாதம் தள்ளி போடப்பட்டு அரசு

ஆணை வந்தது. பிறகு கேட்க வேண்டுமா? இரண்டு மாதத்தில் நன்கு தயார் செய்து, பரீட்சை எழுதி பாஸ் செய்து படிப்படியாக ப்ரமோஷன்கள் பெற்று பிறகு உயர்பதவியிலிருந்து ஓய்வு பெற்று இன்றும் பெரியவாளின் எல்லையில்லாக் கருணையை நினைந்து உருகி தொண்டு செய்து வருகிறார்.

ஸ்ரீ பெரியவாளிடம் மனதை பறி கொடுத்து அவருக்கு ஏதாவது செய்ய விரும்பி அதை செய்து முடித்தால் அது நம் பாக்கியமே. அப்படிப்பட்ட பாக்கியத்தை அடைந்தவர் கடம் வித்வான் மாமேதை ஸ்ரீவிநாயகராம். அவருக்கு ஒரு தடவை சாகித்ய நாடக அகாடமி விருது கிடைத்தது. இந்த நற்செய்தியை பெரியவாளிடம் சொல்ல, மகிழ்ந்த ஸ்ரீபெரியவாள் விருது பணம் எவ்வளவு வரும் என்று வினவினார். 10,000 ரூபாய் என விநாயகராம் பதில் சொல்ல, உடனே பெரியவாள் "அவ்வளவுதானா" என்றார். இவர் இப்படி கேட்டதற்கான விடை தில்லி சென்று விருதை வாங்கும் பொழுதுதான் விநாயகராமிற்கு தெரிந்தது. அந்த வருடத்திலிருந்து அவார்டு 10,000 என்பது 20,000 மாக உயர்த்தப்பட்டு இருந்தது. எனவே எதிர்பாராமல் அதிக தொகை வந்திருப்பதால் பெரியவாளுக்கு ஏதாவது செய்யலாம் என பிரதோஷம் மாமா சொல்ல ரூ.10,000 த்தையும்ஒரு ரூபாய் நாணயமாக மாற்றி பாத பூஜையாக பெரியவாள் பாதத்தில் அர்ச்சனை செய்ய விரும்பினார். அதற்காக ஒரு ரூபாய் காசுக்கு அலையும் வேளையில் சற்றும் எதிர்பாராமல் பாலாஜி என்ற அன்பர் தனக்கு தெரிந்த ஒரு மார்வாடி அன்பரிடம் 10,000 ரூபாய்க்கு ஒரு ரூபாய் நாணயமாக உள்ளது என அறிந்து, உடனே அதை கொண்டுவரும்படி வேண்ட அந்த அன்பர் அதை மூட்டையில் கட்டி எடுத்துக் கொண்டு வந்து கொடுக்க, விநாயகராம் அகமகிழ்ந்து பெரியவாளின் கருணையை நினைத்து உருகிப் போனார். அதுதான் பெரியவாளின் அளவிலா மஹிமையின் சிறப்பு.

✤✤✤✤✤

"லட்சியம் லௌகிகமாக மட்டும் இருந்தால் அவ்வப்போது சமூக வாழ்வுக்கான விஷயங்களை மாற்றிக் கொள்ளலாம், ஆனால், ஆத்ம க்ஷேமத்தையே லட்சியமாக வைத்து அதற்கு அனுசரணையாக லௌகிக வாழ்க்கைக்கு விதிகள் செய்து தருகிறபோது, இவ்விதிகளை மாற்ற முடியாது"

3

அலகிலா விளையாட்டு

"எண்ணியதை எண்ணியவாறு எமக்கருளும் தெய்வம்" என்ற கூற்றுப்படி அன்பர்கள் மனதில் தோன்றும் ஆசைக்கு ஏற்ப அருளுவதில் பெரியவாளுக்கு ஈடு அவரே. அப்படி எண்ணியபடி அருளிய நிகழ்ச்சி இதோ.

பெரியவாள் தனது 85 வயதில் கர்நாடக மாநிலத்தில் யாத்திரையில் இருக்கும் பொழுது ஒருநாள் காலை தஞ்சையில் எழுந்தருளியிருக்கும் ஸ்ரீ பங்காரு காமாக்ஷி கோவில் ஸ்தானீகர், அம்பாள் ப்ரசாதத்துடன் பெரியவாளை தரிசிக்க வந்திருந்தார். அவர் பெரியவாளிடம் அம்பாள் ப்ரஸாதத்தை சமர்ப்பித்து தரிசனம் செய்து கொள்ள, பெரியவாள் அவரை நலம் விசாரித்து விட்டு, அவ்வளவு தூரம் சிரமப்பட்டு தனக்காக காமாக்ஷி ப்ரஸாதம் கொண்டு வந்த ஸ்தானீகருக்கு பதிலுக்கு தான் ஒரு பவுன் காசு சம்பாவனையாக கொடுக்க வேண்டும் என்று விரும்புவதாக தெரிவித்து விட்டு அங்கு உள்ள எவரிடமாவது ஒரு பவுன் காசு இருக்குமா என வினவினார். எவரிடமும் பவுன் காசு இல்லை. இந்த தர்மசங்கடத்தை உணர்ந்த ஸ்தானீகர் தனக்கு பெரியவாள் அருளே போதும் என்றும், பெரியவாள் தயவால் தனக்கு குறைவில்லாமல் நிறைவாக

இருப்பதாக தெரிவித்து தான் கிளம்ப உத்தரவு தருமாறு வேண்டிக் கொள்ள, பெரியவாள் 'இல்லை இல்லை உனக்கு கட்டாயம் பவுன் காசுதான் தர வேண்டும். ஏனென்றால் நான் இந்த மடத்திற்கு பட்டத்திற்கு வந்த பொழுது முதன் முதலில் தஞ்சாவூர் பங்காரு காமாக்ஷி ப்ரசாதம் தான் வந்தது. அதுவும் உன் அப்பாதான் கொண்டு வந்தார்' என்று வற்புறுத்தி இருக்க வைத்தார். அப்போது தரிசனத்திற்கு வந்து காத்துக் கொண்டிருந்த சில அன்பர்கள் தங்களிடமிருந்த நகைகளை சமர்ப்பிக்க பெரியவாள் அதை தடுத்து தனக்கு தற்பொழுது தேவை பவுன் காசுதான். நகைகள் அல்ல என்று கூறி நகைகளை வாங்க மறுத்துவிட்டார். மாலை வரை ஸ்தானீகர் அங்கேயே இருந்தார். அச்சமயம் திருச்சியிலிருந்து ஒரு தம்பதி, பெரியவாள் தரிசனத்திற்கு வந்தனர். வந்தவர் தனக்கு சஷ்டி அப்த பூர்த்தி வருவதாகவும் அது நல்லவிதமாய் நடக்க பெரியவாளை தரிசித்து அநுக்ரஹம் பெற வந்திருப்பதாகவும் தெரிவித்தனர். இருவரும் பழம், புஷ்ப காணிக்கையை வைத்து நமஸ்கரித்தனர். பிறகு அந்த பெண்மணியின் கணவர், ஒரு திருமாங்கல்யத்தையும் ஒரு பவுன் காசையும் பெரியவாள் முன்பு வைத்து, "இந்த திருமாங்கல்யம் காலமான என் தாயாரினுடையது. எனக்கு நடக்க விருக்கும் சஷ்டியப்த பூர்த்தியில் இதையே என் மனைவிக்கு அணிவிக்க

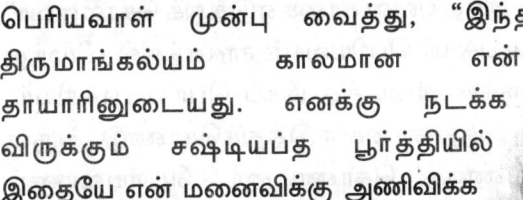

ஆசைப்படுகிறேன். ஆனால் சிலர், "பிறர் கட்டிக் கொண்ட தாலியை கட்டிக் கொள்ளக் கூடாது" என்று சொல்கின்றனர். ஒரே குழப்பமாயிருக்கு. பெரியவா உத்தரவு எப்படியோ அப்படியே நடந்துக்கிறேன். புதிதாக தாலி செய்ய வேண்டுமானால் அதற்காக ஒரு காசும் கொண்டு வந்திருக்கிறேன். புதுதாலிதான் செய்ய வேண்டுமென்றால் காசையும், பழைய தாலியே போதுமென்றால் அம்மாவின் திருமாங்கல்யத்தையே தாங்கள் ஆசிர்வாதம் செய்து எடுத்து தரவேண்டும்" என்று பெரியவரிடம் வேண்டி நின்றார். மகிழ்ச்சி கொண்ட பெரியவாள் தன் திருக்கரத்தால் வந்தவரின் தாயாரின் திருமாங்கல்யத்தை கையில் எடுத்து கொடுத்து அந்த தம்பதிகளை அநுக்ரஹித்தார். அந்த பெண்மணியிடம் "உன் கணவர் ஆசைப்படி உன்மாமியார் தாலியையே கட்டிக் கொண்டு தீர்க்க சுமங்கலியாய் இரு" என வாழ்த்தினார். வந்த தம்பதிகள் கண்கள் குளமாக ஆனந்த பரவசப்பட்டு தாங்கள் ஆசைப்பட்டபடியே பெரியவாளும் அருளியதற்கு நன்றி தெரிவித்தனர். பெரியவாள் அவர்களிடம் "நீ ஆசைப்பட்டபடி உனக்கு தாலி கிடைத்தது. நான் ஆசைப்பட்டபடி காமாக்ஷி கோயில் ஸ்தானீகருக்கு இந்த பவுன் காசை எடுத்துக் கொள்ளவா" என்று வினவ, அந்த தம்பதியர் பெரியவாள் சரணத்தில் விழுந்து வணங்கி "இது எங்களுக்கு கிடைத்த மிகப் பெரிய பாக்கியம், பெரியவாள் அவசியம் அந்த காசை எடுத்துக்கொண்டு அருள வேண்டும்" என வேண்டிக் கொண்டனர். பெரியவாளும் மகிழ்ச்சியுடன் ஸ்தானீகருக்கு அந்தக் காசை கொடுத்து உத்தரவு கொடுக்க ஸ்தானீகரும் பாகாய் கரைந்த வண்ணம் பெரியவாளின் அருளையும், மகா பெரிய மனதையும் புகழ்ந்த வண்ணம் விடைபெற்றார்.

இதுதான் பெரியவாளின் அருள் விளையாட்டு. தன்னிடம் வரும் பக்தர்கள் எண்ணியபடியே அருளும் அந்த தெய்வம் சிலநேரம் இவ்வாறு தான் எண்ணியபடியும் நடத்திக் கொண்டு விடும். பெரியவாள் ஸித்தியடைந்த பிறகும் இந்த அருள் விளையாட்டு தொடர்வது அவர் சாஸ்வத பரம் பொருள் என்பதற்கு சாட்சியாக இருக்கிறது.

பெரியவாளின் பரமபக்தையான கங்காவின் பேத்தி சுதாவிற்கு திருமணம் வெகு விமரிசையாக நடந்தது. பிறந்தது முதலே பெரியவாளிடம் பக்தி கொண்ட பேத்தி சுதா தன் கல்யாணத்திற்கு பெரியவாள் பவுன் காசு ப்ரசாதம் அனுப்பவில்லையே என குறைபட்டுக் கொள்ள, ஒரு நாள்  பூஜை அறையில் பெரியவாள் திருஉருவப்படம் முன்பு நமஸ்காரம் செய்யும் பொழுது உள்ளங்கையில் ஒரு பவுன் காசு ஒட்டிக்கொண்டு வந்தது. இதுபோல் இரண்டுமுறை நமஸ்கரிக்க ஒவ்வொரு முறையும் காசு கையில் ஒட்டிக் கொண்டு வந்தது. மொத்தம் மூன்று காசு கிடைத்தது. ஒன்று கூட தரவில்லையே என்று குறைபட்டால் ஒன்றுக்கு மூன்றாகத் தருவார்.

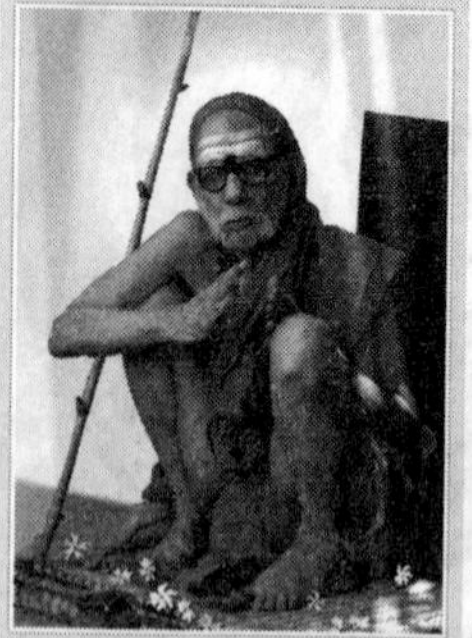

4
அலகிலா விளையாட்டு

"சிறு பிராயத்திலிருந்தே ஆஸ்திக புத்தியை வளர்க்க வேண்டும். நமது மத அநுஷ்டானங்களை விடாமல் பற்றி ஒழுகி, உத்தமமாக வாழ்கின்ற பெரியோர்களின் சங்கத்தில் குழந்தைகளைப் பழக்க வேண்டும். நம்முடைய ஆத்ம க்ஷேமத்திற்காகவே ரிஷிகள் சாஸ்திரங்களைத் தந்தார்கள் என்ற விசுவாசத்தை ஏற்படுத்த வேண்டும்"

ஸ்ரீ பெரியவர்களின் அன்பிற்கும், அருளுக்கும் பாத்திரமான பக்தர் கோவிந்தபுரம் ஸ்ரீநடராஜ அய்யர். இவர் சென்னையில் GRN பில்டர்ஸ் என்ற நிறுவனம் மூலம் மக்களுக்கு வீடு கட்டிதரும் பணி செய்பவர். பெரியவாளிடம் அளவிலா பக்தி கொண்டு ஸ்ரீமடத்தில் பல கைங்கர்யம் செய்பவர். இவர் ஒரு சமயம் பெரியவாள் ஸ்ரீசைலத்தில் இருக்கும் பொழுது தரிசனம் செய்ய ஒரு நண்பருடன் அம்பாசிடர் காரில் சென்றார். பெரியவாளை தரிசனம் செய்து விட்டு உத்தரவு வாங்கிக்கொண்டு சென்னை திரும்பும் வழியில் திடீரென காரின் Fan Belt அறுந்து வண்டி நின்றுவிட்டது. திக்கற்ற இடத்தில் செய்வதறியாது தவித்தவாறே அவர்கள் வண்டியை சற்று அருகில் இருந்த ஒரு பெட்ரோல் பங்க் பக்கம் கொண்டு போய் நிறுத்தினார்கள்.

பெரியவாளிடம் உத்தரவு, ப்ரசாதம் வாங்கிக் கொண்டு கிளம்பியும் இப்படி இரவில் தவிக்கும்படி ஆகிவிட்டதே, இப்படி ஆகும் என்றால் பெரியவாள் ஏன் உத்தரவு கொடுக்க வேண்டும் என வருத்தப்பட்டுக் கொண்டு பெரியவாளை மனமுருகி வேண்டி நிற்கும் பொழுது அந்த பெட்ரோல் பங்கிற்கு ஒரு Fiat

Car வந்தது. அந்த வண்டியிலிருந்தவர்கள், பெட்ரோல் போடும்படி பங்க் பணியாளரிடம் சொல்லிவிட்டு இவர்களிடம் வந்து அந்த வேளையில் அங்கு நிற்பதன் காரணத்தை வினவினார்கள். நடராஜ அய்யர் ஃபேன் பெல்ட் அறுந்து போய்விட்டதால் வண்டியை ஓட்ட முடியவில்லை என்று விபரம் தெரிவித்தார். அதற்கு அந்த நபர், தான் எங்கு வெளியூருக்கு காரில் கிளம்பினாலும் மிக முன் எச்சரிக்கையுடன் செல்வதாயும் தன்னிடம் அநேகமாய் காரின் அனைத்து உதிரி பாகங்களும் உபரியாக இருக்கும் என்றும் அதன்படி Fan Belt Extra இருப்பதால் அதை பெற்றுக்கொண்டு சௌகர்யமாய் ஊர் போய்ச் சேரும்படியும் கூறினார். நடராஜய்யருக்கு ஆச்சரியம் தாங்கவில்லை. இந்த நடு இரவில் காட்டு வழியில் ஆபத்பாந்தவனாக பெரியவாள் அல்லவோ இந்த நபரை தேவையான Fan Belt உடன் அனுப்பி நம்மை காத்திருக்கிறார் என்று மனம் கசிந்து பெரியவாளின் அருட்சக்தியை நினைத்து நன்றி தெரிவித்து மகிழ்ந்தார்.

இதில் ஆச்சரியமான விஷயம் என்ன வென்றால் வந்த நபர் Fiat காரில் வந்தார். அவர் தான் வெளியில் கிளம்பும் பொழுது தன் காருக்கு வேண்டிய உதிரி பாகங்களைத்தான் எடுத்துக் கொண்டார்.

ஆனால் Fan Belt மட்டும் தவறுதலாக Fiat Car Beltக்கு பதிலாக அம்பாசிடர் Car Belt ஐ எடுத்து வந்து விட்டார். ஏன் இப்படி தவறு செய்தார்? தவறு அவர் செய்யவில்லை. நடராஜ அய்யரை காப் பாற்றுவதற்காக பெரியவாள் செய்த மாய விளையாட்டு இது. இப்படி தன் பக்தர்களை வரும் துன்பங்களிலிருந்து காக்கும் பெரியவாள் பல அருள் விளையாட்டு செய்யும் மஹா சித்தர்தான் என்பதில் ஐயமில்லை.

திரு. ராமனாதன், அவர் மனைவி சீதா ஆகிய இருவரும் பெரியவாளிடம் பேரன்பு பூண்டு பல கைங்கர்யங்கள் செய்து வரும் உத்தம தம்பதிகள். இவர்கள் மாதாமாதம் பெரியவாளின் அவதார நக்ஷத்திரமான அனுஷத்தில் காஞ்சியில் ப்ரதோஷம் மாமா இல்லத்தில் நடக்கும் ஜெயந்தி விழாவில் வந்து கலந்து கொண்டு தவறாமல் கைங்கர்யம் செய்வார்கள். அவ்வாறே ஒருசமயம், அனுஷத்தன்று ப்ரதோஷம் மாமா இல்லத்தில் சமையல் செய்து கொண்டிருந்தார் சீதா. சமையல் அநேகமாய் முடிந்து கடைசியாக இரண்டு குக்கரில் சாதத்திற்கு அரிசியை வைத்து மூடி அடுப்பை எரியவிட்டு நிற்கையில் மடத்தில் பெரியவாள் தரிசனத்திற்கு அனைவரும் கிளம்பிவிட்டார்கள். சீதாவும் பெரியவாளை தரிசனம் செய்ய வேண்டும் என்ற ஆவலில் அடுப்பில் குக்கர் வைத்தது நினைவின்றி அவர்களோடு சேர்ந்து ஸ்ரீமடம் சென்றுவிட்டார். அங்கு உடனே தரிசனம் கிடைக்காமல் காலதாமதம் ஆகியது. பிறகு தரிசனம் செய்யும் பொழுதுதான் குக்கரை அடுப்பில் வைத்து விட்டு மறந்து வந்து விட்டது நினைவிற்கு வந்தது.

மிகவும் கவலையுற்ற சீதா பெரியவாளிடம் 'ப்ரபோ, உங்களைப் பார்க்க வேண்டும் என்ற ஆவலில் அடுப்பில் குக்கர் வைத்திருந்ததை மறந்து வந்துவிட்டேன். இப்போது அடுப்பில் சாதம் கருகியிருக்கும். தரிசனம் முடிந்து வரும் பக்தர்கள் அனைவருக்கும் பசிக்கு உணவு பரிமாற இயலாமல் போய்விடும். எனவே நீங்கள் தான் காத்து அனைவரும் சாப்பிட அருள வேண்டும் என மனமுருகி வேண்டினார் வீடு சென்று பார்த்தால் என்ன ஆச்சரியம் சிலிண்டரில் 'Gas' தீர்ந்து அடுப்பு தானே Off ஆகி இருந்தது, எனினும் சாதமும் பக்குவமாய் இருந்தது. இதுவன்றோ திருவருள்.

5. அலகிலா விளையாட்டு

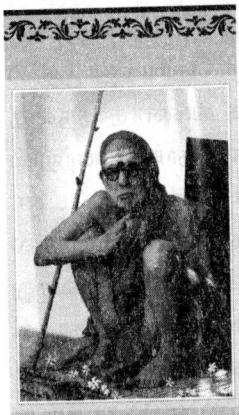

"சத்தியத்தின் லக்ஷணம், மனமும் வாக்கும் ஒன்றுபட்டிருப்பது. மனம் சுத்தமாக இருப்பது வாக்கு. வாக்கு சாந்தமாக இருப்பது தனக்கு சித்த சுத்தியையும் பிறருக்கு க்ஷேமத்தையும் உண்டு பண்ணுவது."

ஸ்ரீ பெரியவாளிடம் பக்தி கொண்டு எண்ணிலா தொண்டு செய்தவர்களுள் சென்னை மேற்கு மாம்பலவாசி திரு ஜெயராமனும் ஒருவர். இவர் குடும்பத்தினர் அனைவருமே பெரியவாளிடமும் காமகோடி பீடத்திடமும் அளவிலா பக்தி கொண்டவர்கள். மேற்கு மாம்பலம் ஸ்ரீசங்கர மடம் உருவாக பூமி வழங்கிய குடும்பம் அது.

ஒரு சமயம் பெரியவாள் ஆந்திராவில் சுபாநாயுடு கண்டிகா என்ற கிராமத்தில் இருந்தார். அப்பொழுது ஜெயராமன், தன் மனைவி பட்டம்மாள், தன் மகள் நாகலக்ஷ்மி, மாப்பிள்ளை வாசுதேவன், பேரன் சந்திரசேகரன் ஆகியவரோடு தரிசனம் செய்யச் சென்றார். பெரியவாள் குழந்தை சந்திரசேகரனை அருகில் அழைத்து அன்பொழுக அவன் பெயர், படிப்பு முதலியவைகளை விசாரித்து அவன் கையில் கல்கண்டு அள்ளிக் கொடுத்து "இதை வச்சுக்கோ" என்று அருளினார். அவனும் ப்ரசாதத்தை கையில் இறுக மூடிக்கொண்டு வெளியில் வந்தான். அருகில் சுற்றி மாந்தோப்பாக இருந்ததால் விளையாடச் சென்று விட்டான். அங்கு பெரிய பாசனக் கிணறு இருந்திருக்கிறது. விளையாட்டு

மும்மரத்தில் கவனிக்காமல் அதில் தவறி விழுந்து விட்டான். அங்கு கிணறு இருப்பதே வெளிப் பார்வைக்கு சரியாகத் தெரியாது. அதில் நிறைய நீர் நிரம்பி இருந்தது. குழந்தையைக் காணாத தந்தை வாசு தேடி அலைந்து கிணற்றுப் பக்கம் வந்து பார்த்தார். கிணற்றில் இறங்கி ஏற அமைக்கப்பட்டிருந்த படிகள் அவர் கண்ணில்பட்டன. தண்ணீரை ஒட்டிய படியில் குழந்தையின் சட்டைபோல் தெரிந்தது. பரபரப்பாக வாசு படிகளில் இறங்கினார். அவரது குழந்தையேதான். பதறிப் போய் அவனைப் பிடித்து தூக்கி பெரிதாய் ஓலமிட்டார். அருகில் இருந்த ஆட்கள் எல்லோரும் ஓடி வந்தனர். மயங்கிக் கிடந்த குழந்தையை மேலே எடுத்து வந்து வண்டிச் சக்கரத்தில் வைத்து சுற்றி தண்ணீரை வெளியே எடுத்தனர். குழந்தையை சிறிது ஆசுவாசப்படுத்திய பிறகு பெரியவாளிடம் சென்று அவர்முன் குழந்தையை கிடத்தி

நடந்ததை தெரிவித்தனர். பெரியவாள் கடாக்ஷித்து அருள் செய்து "குழந்தை கையில் என்ன இருக்கு" என்று கேட்டார். பரபரப்புடன் அப்பொழுது தான் எல்லோரும் குழந்தையின் கையை கவனித்துப் பார்த்தனர். அதில் பெரியவாள் குழந்தையிடம் அருளிக் கொடுத்த கல்கண்டு ப்ரசாதம் இருக்கக் கண்டு ஆச்சர்யம் அடைந்தனர். என்னே பெரியவாளின் ப்ரசாத மஹிமை! வருமுன் காப்பது போல் குழந்தைக்கு வர இருந்த பெரும் கண்டத்திலிருந்து காக்கவே, கல்கண்டு ப்ரசாதத்தை கொடுத்துக் கடாட்சித்ததோ மஹா தெய்வம். அந்த குழந்தையும் வளர்ந்து பெரியவனாகி இன்று அரசாங்க உத்யோகத்தில் பெரியவாள் அருளுடன் சௌகர்யமாக இருக்கிறான்.

ஸ்ரீ பெரியவாள் ஆந்திரபிரதேசம் கார்வேட் நகரில் இருந்த பொழுது திருமதி பட்டம்மாள் தன் 3ஆவது பெண்ணுடன் பெரியவாளை தரிசிக்க வந்து, "தான் காசிக்கு போக உத்தரவு தந்து அருளுமாறு" வேண்டிக் கொண்டார். அதற்கு பெரியவாள் "காசிக்கு போறயா? நீ போகும் பொழுது சங்கரிப் பாட்டின்னு என் பக்தை ஒருத்தி காஞ்சியில் இருக்கா. அவளையும் அழைத்துக் கொண்டு போறயா?" என்று கேட்டார். அவர்களும் பெரியவாள் உத்திரவுப்படியே செய்வதாக தெரிவித்தவுடன் மகிழ்ந்த பெரியவாள் ப்ரசாதம் அருளி விட்டு "நீ எனக்கு உடனே ஒரு வேலை செய்கிறாயா? இங்கு உள்ள பெருமாள் கோயிலுக்கு போய் மடப்பள்ளியில் 40 பேருக்கு சமையல் செய்" என்று உத்தரவிட்டார். எதற்கு 40 பேருக்கு சமையல் என்று புரியவில்லை இருப்பினும் பெரியவாள் ஆணையை மீற முடியுமா? உதவிக்கு சிலரை அழைத்துக் கொண்டு பெருமாள் கோயிலுக்குச் சென்று, சமையல் செய்து முடித்தார்கள்.

சமையல் முடிந்து வெகு நேரம் ஆகியும் சாப்பிட ஒருவரும் வரவில்லை. கவலையுடன் பெரியவாளிடம் சென்று தெரிவிக்கும், அதே நேரத்தில் சில கார்களில் திருப்பதி செல்லும் ஒரு பக்தர் கூட்டம் வழியில் கார்வேட் நகரில் பெரியவாள் இருப்பதை கேள்வியுற்று, தரிசிக்க வந்தனர். அவர்கள் ஆசிர்வதித்த

பெரியவாள் அவர்களிடம் "இந்த அம்மா உங்களுக்கெல்லாம் சாப்பாடு போடுவா. போய் சாப்பிட்டுவிட்டு திருப்பதிக்கு போய் வாருங்கள்" என்று உத்தரவிட்டார். அவர்கள் எல்லோரும் வயிறாரச் சாப்பிட்டு விட்டு வாழ்த்திச் சென்றனர். வந்தவர்கள் 35 பேர் இருந்ததுதான் அதிசயம். பெரியவாள் கணக்கு ஒரு நாளும், ஒரு பொழுதும் தவறாது. பிறகு பட்டம்மாவை அழைத்து "ஒருவரும் வரவில்லை என்றாயே இப்பொழுது பார்த்தாயா" என்று புன்னகையுடன் வினவினார். "நீ காசிக்கு போவதற்கு முன்னால் ஒரு சமாராதனை செய்து விட்டுப் போக வேண்டும் என்றுதான் இப்படிச் செய்தேன்" என்றும் சொல்லிச் சிரித்தார். கருணைக் கடல் என்றால் பெரியவாள்தான் என்பது நிச்சயம்.

*****

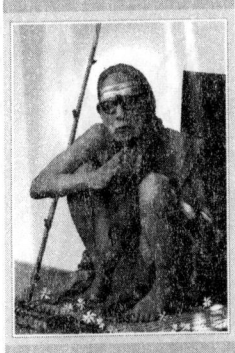

"சத்தியத்தில் ஒருவன் நிலைத்து நின்றுவிட்டால் அவனுக்கு அதனால் தன்னையும் அறியாமலே ஒரு பிரயோஜனம் உண்டு. ஒருவன் சத்தியமே பேசிப்பழகிவிட்டால் முடிவில் அவன் எது சொன்னாலும் அது சத்தியமாகிவிடும். இப்படிப்பட்டவன் மனமறிந்து பொய் சொல்லமாட்டான்."

6

அலகிலா விளையாட்டு

ஸ்ரீ பெரியவரின் பக்தர் குழாத்தில் முக்கியமானவர்கள் கல்கி ஸ்ரீ சதாசிவம் - திருமதி எம்.எஸ். சுப்புலக்ஷ்மி தம்பதியர். இவர்கள் அடிக்கடி பெரியவாளை தரிசித்து அருள் பெறுவர். தங்கள் இசைத் தொண்டிற்கும் பல அறிவுரைகளை பெரியவாளிடமிருந்து பெறுவதுண்டு. ஒரு சமயம் எம்.எஸ். சுப்புலக்ஷ்மி அவர்களுக்கு United Nationsல் பாட அழைப்பு வந்தது. இது M.S.க்கு மட்டுமல்ல நமது இந்தியத் திருநாட்டிற்கும் அதன் இசைக் கலைக்கும் கிடைத்த மிகப்பெரிய கௌரவம். வழக்கம் போல் எம்.எஸ் அம்மா, சதாசிவம் மாமா இருவரும் பெரியவாளிடம் சென்று அருள் வேண்டினர். பெரியவாள் சர்வதேச ஒற்றுமைக்கான உபதேசமாய் "மைத்ரீம் பஜத" அதாவது "அன்பையே வளர்த்துக் கொள்ளுங்கள்" என்று பொருள்படும் அற்புதமான பாடலை அருளித்தந்தார். அதை உலக இசை அரங்கில் இசைக்க உத்தரவும் செய்தார்.

இந்தப் பாடலின் அர்த்தம் பார்த்தால் மிக அற்புதமாக இருக்கும். ஆயுதப் போட்டியில் ஒருவரை ஒருவர் விஞ்சி, விழுங்கி ஆக்கிரமிக்க நினைத்துப் போட்டி போடும்

உலகநாடுகளுக்கு, ஞானோபதேசம் செய்யும் விதமாய் அமைந்திருந்தது அப்பாடல். இன்னும் சொன்னால் இதை 'International Anthem', அதாவது 'சர்வதேச தேசீய கீதம்' என்று கொண்டாடுமளவு கருத்து செறிவு நிறைந்தது. இப்படி ஒரு ப்ரசாதத்தை எதிர்பாராத தம்பதிகள் மகிழ்ந்தனர். அந்தப் பாடலை பிரபல இசை மேதை ஸ்ரீ வசந்த் தேசாய் மூலம் இசை அமைத்து தயார் செய்து கொண்டு அமெரிக்கா பயணம் ஆனார்கள். அங்கு சென்றதும் வருத்தம் தரக்கூடிய விதமாக எம்.எஸ். அம்மாவின்

குரல் வளம் கம்மி, சரியாகப் பாட இயலாத அளவிற்கு ஆனது. இப்படி அவர்கள் இசை வாழ்வில் நிகழ்ந்ததே இல்லை.

உலகமே தனது இசையை ஆவலுடன் எதிர்பார்க்கும் தருணத்தில் இப்படி ஆகிவிட்டதே என்று எம்.எஸ். அம்மா மிகவும் மன வேதனைப்பட்டார். செய்வதறியாத நிலையில் ஒரே கதியான பெரியவாளின் திருஉருவப் படத்தை தங்கள் இடத்தில் வைத்து "பால்சம்" என்ற காசித் தும்பையால் அர்ச்சித்து வழிபட்டு இறைஞ்சினார். "ஜகத்குருவே, நீங்கள் அருளிய பாடலை உலக அரங்கில் இசைக்க முடியாமல் குரல் வளம் சதி செய்கிறதே! அதை சரிசெய்து நிகழ்ச்சி சுபமாய் நிறைவடைய அருள வேண்டாமா?" என மனமுருகி ப்ரார்த்தனை செய்தார். தம்புரா ஸ்ருதி மீட்டி "ஓம் நம் ப்ரணவார்த்தாய" என்று தொடங்கிய கணமே குரு அருளால் குரல்வளம் மீண்டது. மிக இனிமையாய் நிகழ்ச்சி முடிந்து கர ஓசை கேட்ட பிறகே தன் நிலை அடைந்து ஆனந்தம் கொண்டார் எம்.எஸ். அம்மா. அதுதான் பெரியவாளின் அலகிலா விளையாட்டு.

ஐ.ஐ.டி.யில் பணிபுரிந்தவர் திரு. வெங்கட்ராமன். அவர் மனைவி திருமதி கமலா. இவர்கள் குடும்பத்தினர் அனைவருமே பெரியவாளிடம் அளவிலா அன்பு உடையவர்கள். வெங்கட்ராமனின் மாமா ஸ்ரீ பாலுவும் பெரியவாளிடம் திருத்தொண்டு புரிந்தவர். திருமதி கமலா மூன்றாம் முறையாக கருவுற்றிருந்த சமயம் பெரியவாளை தரிசித்து ஆசிபெற விரும்பி பண்டரீபுரம் சென்றார். பெரியவாளிடம் வந்த விவரம் தெரிவித்து "முதல் இரண்டும் பெண்களாய் இருப்பதால் மூன்றாவது பிள்ளையாகப் பிறக்க பெரியவாள் அருள வேண்டும்" என வேண்டினார். பெரியவாள் "எத்தனை மாதம் ஆகிறது" என வினவ 8 மாதம் ஆவதாக கூறினர். "இப்பொழுது வந்து சொன்னால் நான் என்ன செய்ய முடியும்" எனக் கூறிய பெரியவாளை பார்த்து அழத் தொடங்கி விட்டள் கமலா. 'தன்னிடம் வந்து வேண்டியதே காலம் கடந்து' என்று பெரியவாள் சொன்னதிலிருந்தே வயிற்றில் உள்ள மூன்றாவதும் பெண்தான் என்று தீர்மானித்து விட்டதால்தான் கமலா அழத் தொடங்கி விட்டார்.

இதை கண்ட பெரியவாள் "அவள் ஏன் அழறா" என்று கேட்டு விட்டு ஒரு பச்சை வாழைப்பழத்தை எடுத்து தன் திருமேனி முழுதும் உருட்டி விட்டு அதை கமலாவிடம் தந்து "இதைச் சாப்பிடு" எனத் தேற்றியதோடு "பிள்ளையாய் பிறந்தால் சந்திரமௌலி என்று பெயர் வைப்பாயா?" எனக் கேட்டார். மகிழ்ச்சிக் கடலில் மிதந்த தம்பதிகள் அப்படியே செய்வதாக வாக்களித்தனர். பெரியவாள் அவர்களிடம் 'கோயிலுக்குச் சென்று பாண்டுரங்கனை தரிசித்து ஊர் செல்லுங்கள்' என்று கூறி விடை தந்தார். அவர்களும் உத்தரவுப்படி தரிசித்து ரயில் எறினர். கமலா பெரியவாள் கொடுத்த ப்ரசாத வாழைப் பழத்தை உண்டு படுத்தார். அவருக்கு அன்று இரவு தொடங்கிய வாந்தி ஊர்வந்து பலநாள் ஆகியும் நிற்கவில்லை. இதனிடையே ஒருநாள் வாயிலிருந்து பாம்புபோல் ஒரு நாக்கு பூச்சி மாதிரியான ஜந்து வந்து விழுந்தது. பயந்துபோன குடும்பத்தினர் கமலாவை மருத்துவரிடம் அழைத்துச் சென்று காண்பித்தனர். மருத்துவர், வயிற்றில் குழந்தை நன்றாக இருப்பதாகவும் ஆனால் எட்டு மாதமாகியும் இப்படி மசக்கை படுத்துவதன் காரணம் புரியவில்லை என கூறி விட்டார். ஒருவழியாய் குழந்தை பிறந்தது.

என்ன குழந்தை? பெரியவாள் உத்திரவை மீறி ப்ரம்மாவால் பெண் குழந்தையை கமலா வயிற்றில் சிருஷ்டித்துவிட முடியுமா? ஆண் பிள்ளை தான் பிறந்தது. பிறந்த உடன் குழந்தை தலையில் பள்ளம் இருக்க அதுவும் பின்னர் பெரியவாள் அருள் பார்வை பட்டு சரியாகியது. இன்று பி.இ. படித்து முடித்து பெரிய நிறுவனத்தில் பணி புரிகிறான் பெரியவாளால் பெயரிடப்பட்ட சந்திர மௌலி. பெரியவாள் அருளிருந்தால் எது தான் நடக்காது.

✣✣✣✣✣

7. அலகிலா விளையாட்டு

"பொழுதுபோக்கு என்று ருசியாகத் தின்கிற இடத்திலும் கண்களை கவர்கிறவைகளைப் பார்ப்பதிலும் பொழுதை வீணாக்குவது தவறு. இந்தப் பொழுதைப் பிறருக்குச் சேவை செய்வதில் செலவழிக்க வேண்டும். வாழ்க்கைத் தொல்லைகளிடையே சிறிது உல்லாசமாகப் பொழுது போக்குவது ஒரு தவறா என்று கேட்கலாம். நான் சொல்கிறேன் பரோபகாரமாகச் சேவை செய்தால் அதுவே பெரிய உல்லாசம் என்பது தெரியும்."

ஆங்கரை பெரியவாள் என்று அழைக்கப்படும் ஸ்ரீகல்யாணராம பாகவதர் ஆத்மார்த்தமாக ஸ்ரீமத்பாகவதத்தை ப்ரவசனம் செய்பவர். ஸ்ரீ பெரியவாளின் பரம அன்பிற்கும், மதிப்பிற்கும் பாத்திரமானவர். எளிமையின் இருப்பிடம். அவர் பெரியவாள் உத்திரவுப்படி வருடம் தோறும் ஸ்ரீகோகுலாஷ்டமி தினத்தில் பெரியவாள் சந்நிதியிலே பாகவத சப்தாஹம் செய்வது வழக்கம். அதன்படி ஒரு வருடம் பாகவத சப்தாஹம் நடந்து கொண்டு இருக்கும் பொழுது ஸ்ரீமஹா பெரியவாளும் அருகில் உட்கார்ந்து உபந்யாசம் கேட்டுக் கொண்டிருந்தார். அதே நேரம் ஒரு தம்பதிகள் (கணவர் வருமான வரித்துறை அதிகாரி - அவரது மனைவியை 'வீல் சேரில்' அமர்த்தியபடி) தரிசனத்திற்கு வந்தனர். அவர்கள் பெரியவாளை உடனடியாக தரிசித்து தங்கள் குறையை கூறி அருள் பெற வேண்டும் என்றனர். ஆனால் மடத்தில் உள்ளவர்கள் பெரியவாள் உபந்யாசம் முடியும் வரை வெளியே வரமாட்டார் என்று கூற, தம்பதிகள் மிகவும் வருத்தப்பட்டார்கள். ஆனால் கருணை மாமலை எவரும் எதிர்பாராத விதமாக உடனே வெளியே வந்து

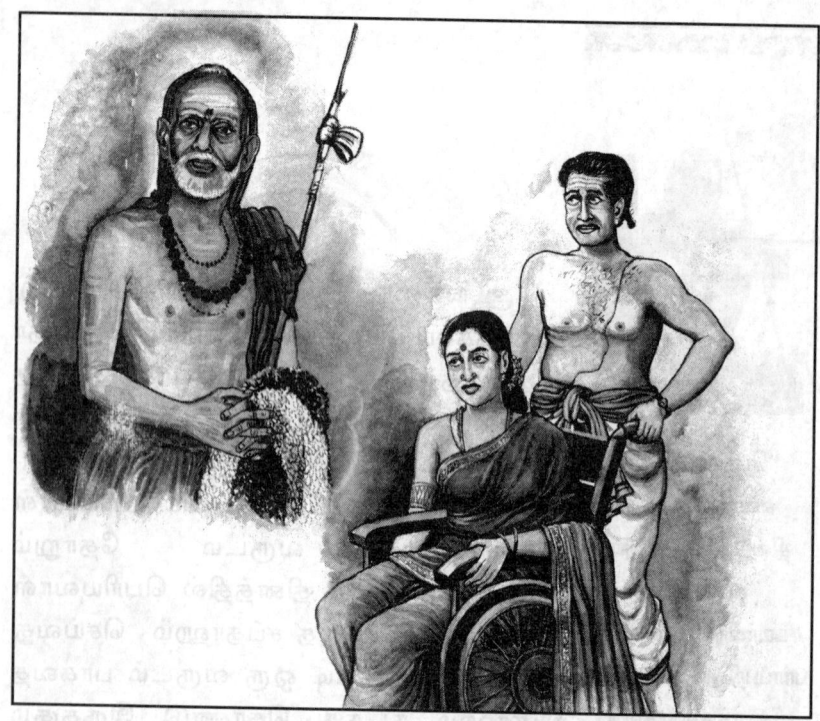

தரிசனம் தந்து இந்த தம்பதிகளை விசாரித்தார். வந்தவர் "தன் மனைவிக்கு திடீரென 2 கால்களும் ஸ்வாதீனம் இல்லாமல் போய் ஒரு வைத்தியமும் பலன் அளிக்கவில்லை என்று தெரிவித்து பெரியவாள்தான் கருணை செய்ய வேண்டும்" என ப்ரார்த்தனை செய்தார். கருணாமூர்த்தி கண்ணால் கடாக்ஷித்து "உன் மனைவியை எப்போதும் 'அச்சுதானந்த கோவிந்தா' என்று ஜபம் செய்யச் சொல்" என்று உத்தரவிட்டு அனுப்பினார். பிறகு சிறிது காலம் சென்ற பின்பு அந்த தம்பதிகள் திருவல்லிக் கேணிக்கு வந்தனர். அங்கே சந்நியாசம் பெற்றிருந்த ஆங்கரை ஸ்வாமிகளை சந்தித்து, "பெரியவாள் உத்திரவுப்படி என் மனைவி விடாமல் நாமஜபம் செய்து வந்தாள்". ஒருநாள் விடியற்காலை அதிசயமாக தானாகவே சமையலறை சென்று காஃபி தயார் செய்து எனக்கு கொண்டு வந்து கொடுத்தாள். அதிர்ச்சியுற்ற நான் 'உனக்கு எப்படி கால் சரியானது' என்று கேட்க அப்பொழுது தான் அவளே நடந்த அதிசயத்தை உணர்ந்தாள்" என்றார் கணவர். அதற்கும்

மேல் அதிசயமாக தங்களுக்கு புத்திர பாக்கியமும் கிடைத்தது என்றும் கூறி ஆனந்தக் கண்ணீர் அருவியாய் சொரிந்தார். அதைக் கேட்ட பாகவதரும் பெரியவாளின் தவவலிமையையும், அருள் திறத்தையும் வியந்து உருகி நின்றார்.

'ஸ்ரீமடம் சந்தர்பனை கட்டு' என்று சொல்லப்படும் அடியவர்களுக்கு அன்னம் பாலிக்கும் அன்னசாலையில் கைங்கர்யம் செய்பவர் ஸ்ரீராமகிருஷ்ண அய்யர். அவர் மாப்பிள்ளை பார்த்தசாரதி நாக்பூரில் உத்தியோகமாக இருந்தார். ஒருசமயம் விடுமுறையில் அவர் தன் மாமனார் வீட்டிற்கு வந்து விட்டு மனைவி, மகளுடன் தமிழ்நாடு எக்ஸ்பிரஸில் நாக்பூர் திரும்பினார். அப்பொழுது வழியனுப்ப அவர் மகன் கணேஷ் மற்றும் தம்பி இருவரும் 'சென்ட்ரல்' வரை வந்தனர். ரயில் கிளம்ப அவகாசம் இருந்ததால் மகன் கணேஷ் அன்னையிடம் வழித் துணையாக ஸ்ரீ சுந்தரர் தேவாரமான "வான நாடனே வழித்துணை மருந்தே" எனும் தேவாரத்தை சொல்லும்படி கூறி அதை டயரியில் எழுதியும் கொடுத்துவிட்டு, வண்டி கிளம்பியதால் அவசரமாய் கீழே இறங்கி விடை பெற்றுக் கொண்டான்.

சித்தப்பாவுடன் தமது இருப்பிடம் சென்ற பிறகு சட்டையை கழற்றும் பொழுது தான் பையில் பெற்றோர்களின் ப்ரயாண டிக்கெட் தன்னிடமே இருப்பதைக் கண்டு துணுக்குற்றான். இதை சித்தப்பாவிடம் சொல்லி அழுதான். ரயில்வேயில் பணிபுரியும் சித் தப்பா நிலமையை உணர்ந்து "பதட்டம் அடைய வேண்டாம்" என ஆறுதல் கூறினார். உடனே இருவரும் கிளம்பி சென்ட்ரல் சென்று விவரங்களை உரிய அதிகாரியிடம் தெரிவிக்க அவரும் உடனே இந்த விவரங்களை GIMLET என்றமுறையில் அடுத்து ரயில் நிற்கும் விஜயவாடாவிற்கு தெரிவிப்பதாக கூறினார். இருவரும் வீடு திரும்பினர்.

அதற்குள் பார்த்தசாரதி பயணம் செய்த ரயிலில் டிக்கெட் பரிசோதனை செய்யும் அதிகாரி வர இவர்கள் டிக்கெட் இல்லாமல் பதைத்து, நடந்த விவரத்தை சொன்னார்கள். அந்த அதிகாரியும்

மிக நல்லவராய் இருந்ததால் "கவலை வேண்டாம் உங்கள் தம்பியும் ரயில்வேயில் இருப்பதால் GIMLET Procedure தெரிந்திருக்கும், அதன்படி அவர் செய்திருந்தால் விஜயவாடாவில் செக் செய்து கொள்ளலாம். அப்படி ஒருவேளை விஜயவாடாவிற்கு நாம் போகும் முன் விவரம் வராவிட்டால் தானும் 'ட்யூட்டி' மாறுவதால் வேறு வழியில்லை, உங்கள் டிக்கெட்டுக்கு முழுப்பணம் ரூ.999 ஐசெலுத்தத்தான் வேண்டும்' என்று கூறினார்."

ஆனால் துரதிஷ்டவசமாக இவர்களிடம் ரூ.999/- இல்லை. என்ன செய்வதென்று அறியாமல் தவியாய் தவித்து பெரியவாளை மனமுருகி வேண்டிக் கொண்டு ரயிலில் தெரிந்த நபர் யாராவது இருந்தால் அவர்களிடம் கடன் வாங்கிக் கொள்ள நினைத்து கம்பார்ட்மெண்ட்களில் தேடிப் பார்த்தனர். இவர்களுக்கு தெரிந்த நாக்பூர் மராட்டிக்காரர் ஒருவர் ரயிலில் இருந்தார். அவரிடம் விவரம் சொல்லி பணம் கேட்க அவர் தன்னிடம் உள்ள பணத்தை தருவதாக கூற அவரிடமும் 350 ரூபாய் குறைவாக இருந்தது. இப்படி செய்வதறியாமல் அலையும் நிலை கண்டு எதிர் இருக்கையில் இருந்த நடராஜன் என்ற அன்பர் தானாகவே உதவமுன் வந்தார். குறைவுபட்ட ரூ350/- பணத்தை தந்து "ஏன் என்னிடம் முதலிலேயே நீங்கள் உதவி கோரவில்லை" என்றும் வினவினார். பார்த்தசாரதி மிகவும் உணர்ச்சி மேலிட்டு "தெய்வம் போல் நீங்கள் செய்த உதவி என்றும் மறக்க முடியாதது" என்று நன்றி தெரிவித்தார். வண்டி ஒரு வழியாய் விஜயவாடா வந்தது. டிக்கெட் பரிசோதகர் சென்று ஸ்டேஷனில் விசாரிக்க, சென்னையிலிருந்து செய்தி எதுவும் வரவில்லை என்றார்கள். காரணம் இரவு சென்னையில் விவரம் வாங்கிக் கொண்ட அதிகாரி கவனக்குறைவாய் விஷயத்தை விஜயவாடாவிற்கு அனுப்பவில்லை. பிறகு பணத்தை கொடுத்துவிட்டு பார்த்தசாரதி மேலே பிரயாணத்தை தொடர்ந்தார். இதில் சுவாரஸ்யம் என்ன என்றால் பார்த்தசாரதி, 'வீட்டுக்கு போய் பணம் அனுப்புகிறேன்'

என்று சொன்னதை நடராஜன் மறுத்ததுதான். எனினும் பார்த்தசாரதி விடாப்பிடியாய் அவர் சென்னை விலாசத்தைக் குறித்துக் கொண்டு ஊருக்குப்போய் பணம் அனுப்பி விட்டு, பிறகு ரெயில்வே அதிகாரியின் கவனக்குறைவால் தாம் மீண்டும் டிக்கெட் வாங்க நேர்ந்த புகாரை எழுதிக் கொடுக்க, ரயில்வே அலுவலகத்திலிருந்து டிக்கெட் பணம் திரும்ப வந்தது. அதை பார்த்தசாரதி ஸ்ரீமஹா பெரியவருக்கே அர்ப்பணம் செய்தார்.

நடமாடும் தெய்வமே நடராஜன் உருவில் வழித்துணை மருந்தாய் வந்தாரோ!

"மானம், உயிர் இரண்டையும் காப்பாற்றிக்கொள்ள அவசியமானவை எவையோ அவை நாட்டு மக்கள் அனைவருக்கும் கிடைக்க வேண்டும். இவ றை அரசாங்கமே எல்லாருக்கும் கிடைக்கச் செய்ய வேண்டும். அதற்குத்தான் திட்டம், ஒழுங்கு எல்லாம் வேண்டும்."

8

அலகிலா விளையாட்டு

காஞ்சி பெரியவாளின் பக்தியில் பழுத்த பழம் மாதுஸ்ரீ பொள்ளாச்சி ஜெயலக்ஷ்மி அம்மாள். இவர் பழுத்த பழமாய் இன்றும் காஞ்சி மடத்தில் பெரியவரின் அதிஷ்டான நிழலிலேயே துறவு வாழ்க்கை வாழ்ந்துவரும் உத்தமி. கணவன், மகன், மருமகள், பேரன், பேத்தி என்று குடும்பத்துடன் இருந்த பொழுதும் நடமாடும் தெய்வ நிழலிலேயே பெரும் பொழுது கழிக்கும் பெரும்பேறு பெற்றவர். அவருக்கு மஹானிடம் பலப்பல அதிசய அனுபவங்கள் உண்டு. அதில் சில இதோ:

இந்த மாதரசியின் மகன் சந்திரசேகருக்கு சிதம்பரத்தில் திருமணமானது. புகுந்த குலத்திற்கு ஏற்ற குலவிளக்கு மருமகள் லலிதா. குரு ஆணைப்படி சாஸ்திரோக்தமாய் 4 நாட்கள் விவாஹம் நடந்து முடிந்த கையோடு நேராக அருள் பெற காஞ்சி வந்தார்கள். குருவருள் கடாக்ஷம் பெற்றுக்கொண்டு, ஸ்ரீ ஜயேந்திர ஸரஸ்வதி ஸ்வாமிகள் திருப்பதியில் இருந்ததால் அங்கு சென்று அவரது அருளையும் பெற்றுக் கொண்டு, குல தெய்வமான பாலாஜியையும் தரிசித்து விட்டு நந்தனத்தில் உள்ள வீட்டிற்கு மதியம் வந்து சேர்ந்தார்கள். அலைச்சலால் அனைவரும்

சோர்ந்து அசதியாய் படுத்து விட்டனர். மாலை 6 மணிக்கு மாமியின் கணவர் எழுந்து சந்தியாவந்தனம் செய்யத் தொடங்கினார்.

புதுமணமான மருமகளும் ஸ்வாமிக்கு விளக்கேற்றி வழிபட்டாள். மகன் சந்திரசேகரிடம் 'எழுந்து சந்தியா வந்தனம் செய்யும் படியும், மேலும் வீட்டு தோட்டத்திலிருந்து பறித்த மட்டை தேங்காய்களில் ஒன்றை எடுத்து உரித்து கொடுக்கும்படியும், வெள்ளிக்கிழமையாய் இருப்பதால் ஸ்வாமிக்கு தேங்காய் உடைத்து அர்ப்பணம் செய்ய வேண்டும்' என்றும் படுத்துக் கொண்டே உத்தரவிட்டார் ஜெயலக்ஷ்மி. அசதி மிகுந்திருந்ததால் அன்னை சொல்வதை காதில் வாங்கினாலும் உடனே எழுந்து செயலில் இறங்க முடியாமல் சந்திரசேகர் கட்டிலின் மேலேயே படுத்திருந்தார். மீண்டும் மீண்டும் சொல்லியும் பிள்ளை எழுந்திருக்காமல் படுத்திருப்பதைக் கண்ட தாயும் அசதியால் படுத்த வண்ணமே நடமாடும் தெய்வத்தை நினைத்து "வெள்ளிக்கிழமை தவறாமல் தேங்காய் உடைப்பது வழக்கம். குழந்தைகள் புதுமணமாகி வேறு வந்திருக்கிறார்கள். சொல்லச் சொல்ல காதில் வாங்கிக் கொள்ளவில்லை. தேங்காய் வேண்டுமானால் நீயே உரித்து உடைத்துக் கொள்ள வேண்டும் போலிருக்கிறது" என்று சொல்ல 'படார்' என வெடி வெடித்தது போல் மகன் படுத்திருந்த கட்டிலுக்கு அடியிலிருந்து சப்தம் வந்தது. கட்டிலின் மேலே படுத்திருந்த சந்திரசேகர் பயத்தில் துள்ளி எழுந்து வெளியே வந்து நடுங்கியபடி நிற்க, ஜபம் செய்து கொண்டிருந்த தந்தை பயப்பட, மருமகள் லலிதா அதிர்ச்சியுற, ஜெயலக்ஷ்மியும் வாரிச்சுருட்டிக் கொண்டு எழுந்து 'என்ன ஆச்சு' என்று பதற, ஒருவருக்கும் சத்தம் வந்த காரணம் புரியவில்லை. பிறகு சத்தம் வந்த கட்டில் அடியில் பார்க்க, தோட்டத்திலிருந்து ஒரு வாரம் முன்பு பறித்துப் போட்ட பச்சை தேங்காய்கள் மட்டையுடன் கிடக்க அதில் ஒரு தேங்காயின் மட்டை மட்டும் வெடித்து இருந்தது. வெடிசப்தம் வரக் காரணம் தேங்காய் மட்டை வெடித்தது தான். அனைவருக்கும் வியப்பு! எப்படி மட்டை வெடித்தது? ஜெயலக்ஷ்மி மட்டும் அதை கையில் எடுத்து

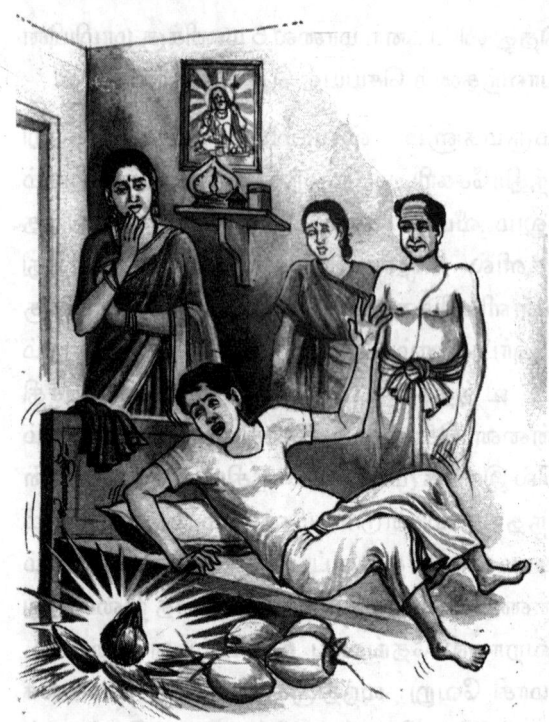

நடுவிலிருந்த தேங்காயை பிய்த்து எடுத்தபடியே "தேங்காய் உடைக்க வேண்டுமானால் நீயேதான் உரித்துக் கொடுக்க வேண்டும் என்று சொன்னதால் உடனே செய்து விட்டாய் போலும்" என்றார். இப்படியாக மனதால் நினைத்துக் கொண்டதை உடனே நிறைவேற்றும் அதிசய மூர்த்தி பெரியவாள்.

பக்தை நினைத்ததை உடனே நடத்திக்காட்டிய தெய்வம் தான் சொன்னதையும் உடனே நடத்திய அதிசயமும் உண்டு.

கார்வேட் நகரம் என்ற இடத்தில் மஹான் இருந்தபொழுது ஜெயலட்சுமி அம்மாள் தன் மாமியாரையும் அழைத்துப்போய் தரிசனம் செய்து வைத்தார். 10,15 நாட்கள் தங்கி தரிசனம் செய்தனர். அப்பொழுது காரடையான் நோன்பு வந்தது. அந்த நோன்பையும் ஸ்ரீக்ருஷ்ணர் கோயிலிலேயே செய்தார். அப்பொழுது பெரியவாளை தரிசித்துவிட்டு வரும் அடியவர்களுக்கும் தரவேண்டும் என்பதற்காக நிறைய அடைகளை செய்து வைத்துக் காத்திருந்தார். ஒருவருமே வரவில்லை. ஏமாற்றமடைந்த ஜெயலக்ஷ்மி பெரியவாள் தரிசனத்திற்கு சென்றபோது அங்கு இருந்த வேதபுரி சாஸ்திரிகளிடம் 'ஏன் அடைசாப்பிட வரவில்லை' என வினவினார். அவர் "பெரியவர் போகக் கூடாது" என்று உத்தரவு செய்ததாகக் கூற ஜெயலஷ்மிக்கு மிகவும் மனவருத்தம் ஏற்பட்டு

அழுகை வந்துவிட்டது. 'ஏன் பெரியவா போகக்கூடாது என்று உத்தர விட்டார்? தனக்கு தகுதியில்லையா' என்பன போன்ற பல விசாரம். இதைக் கண்ட மஹான் அவரை அழைத்து ''இன்று ஞாயிற்றுக்கிழமை, சூரிய அஸ்தமனம் ஆகிவிட்டால் யாரும் எதுவும் சாப்பிடக்கூடாது என்ற சாஸ்திர விதிப்படி யாரையும் சாப்பிட அனுமதிப்பதில்லை. நோன்போ மாலை 6 1/2 மணிக்கு மேல்தான். அதற்குள் சூரியன் அஸ்தமனம் ஆகிவிடும். அதனால்தான் அங்கு வந்து அடை சாப்பிடக் கூடாது என்று தடுத்தேன். இதுதான் காரணமே தவிர உன்னிடம் குறையில்லை'' என்று சமாதானம் கூறிய உடன்தான் ஜெயலக்ஷ்மிக்கு சற்று நிம்மதி வந்தது. எனினும் ''மடத்திலுள்ளவர்கள் அஸ்தமனம் ஆன பிறகு சாப்பிடக் கூடாதென்றால், தான் நோன்பு செய்து அடைசாப்பிட்டோமே, அது தப்பா'' என்ற சந்தேகம் வந்தது அது பற்றி உடனே பெரியவாளிடம் கேட்க, நடமாடும் தெய்வமோ சிரித்துவிட்டு ''சுமங்கலிகள் நோன்பு செய்ய வேண்டியது கடமை. நோன்பு செய்து ப்ரசாதம் சாப்பிடுவதும் நியாயம். எனவே நீ சாப்பிட்டதில் தவறில்லை'' என்று சொல்லிவிட்டு ''சித்ராபௌர்ணமியிலோ அல்லது சிவராத்திரியிலோ உன் மாமியாருக்கோ, அப்பாவிற்கோ திவசம் வந்தால் என்ன செய்வாய்? சித்ரா பௌர்ணமியில் உப்பில்லாமல் விரதம் இருப்பார்கள், சிவராத்திரியிலோ நீர் கூட அருந்தாமல் உபவாசம். அப்படிப்பட்ட சமயத்தில் பிதுர்களுக்கு திவசம் வந்தால் உப்பு சேர்த்து தான் சமைக்க முடியும். ச்ராத்த சேஷத்தையும் சாப்பிடத்தான் வேண்டி வரும், அது எப்படி தோஷமாகும்?'' என்று விவரம் சொல்ல, விளக்கம் கேட்ட ஜெயலக்ஷ்மிக்கு திருப்தியாய் இருந்தாலும் அதிர்ச்சியாகவும் இருந்தது. காரணம் ''மாமியார், அப்பா இருவரும் உயிருடன் இருக்க உதாரணத்திற்கு ஏன் அவர்களுக்கு திவசம் என்று சொல்ல வேண்டும்'' என்றுதான் தோன்றியது. போதாக்குறைக்கு மாமியார் வேறு 15 நாட்களாக பெரியவாளை தரிசித்துக் கொண்டு அங்கேயே இருக்க, இப்படி ஒரு உதாரணம் கூறுவதன் அர்த்தமென்ன? மறுநாள் மாமியாருடன் உத்தரவு வாங்கிக்கொண்டு கிளம்பும் பொழுது பெரியவாள் மாமியாரிடம் ''15 நாளா என்ன ஆசைதீர தரிசனம் பண்ணிட்டே!.

உனக்கு என்ன வேண்டும் கேள்'' என்று வினவ மாமியாரும் ''எல்லாம் ஆனந்தமா இருந்தது. நான் திடீர்னு சாகாம 2 நாள் படுத்துண்டு இருந்து பிறகு போகணும்'' என்று சொல்ல பெரியவாள் ஆச்சர்யமடைந்து ''என்ன எல்லாரும் அனாயாச மரணம் வேணும்னு கேட்பா. நீயோ 2 நாள் கிடக்கணுங்கரயே?'' என்று கேட்டார். மாமியார் ''என் குழந்தைகளெல்லாம் பல ஊர்ல இருக்கா. 2 நாள் கடந்தா எல்லாரும் விஷயம் தெரிந்து வந்து சேந்துடுவா. நான் போறபோது எல்லாரும் பக்கத்துல இருப்பா, திடீர்னு போனா அப்படி கடைசியா பக்கத்துல இருந்து பாக்கக் கிடைக்காது. அதனால் தான் இப்படி வரம் கேட்டேன்'' என்று சொல்ல, சிரித்தபடி அருள்செய்தார் கருணைமலை. சரி, மாமியாரின் கடைசி காலம் எப்படி இருந்தது என்று அறிய நமக்கு ஆவலாய் இருக்கும் அல்லவா? அதைவிட என்ன திதியில் போனாள் என்பதையும் அறிய மிகவும் ஆவலாகவே இருக்குமே! தெய்வவாக்கு, பக்தையின் வரம் இரண்டுமே துல்லியமாக இருந்தது. சித்திரை மாத பௌர்ணமிக்கு இரண்டுநாள் முன்பு படுக்கையில் விழுந்து சரியாக சித்ராபௌர்ணமி அன்று குருவடி சேர்ந்தார் மாமியார். அதேபோல்தான் அப்பாவும் சிவராத்திரியில் காலமானார். ப்ரம்மஞானி தீர்மானித்துவிட்டால் அதை மீற யாராலும் முடியாது.

ஒரு சமயம் பெரியவாள் ஹம்பி என்ற வரலாற்று முக்கியத்துவம் வாய்ந்த இடத்தில் முகாமிட்டு இருந்த பொழுது ஜெயலக்ஷ்மி அம்மாள் தரிசனத்திற்கு சென்றார். தரிசனம் முடிந்து பெரியவாளிடம் விடை பெற, பெரியவாள் உத்தரவு தரவில்லையாதலால் காத்திருந்தார். நேரம் ஆக ஆக பக்தை மனம் கவலை கொண்டது. காரணம் மாலை 6.15 மணிக்கு குண்டக்கல்லில் பம்பாய் மெயிலை பிடிக்க வேண்டும். ஹம்பியிலிருந்து பஸ்பிடித்து குண்டக்கல் வந்து ரயில் ஏற வேண்டும். ஆனால் பெரியவாளோ இன்னும் உத்தரவு தரவில்லை. அந்த சமயத்தில் ஹூப்ளியிலிருந்து திரு குருசங்கர், என்பவர் தனது மனைவி கமலாவுடன் பெரியவாளை தரிசிக்க வந்திருந்தார். அவர்களிடம் பேசிக் கொண்டிருந்த பெரியவாள் "நீ காரில்

வந்திருக்கியா” என குருசங்கரிடம் விசாரிக்க அவரும் “ஆமாம்” என்று சொன்னார். பெரியவாள் ஜெயலக்ஷ்மி அம்மாளை குரு சங்கரிடம் அறிமுகப்படுத்தி “இவள் மாலை குண்டக்கல்லில் ரயில் ஏற வேண்டும். பஸ்ஸில் போக உத்தரவு கேட்டாள். நான்தான் காரில் சௌகர்யமாய் அனுப்பலாம் என்று இருந்தேன். எனவே நீ காரில் போகும் பொழுது இவளை ஹாஸ்பெட்டில் விட்டு விடு என உத்தரவிட்டார். பெரியவாளின் இந்த உத்தரவினால் மிகவும் மகிழ்ந்த குருசங்கர் தம்பதியர் உத்திரவுப்படியே செய்வதாகக் கூறி ஜெயலக்ஷ்மி அம்மாளை காரில் ஏற்றிக் கொண்டு பிரயாணமானார்கள். ஜெயலக்ஷ்மி அம்மாளுக்கு கால் சற்று சரியில்லாததால் குருசங்கர் தம்பதியர் குண்டக்கல் வரை உடன் வந்து வண்டி ஏற்றி விடுவதாக பெரியவாளிடமும் தெரிவித்து அதன்படி செய்தார்கள். ஹாஸ்பெட் வரை காரில் வந்தவர்கள் அங்கிருந்து ஒரு ரயில் மூலம் குண்டக்கல் பிரயாணம் செய்தார்கள். குருசங்கர் ரயில்வேயில் உயர் பதவி வகித்ததால் முதல்வகுப்பில் பிரயாணம் செய்தாலும் ஸ்டேஷன் தோறும் இறங்கி வந்து ஜெயலக்ஷ்மி அம்மாளைப் பார்த்து விசாரித்து வேண்டிய உதவிகள் செய்து வந்தார். திடீரென எதிர்பாராமல் குண்டக் கல்லுக்கு சிறிது தொலைவு இருக்கும் பொழுது ரயில் நின்று விட்டது. உடனே இறங்கி எஞ்சின் இருக்குமிடம் சென்று குருசங்கர் விசாரிக்க, எஞ்சின் சக்கரங்களை ஒன்றோடொன்று இணைக்கும் இரும்பு இணைப்பு முறிந்து விட்டதால் வண்டி ஓடவில்லை என ஓட்டுனர் சொல்ல, குருசங்கர் கவலையுடன் யோசனை செய்யத் தொடங்கினார். நேரம் அப்பொழுதே 5.15 மணி ஆகியிருந்தது. 6.15க்குள் வண்டி குண்டக்கல்லை அடைந்தால்தான் பம்பாய் மெயிலில் ஜெயலக்ஷ்மி அம்மாளை ஏற்றிவிட முடியும். அவருக்கு ஒரே கவலையாக இருந்தது. மேலும் பெரியவாளிடம் வாக்கு கொடுத்து விட்டோமே என்ற பயம் வேறு. இப்படி ஒரு இக்கட்டான சூழ்நிலையில் பெரியவாளை மன முருகி வேண்டிய குருசங்கர் திடீரென தோன்றிய எண்ணத்தால், அருகிலிருந்த கடையிலிருந்து எலக்ட்ரிக் ஓயர் வாங்கி வரச்சொல்லி, முறிந்த இணைப்பை அதனால் இருகக் கட்டி விட்டு வண்டியை ஓட்டும்படி

ஓட்டுனரிடம் சொன்னார். இப்படி செய்தால், சக்கரம் சுழலும் வேகத்தில் இணைப்பு அவிழ்ந்து விடும் என்று ஓட்டுனரும் மற்றவர்களும் சொல்ல, குருசங்கர் தைரியமாக "எல்லாம் பெரியவா இருக்கா, பார்த்துப்பா, வண்டியை எடு" என்று கூறினார். வேறு வழியின்றி ஓட்டுனரும் வண்டியை ஓட்டினார். ஆச்சரியம் என்ன வென்றால் வழுவழுப்பான இரும்புத் தண்டில் சுற்றப்பட்ட ஓயர் தளராமல், அவிழாமல் குண்டக்கல் வரை தாக்குப் பிடித்ததுதான். இப்படியாக பெரும் பாடுபட்டு வண்டி குண்டக்கல் வரும்போது மணி 6.45 ஆகிவிட்டது. பம்பாய் மெயில் குண்டக்கல்லிலிருந்து கிளம்பி நகர ஆரம்பித்திருந்தது. இதைக்கண்டு செய்வதறியாது ஜெயலக்ஷ்மி அம்மாள்-குருசங்கர் தம்பதிகள் பெரியவாளை வேண்டிப் பிரார்த்தித்தார்கள். இங்கும் பெரியவாள் அருள் எப்படி வேலை செய்தது தெரியுமா! மெயிலை யாரோ 'செயின் புல்' செய்ய வண்டி நின்று விட்டது. பிறகு என்ன? குருசங்கர் சந்தோஷத்துடன் அந்த அம்மாளை வண்டியில் ஏற்றி அமர வைத்த பிறகே வண்டி கிளம்பியது. இப்படித்தான் பெரியவாள், எப்படி, எங்கு, எப்பொழுது உதவி செய்வார் என்பதை யாராலும் கணித்துக் கூறமுடியாது. இவையாவும் பெரியவாளின் அலகிலா திருவிளையாடல்தான்.

தீராத வினையை தீர்க்கும் மஹா வைத்யநாதன் பெரியவாள். அப்படிப்பட்ட ஒரு திருவிளையாடலில் ஒன்று இதோ.

ஜெயலக்ஷ்மி அம்மாளின் உறவினர் ஒருவர் சென்னை ஸ்டான்லியில் மருத்துவராய் பணிபுரிகிறார் அவருக்கு ஒரு பெண் குழந்தை பிறந்தது. ஆனால் மகிழ்ச்சி அடைய முடியாமல் உடலில் இரத்தம் கசிந்து கொண்டு, பார்ப்பதற்கு மிகவும் பயமூட்டும் தோற்றத்துடன் இருந்தது. மருத்துவ நிபுணர்கள் எல்லாம் சோதனை செய்து விட்டு லட்சத்தில் ஒரு குழந்தை இப்படி பிறக்க வாய்ப்பிருக்கிறது என்று கூறினர். அதோடு இக்குழந்தை ஒன்றரை மாதம் உயிர் வாழலாம் என்றும் தெரிவித்தனர். இந்த நிலையில் பெற்றோர்கள் குழந்தையுடன் காஞ்சி வந்து பெரியவாளிடம் தஞ்சம் அடைந்தனர். குழந்தையை அருள் விழியால் நோக்கிய மஹான், காஞ்சியில் உள்ள வெண்குடி டாக்டர் என்ற பக்தரை வரவழைத்து குழந்தையைப் பார்க்குமாறு சொல்ல, மருத்துவரான அவரும் பார்த்து விட்டு முன்பு சென்னை மருத்துவர்கள் சொன்ன விதமே கருத்து தெரிவித்தார். உடனே பெரியவாள் "அப்போ என்ன சொல்றே! குழந்தையை பிழைக்க வைக்க முடியாதோ" என வினவ, டாக்டர் "மருத்துவ ரீதியாய் முடியாது. ஆனால் சர்வேச்வரரான பெரியவாள் நினைத்தால் முடியும்" என பதிலுரைத்தார். பெரியவாள் அவரை அனுப்பிவிட்டு குழந்தைக்கு கல்கண்டு பிரசாதம் கொடுத்தார். பிறகு அவர்கள் பக்கம் திரும்பி சென்னையில் செய்து வரும் மருத்துவத்தையே தொடரச் சொல்லி ஆசி வழங்கினார். பிறகு சொல்லவும் வேண்டுமோ! கருணாமூர்த்தியின் கடைவிழி பெற்ற அந்த அபூர்வக் குழந்தை மதுமதி குணமாகி வளர்ந்து இன்று பட்டப்படிப்பு படித்து, நடனம் முதலிய கலைகளிலும் தேர்ச்சி அடைந்து அமோகமாய் இருக்கிறாள்.

யாராலும், எதனாலும் செய்ய முடியாததைக் கூட சுலபமாகச் சாதிக்கும் பராசக்தி அன்றோ நம் பெரியவாள். அவர் நினைத்தால் விதியையும் கூட மாற்ற முடியுமே!.

✤✤✤✤✤

"இப்போது யாருக்குமே நிறைவு இல்லை. சமூக வாழ்க்கையிலும் பரஸ்பர சௌஜன்யம் போய், போட்டியும், பொறாமையும் வலுத்து விட்டன. ஒருத்தன் ஆடம்பரமாக இருந்தால் மற்றவர்களுக்கும் அதில் ஆசை ஏற்படத்தானே செய்யும்! எல்லோருக்கும் எல்லா ஆசைகளும் நிறைவேறுவது எங்கேனும் சாத்தியமா? ஏமாற்றம் உண்டாகிறது. ஆசை நிறைவேறாவிட்டால் விரோதம் ஏற்படுகிறது."

9

அலகிலா விளையாட்டு

சென்னை கொரட்டூரில் வசிக்கும் திரு.கே. எஸ். கணபதி சுப்ரமணயம் அவர்களுக்கு நடந்த அருள் விளையாட்டு இது. 1974ஆம் வருடம் கணபதிக்கு உணவு உட்கொள்ளும் பொழுது விழுங்குவதில் சிரமம் இருந்து வந்தது. எனவே அருகில் இருந்த டாக்டர் வைத்யலிங்கம் என்பவரிடம் சென்று பரிசோதித்துக் கொள்ள சென்றார். டாக்டர் உடனே எக்ஸ்ரே எடுத்து வரும்படி எழுதிக் கொடுத்தார். அதன்படி கீழ்ப்பாக்கத்தில் மில்லாஸ் சாலையில் டாக்டர் சங்கரன் நடத்தும் 'லேப்'பில் எக்ஸ்ரே எடுத்துப் பார்க்க டாக்டர் சங்கரன் 'இது உணவுக் குழாய் புற்று நோய், உடனே அறுவை சிகிச்சை செய்ய வேண்டும். இல்லையேல் 15 நாட்களுக்கு மேல் உயிருடன் இருப்பது கடினம்' என்று கூறிவிட்டார். கணபதி, கவலையுடன் டாக்டர் வைத்யலிங்கம் அவர்களிடம் எக்ஸ்ரேயை காண்பித்தார். அவரும் இதையே உறுதி செய்து பூந்தமல்லி நெடுஞ்சாலையில் உள்ள டாக்டர். மோஹன் ராவ் அவர்களிடம் அனுப்ப அவரும் பரிசோதித்து புற்றுநோய்தான் என உறுதி செய்து அரசு பொது மருத்துவ மனையில் உள்ள பிரபல மருத்துவர் சாலமன் விக்டரிடம்

அனுப்பி வைக்க அவர் உடனே அறுவை சிகிச்சை செய்து கொள்ள வற்புறுத்தினார். மருத்துவர் குறித்த 15 நாட்களில் 8 நாட்கள் ஓடிவிட ஏழுநாட்கள் கெடுவை நினைத்து கவலை கொண்ட கணபதியும் அறுவை சிகிச்சைக்கு முன் தான் நம்பித் தொழுகின்ற நடமாடும் தெய்வம் பெரியவாளிடம் சென்று அருள் வேண்டி முறையிடத் தீர்மானித்து, பெரியவாள் தங்கியிருந்த தேனம்பாக்கம் சென்று சரணடைந்தார். திரு அண்ணாதுரை அய்யங்கார் என்பவருடன் உரையாடிக் கொண்டிருந்த ஸ்ரீ மஹா பெரியவாள் கணபதியின் குறை கேட்டு ‘பரீக்ஷித்து போல் ஏழுநாள் கெடுவுடன் வந்திருக்கிறாயா?’ என்று கூறி உனக்கு அறுவை சிகிச்சை தேவையில்லை “நீ நூறு வயது இருப்பாய் கவலை வேண்டாம்” என அருள் மழை பொழிந்தார். மிகவும் ஆனந்தம் அடைந்த கணபதி வீடு திரும்பி மருத்துவரிடம் சொல்ல அவர்கள் அதிசயமும் ஆச்சரியமும், குழப்பமும் கொண்டு மீண்டும் எக்ஸ்ரே எடுத்துப் பார்க்கும்போது வியாதி இருந்த சுவடு கூட இப்பொழுது தென்படவில்லை. எனினும் வீட்டில் உள்ளவர்களுக்கு நம்பிக்கை இல்லாமல் இருந்ததால் அவர்கள் வற்புறுத்தலால் மாம்பலம் டாக்டர் எம்.எஸ். ராமச்சந்திரனிடம் சென்றார். அவரோ புற்று

நோயை உறுதி செய்து வேலூர் CMC ஆஸ்பத்திரிக்கு போகும்படி சொன்னார்.

குழம்பிய கணபதி மீண்டும் தேனம்பாக்கம் செல்ல பெரியவாள் மவுனம் பூண்டிருந்தார். அந்த சமயத்தில் மயிலையில் இருந்து 12 சுமங்கலிகள் பெரியவாள் தரிசனத்திற்கு வந்திருந்தனர். அதில் ஒரு அம்மையார் கணபதி கதையைக் கேட்டு விட்டு "கவலை வேண்டாம் எனக்கு 18 வயதில் ஒரு பெண் இருக்கிறாள். அவளுக்கு தீராத வயிற்று வலி வந்து துன்பப்பட்டாள். மருத்துவர்கள் அறுவை சிகிச்சை செய்யச் சொன்னர்கள். ஆனால் நாங்கள் பெரியவாளிடம் தஞ்சம் புகுந்தோம். பெரியவாளும் அறுவை சிகிச்சை வேண்டாம் என்றும் அபிஷேக தீர்த்தம் அருந்தும்படியும் சொன்னார். அதன்படி செய்து சௌகர்யம் அடைந்தோம்" என்று கூறி கவலைப்பட வேண்டாம் என்று சொன்னார். தெளிவடைந்த கணபதி மீண்டும் பெரியவாளை வணங்கி விடை பெற்று வீடு திரும்பினார். பெரியவாள் வாய் திறந்து சொல்லாவிடினும் அவரது அருள் பார்வையே "இன்னும் ஏன் தயக்கம், சந்தேகம்" என்று கேட்பது போல் இருந்ததால், கணபதி அறுவை சிகிச்சை செய்து கொள்வதில்லை என்று தீர்மானித்துக் கொண்டாலும் மற்றவர்கள் திருப்திக்காக ஆயுர்வேத மருந்தை உபயோகித்தார்.

ஒரு மாதம் கழித்து மீண்டும் எக்ஸ்ரே எடுத்து டாக்டர் சங்கரனிடம் காட்ட அவரும் அதிசயம் கொண்டு சிரம்மேல் கை உயர்த்தி கும்பிட்டு பெரியவாள் அருளே இப்படி செய்துள்ளதாக வியந்தார். மேலும் "உன் பழைய எக்ஸ்ரேக்களை மருத்துவக் கல்லூரியில் M.D. படிக்கும் மாணவர்களிடம் காட்டுகிறேன். அவர்களும் இதை CANCER OF THE AESOPHAGUS என்று சொல்லவில்லையானால் நான் என் தொழிலையே விட்டு விடுகிறேன்" என்று கூறினார். எது எப்படியிருந்தாலும் 15 நாட்களே உயிருடன் இருக்கக் கூடிய நோய் குணமானது பெரியவாள் ஆசீர்வாதத்தால் தானே அன்றி மருந்தால் அல்ல என்று வியந்தார். இப்படி செயற்கரிய செய்யும் பெரியார் நம் பெரியவாள்.

தஞ்சம் புகுந்த பக்தருக்காக எதையும் செய்யும் அருள் மலை தான் நம் நடமாடும் தெய்வம் பெரியவாள். அப்படி செய்த இன்னொரு அருள் இதோ. பெங்களூரில் மத்திய அரசின் இராணுவக்கணக்கு அதிகாரியாக உயர்பதவியில் இருக்கும் உத்தம பக்தர் திரு. சதாசிவம். நற்குடியில் பிறந்து வளர்ந்த இவர் பெரியவாளையே முழு முதற்கடவுளாய் வழிபடும் பக்தர். இவருக்கு உத்யோகம் சில காலம் டெல்லிக்கு அருகில் மீரட்டில் இருந்தது. எனினும் சந்தர்ப்பம் கிடைக்கும் பொழுதெல்லாம் காஞ்சி வந்து பெரியவாளை தரிசிக்கும் பழக்கம் உள்ளவர். அப்படி ஒருதரம் அவசரமாக இரவு சென்னையிலிருந்து மீரட் போக ரயில் டிக்கெட் பதிவு செய்து கொண்டு காலை பெரியவாளை தரிசனம் செய்ய காஞ்சி வந்தார். பெரியவாள் அப்பொழுது தான் அடியவர்களுக்கு தரிசனம் தந்து முடித்து விட்டு ஓய்வு கொள்ளச் சென்றதை அறிந்தார். தரிசனம் கிடைக்கவில்லையே என மிகவும் வருத்தமுற்ற அவர் தங்கி இருந்து தரிசிக்கவும் நேரம் இல்லாமல் இரவே ரயில் பிடிக்க வேண்டி இருப்பதை நினைத்து மனதால் பெரியவாளிடம் முறையிட்டு கண்ணீருடன் வீடு சென்று இரவு மீரட் பிரயாணமானார். ஆனாலும் ரயிலில் இரவு முழுதும் உறக்கமின்றி பெரியவாள் தரிசனம் கிடைக்காததை எண்ணி எண்ணி வருந்தி உருகிக் கொண்டிருந்தார். மறுநாள் காலை நடந்த அதிசயம் என்னவென்றால், போபால் சென்ற ரயில் அயோத்தி கலவர சம்பவத்தால் மேற்கொண்டு போக முடியாமல் வண்டியை மீண்டும் சென்னைக்கே திருப்பி விட்டார்கள் ரயில்வே நிர்வாகிகள். அளவிலா மகிழ்ச்சி கொண்ட சதாசிவம் அதே வண்டியில் சென்னை திரும்பி உடனே காஞ்சி விரைந்து கண்கண்ட தெய்வத்தை கண்ணாரச் சேவித்து அருள் பெற்று பிறகு தன்னிருப்பிடம் சேர்ந்தார்.

✤✤✤✤✤

48 | காஞ்சி மஹான் திருவிளையாடல்

10
அலகிலா விளையாட்டு

"பண விஷயத்தில் மட்டுமல்ல வார்த்தைகளை உபயோகிக்கும் போதுகூட ஒரு சொல் கூட அதிகமாகப் பேசக்கூடாது, அளவாகக் கணக்காகப் பேசவேண்டும். அதனால், நமக்கும் சரி, நம் பேச்சைக் கேட்கிறவர்களுக்கும் சரி, பொழுது மிச்சமாகும். வளவளவென்று பேசாமல் சுருக்கமாகப் பேசக் கற்றுக் கொண்டால், புத்தியில் ஒரு தீட்சண்யமும், வாக்கில் ஒரு பிரகாசமும் உண்டாகும். சக்தியும் வீணாகாது."

அண்டி வரும் அடியவர்களின் துயர் தீர்க்கவே அவதாரம் செய்த நம் காஞ்சி மஹான் பக்தர்கள் படும் கஷ்டங்களை நீக்கி அவர்களுக்கு நல்வாழ்வளித்து என்றும் அருள் செய்வார். அப்படி அம்மஹானின் அருள் பெற்றவர்களில் குறிப்பிட வேண்டியவர்கள் சென்னையில் வசிக்கும் திரு.சுந்தரேசன், அவர் துணைவியார் பத்மாவதி அம்மாள் ஆகியோர். இந்த உத்தம தம்பதிகளின் உன்னத பக்திக்கு பெரியவாள் செய்த அருள் இதோ. இது நடந்து சுமார் 40 வருடங்கள் ஆகிவிட்டாலும் அதை இப்போது நினைத்தாலும் பத்மாவதி அம்மாள் கண்ணீர் வடிப்பதே பெரியவாளின் எல்லையில்லா அன்பிற்கு சாட்சி.

பத்மாவதி அம்மாள் கருவுற்றிருந்தார். மாதமான சமயத்தில் ஒருநாள் வீட்டில் தண்ணீர் தொட்டியில் தவறி விழுந்துவிட வயிற்றில் அடிபட்டு விட்டது. வயிற்றில் அடிபட்டதால் குழந்தைக்கு என்ன ஆகுமோ என அனைவரும் மிகவும் கலக்கமுற்றனர். அந்தக் கவலைக்கு ஏற்ப அன்னையின் வயிறு முழுவதும் கருப்பு நிறமாகி கருரத்தம் கட்டியதுபோல் ஆகிவிட்டது. வருந்தியவர் களின் கவலை பெரியதாகும்படி ஆண் குழந்தையும் பிறந்து, பிறந்த குழந்தைக்கு

தலையில் அழுகியதுபோல் கொழ கொழ என்று சீழ் வழிந்து கொண்டிருந்தது. தந்தை சுந்தரேசன் Railway-யில் பணி புரிந்ததால் உடனே Railway ஆஸ்பத்திரியில் காட்ட அவர்கள் வியாதியின் தீவிரம் பற்றி சொல்லி உடனே பொது மருத்துவமனைக்கு அனுப்பினார்கள். அங்கு அவர்களும் பார்த்து விட்டு உடனே குழந்தைகள் மருத்துவமனைக்கு அனுப்ப அவர்கள் குழந்தையை இன்குபேட்டரில் வைத்து 15 நாட்கள் தாயைக் கூட பார்க்க அனுமதிக்காமல் தீவிர சிகிச்சை அளித்தனர்.

ஆறுமாதம் வரை ஆஸ்பத்திரியில் இருந்து வைத்தியம் செய்து குழந்தைக்கு தலையில் பெரியதாய் கட்டுப் போட்டு வீட்டிற்கு கொண்டு வந்தனர். எனினும் நிலைமை கவலை அளிப்பதாகவே இருந்தது. அந்தச் சமயத்தில் குழந்தையைப் பார்க்க வந்த பத்மாவதியின் சகோதரி குழந்தையை உடனே காஞ்சிபுரம் எடுத்துச் சென்று கருணாமூர்த்தியான பெரியவாள் பாதத்தில் ஒப்படைத்து வேண்டிக் கொள்ளும்படி வற்புறுத்தினார். பெற்றோரும் உடனே டாக்ஸி வைத்துக் கொண்டு காஞ்சீபுரத்திலுள்ள ஸ்ரீமடம் செல்ல அங்கும் காத்திருந்தது சோதனை. மடத்தின் கதவு மூடியிருந்தது, காரணம், மடத்தின் அருகில் யாரோ காலமாகியிருந்ததால் அந்த

உடலை அப்புறப்படுத்தும் வரை ஸ்ரீமடத்தைத் திறக்க முடியாது என்று தெரிவிக்க ஒரு வழியாய் மாலை வரை குழந்தையுடன் காத்திருந்தனர். மாலை ஸ்ரீமடத்தின் கதவு திறக்கப்பட்டதும் பெற்றோர் விரைந்து சென்று நடமாடும் தெய்வத்தைக் கண்டு குழந்தையை பாதத்தில் கிடத்தி நடந்த விவரத்தைச் சொல்லி கதறினர். கருணை மலையான பெரியவாளும் அவர்களுக்கு ஆறுதல் சொல்லித் தேற்றி அபயம் தந்து அருளினார். தெய்வத்தின் கடைவிழிபட்ட நிம்மதியில் வீடு திரும்பினார்கள் சுந்தரேசன் தம்பதியர். பிறகு சில நாட்கள் கடந்தபின் ஒருநாள் குழந்தையின் அண்ணன் சீனிவாசன் காஞ்சி சென்று பெரியவாளை தரிசித்தார். குளத்தில் ஸ்நானம் செய்து கொண்டிருந்த பெரியவாள் சீனிவாசனைக் கூப்பிட்டு தன் தலையைத் தடவிக் கொண்டே "உன் அம்மாகிட்ட போய்ச் சொல்லு. குழந்தைக்கு எல்லாம் சரியாயிடும்" என்று சொல்லி ஆசீர்வதித்தார். சீனிவாசன் மகிழ்ச்சியுடன் வீடு வந்து தாயாரிடம் சொல்ல, நடந்தது அதிசயம். குழந்தையின் தலை கெட்டியாகி சீழ்வடிவது நின்று படிப்படியாய் நிலைமை சரியாகி குழந்தை தாய்க்கு பிள்ளையாய் ஆனது. மகிழ்ச்சிக் கடலில் மிதந்த பெற்றோரின் நிலையை விவரிக்கவும் வேண்டுமோ! இப்படி காலகாலனான பரமேச்வரனின் அவதாரமான பெரியவாள் அருளால் மறுவாழ்வு பெற்ற நாகராஜன் இன்று காஞ்சியில் உள்ள பெரிய வேத பண்டிதரின் பெண்ணை மணந்து, உத்தியோகம் பார்த்துக் கொண்டு ஆண், பெண் என்று இரு பிள்ளைகளுக்கு தந்தையாக வியாசர்பாடியில் அமோகமாய் வாழ்ந்து கொண்டு இருக்கிறார். இதுதான் கண்கண்ட தெய்வமான நம் காஞ்சி மஹானின் அருள் விளையாட்டு. இதுபோல் பல ஆயிரம் திருவிளையாடல் செய்தவர், செய்பவர் நம் பெரியவாள்.

நம்பும் தன் அடியார்க்கு எப்போதும் அருள் செய்யத் தயாராக இருக்கும் பெருந்தெய்வம் பெரியவாள். அந்த பிரத்யட்ச தெய்வத்தின் பக்தர்களில் சிறந்தவர் கடம் வித்வான் T.H. சுபாஷ் சந்திரன் அவர்கள். இவர் பிரபல கட மாமேதை T.H. விநாயகராமின் தம்பியாவார். இந்தக் குடும்பத்தில் உள்ள அனைவருமே

பெரியவாளையே முழுமுதற் தெய்வமாய் நம்பி வழிபடுபவர்கள். அந்த நம்பிக்கைக்கு மூலகாரணம் அவர்கள் தமையனாரான ப்ரதோஷம் மாமா அவர்கள். சுபாஷ் சந்திரனுக்கு ஒரு முறை அமெரிக்கா செல்ல வாய்ப்பு வந்தது.அவரும் ஒத்துக் கொண்டார். அப்பொழுதெல்லாம் சென்னையிலிருந்து வாரத்திற்கு ஒருநாள்தான் நியூயார்க்கிற்கு விமான சேவை இருந்தது. அந்த நிலையில் அவரை அமெரிக்காவிற்கு அழைத்திருந்த அன்பர்கள் சுபாஷ் குறிப்பிட்டிருந்த தினத்தில் டிக்கெட் புக் செய்து அனுப்பியிருந்தார்கள். டிக்கெட் வந்த பிறகு பஞ்சாங்கத்தில் நாள் பார்க்க, இவர் என்றைக்கு கிளம்புவதாக முடிவு செய்து டிக்கெட்டு வாங்கியிருந்ததோ அதற்கு மறுவாரம் அவரது அன்னையின் திதி வருவது தெரிந்தது. பெற்ற தாயின் திவசம் செய்யாமல் வெளிநாடு செல்வதை அவர் மனம் ஏற்கவில்லை. யோசிக்காமல் அவர்களிடம் சொல்லிவிட்டோமோ என்று வருந்தினார். பெரியவாளிடம் ஆழ்ந்த பக்தி கொண்ட அனைவருக்கும் அம்மஹானின் உபதேசப்படிதான் வாழவேண்டும் என்ற எண்ணமிருக்கும். அவ்வாறே சுபாஷ் சந்திரன் மனமும் அப்படி பண்பட்டிருந்ததால் பணம், பதவி பெரியதாக தெரியவில்லை. தான் கவனிக்காமல் செய்த தவறுக்காக பெரியவாள் திருஉருவப்படம் முன்பு வணங்கி மன்னித்து அருளும்படி வேண்டினார். பெரியவாள் அருளால் அவருக்கு ஒரு எண்ணம் உதயமாயிற்று. முதல்வாரம் அமெரிக்கா செல்வதை மாற்றி மறுவாரம் சென்றால் என்ன இதனால் தன் அன்னையின் திதியையும் நல்லபடியாக முடிக்கலாமே என்று அமெரிக்க அன்பர்களை தொடர்பு கொண்டு விவரம் தெரிவித்து டிக்கெட்டை மறுவாரத்திற்கு மாற்றித் தர இயலுமா என வினவினார். அவர்களும் அப்படியே செய்வதாக கூறி பழைய டிக்கெட்டை திரும்பப் பெற்று புது டிக்கெட்டை அனுப்பி வைக்க, சுபாஷும் சந்தோஷமாய் தன் அன்னைக்கு செய்ய வேண்டிய கடமையை குறைவின்றி முடித்துவிட்டு அன்று இரவே அமெரிக்கா பயணமானார். ஆனால் அப்பொழுதும் ஒரு பெரிய மனக் குறை. இவர் கிளம்பும் மறுநாள் அமாவாசையாய் இருந்தது. சுபாஷுக்கு மீண்டும் வருத்தம்.

அமாவாசையன்று மூதாதையர்களுக்கு நீத்தார் கடன் தீர்க்க இயலாமல் விமானத்தில் பறந்து செல்ல இருக்கிறோமே என வருந்தி, மானசீகமாக பெரியவாளிடம் மனம் உருகி நீதான் அருளவேண்டும் என கண்ணீர்மல்கி வேண்டினார். அருள் தெய்வமான ஸ்ரீ மஹாபெரியவாள் புரிந்த அருள் என்ன தெரியுமா?. முன்பின் நடந்திராத அதிசயம்தான். நள்ளிரவு புறப்பட வேண்டிய விமானம் காலம் கடந்தும் கிளம்பாமல் இருந்ததைக் கண்டு பயணிகள் காரணம் புரியாமல் தவித்தபோது விமானத்தில் அறிவிப்பு வந்தது. என்னவென்றால் தில்லியிலிருந்து வந்திறங்கிய விமானத்தின் டயர் பழுதாகி இருப்பதால் சரிசெய்து பிறகு ரன்வே சீராகி நியூயார்க் விமானம் கிளம்ப காலதாமதமாகும் என்றும் அதற்குள் பொழுது விடிந்து விடுமாதலால் மற்ற போக்குவரத்து எல்லாவற்றையும் உத்தேசித்து அமெரிக்கா செல்லும் விமானம் மறுநாள் இரவுதான் கிளம்பப் போவதாகவும் பயணிகள் தாமதத்திற்கு மன்னிக்கும்படியும், அவர்களது உடமைகளை விமான நிலையத்திலேயே விட்டுவிட்டு நிர்வாகம் அவர்களுக்கு தங்க ஏற்பாடு செய்திருக்கும் ஹோட்டலில் தங்கி இருந்து மறுநாள் இரவு வரும்படியும் அந்த அறிவிப்பில் கூறப்பட்டது. பிறகு என்ன! சுபாஷின் அமாவாசை தர்ப்பணமும் பிழைத்தது. அளவிலா மகிழ்ச்சி கொண்ட சுபாஷ், பேசும் தெய்வத்தின் அருளை வியந்து ஹோட்டல் செல்லாமல் வீடுவந்து தன் கடமையை முடித்துவிட்டு பிறகு அமெரிக்கா சென்றார். இப்படி தன் அன்பருக்காக விமானத்தையே ஒருநாள் தாமதமாக்கிய தெய்வம்தான் நம் பெரியவாள்.

✤✤✤✤✤

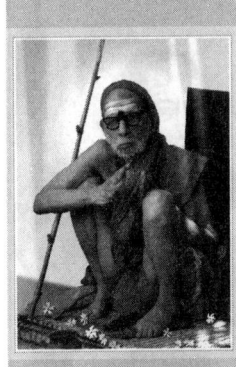

"தேக பலம், அகிம்சை, பயமற்ற நிலை இவற்றோடு சொந்த கஷ்டங்களைப் பாராட்டாமல் பிறரைக் காக்கும் மனப்பான்மையும் சேர்ந்தால் அது மிகப்பெரிய சீலமாகும். இதற்கு "க்ஷத்ர தர்மம்" என்று முன்னாளில் பெயர் சொல்லப்பட்டது. பிறரைத் தீமையிலிருந்து காப்பதே க்ஷத்ரம். இப்போது நம் நாட்டு இளைஞர்கள் இந்த க்ஷத்ர தர்மத்தை மேற்கொள்வது மிக அவசியமாகிறது."

11

அலகிலா விளையாட்டு

தன்னை நாடியவரின் உயிரையே காக்கும் காவல் தெய்வமான ஸ்ரீ மஹா பெரியவாள், அடியவர்களது உடமையை காப்பதா அதிசயம்! அப்படி காத்த அருள் விளையாட்டில் ஒன்று இதோ.

ஸ்ரீ மஹா பெரியவாளின் பக்தர் குழாத்தில் பெங்களூர் திரு பஞ்சாபகேசனும் அவர் மனைவி திருமதி ஜெயலக்ஷ்மியும் அடக்கம். 1984ஆம் வருடம் வியாச பூஜையின் பொழுது ஸ்ரீ மஹா பெரியவாள் கர்நூலில் இருந்தார். இந்த தம்பதிகள் சில பக்தர்களுடன் கருணைக் கடலான ஸ்ரீமஹா பெரியவாளை தரிசிக்க அங்கு சென்றனர். வழியில் மந்த்ராலயம் சென்று தரிசிக்க எண்ணம் கொண்டனர். மந்த்ராலயத்தில் துங்கா நதியில் ஸ்நானம் செய்து விட்டு பாறைகள் நிறைந்த நதிக் கரையில் ஜெயலக்ஷ்மி அம்மாள் உடை மாற்றிக் கொண்டிருந்தார். அருகில் இருந்த அவரது உறவினர் "நீ போட்டிருந்த மூக்குத்தி எங்கே'' என வினவ, அதிர்ச்சியுற்ற ஜெயலக்ஷ்மி குளிக்கச் சென்ற பொழுது இருந்ததே! இப்போது எங்கு விழுந்தது என தெரியாமல் புடவையை உதற அதில் தொற்றிக் கொண்டிருந்த மூக்குத்தி திருகு

மட்டும் கிடைத்தது. தனது மாமியார் அணிந்து தனக்கு பரிசாகக் கொடுத்த விலை உயர்ந்த வைரம் முத்தும் பதித்த மூக்குத்தி காணாமல் போனது ஜெயலக்ஷ்மியின் மனதை மிகவும் வருத்தியது.

"பாறைகள் நிறைந்த இடத்தில் சிறியதான மூக்குத்தியை எப்படி தேடி அலைவது. அப்படி அலைந்தாலும் கிடைப்பது துர்லபமே. நம்மால் மற்றவர்கள் பிரயாணத்தை தொடர தாமதம் ஆகக் கூடாது" என்று கணவர் சொல்ல கலங்கிய மனைவி நடமாடும் தெய்வமான ஸ்ரீ மஹா பெரியவாளை நினைத்து மனமுருகி வேண்டினார்.

"தெய்வமே நாளைக் காலை உன் சன்னதியில் மங்கலச் சின்னமான மூக்குத்தி இல்லாமல் எப்படி உமக்கு பிக்ஷாவந்தனம் செய்வேன். ராசியான மூக்குத்தி தொலைந்ததால் என் கணவருக்கு ஏதும் ஆபத்து வராமல் இருக்க வேண்டுமே" என பலவாறாக உருகி வேண்டிக் கொண்டார்.

கடைசியாக ஒரு முறை குளித்த இடம் வரை சென்று தேடிப் பார்க்கலாம் என நினைத்து அவ்விடம் சென்றார். குளித்த இடத்தில்

நீரில் கையை வைத்து தடவிப் பார்க்க நடந்தது அதிசயம்! மூக்குத்தி கையில் கிடைத்தது. ஆனால் அதில் முத்து இல்லாததைக் கண்டு அருகில் மீண்டும் தேடினார். சிறிது தூரத்தில் முத்தும் கிடைத்தது. பிறகு ஜெயலக்ஷ்மி அடைந்த இன்பத்திற்கு அளவேது. மிகச் சிறிய மங்கலச் சின்னமான மூக்குத்தி ஓடும் நதியில் தொலைந்து மூன்று இடத்தில் ஒவ்வொரு பாகமாக மீண்டும் கிடைத்தது கருணா மூர்த்தியான காமாக்ஷியின் வடிவான ஸ்ரீ மஹா பெரியவாளின் பேரருள் அல்லவா!

12. அலகிலா விளையாட்டு

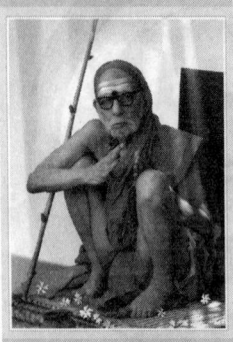

> "பிறருக்கு உதவி செய்வதால், சேவை செய்வதால் அல்லது ஸ்வாமிக்கு பூஜை செய்வதால் ஒவ்வொருவருக்கும் உள்ளுக்குள்ளே ஒரு நிறைவு ஏற்படுகிறது. நாம் செய்யும் சேவையில் மற்றவர்களுக்கு உண்மையான லாபம் இருந்தாலும் இருக்கலாம், இல்லாமலும் இருக்கலாம். ஆனால், அதைச் செய்யும் போதே நமக்கே திருப்தியும், அமைதியும் உண்டாகின்றன."

கருணையின் ஆலயமான ஸ்ரீகாஞ்சி காமகோடி பெரியவாளின் அருள் அமுதக் கடலில் மிதக்கும் கோடானுகோடி அடியவர்களில் ஒருவர் தான் திருவனந்தபுரத்தில் வசிக்கும் ப்ரம்மஸ்ரீ மணிகண்ட சர்மா. திருநெல்வேலி சங்கர சுப்பய்யர் புதல்வரான இவர் ரிக்வேதத்தை முழுமையாக படித்து பின் வேத அங்கங்களை பெரியவாளின் விருப்பப்படி ஹாஸ்பெட்டில் உள்ள பாடசாலையில் படித்த மஹா பண்டிதர். 1981ஆம் வருடவாக்கில் இவர் ஹாஸ்பெட்டில் படித்துக் கொண்டிருந்த சமயம் இவரது தங்கை கோமதிக்கு கல்யாணம் நிச்சயம் செய்து பத்திரிகையை அனுப்பியிருந்தனர் பெற்றோர்கள்.

தங்கையின் கல்யாணப் பத்திரிகையை எடுத்துக் கொண்டு, பெரியவாளை தரிசிக்க சென்றார். அச்சமயம் பெரியவாள் பண்டரீபுரத்தில் இருந்ததால் அங்கு சென்று பத்திரிகையை சமர்ப்பித்து விண்ணப்பித்த மணிகண்ட சர்மாவிற்கு இன்ப அதிர்ச்சியாய் அருள் செய்தார் பெருவள்ளல் பெரியவாள். மணிகண்ட சர்மா தரிசிக்க சென்ற அன்று மும்பையில் இருந்து திரு. D.S. அனந்தராம் தம்பதிகள் தரிசனத்திற்கு வந்தனர். அவர்களும் பெரியவாளிடம் எல்லையில்லா பக்தி

பூண்டவர்கள். அவர்கள் 10 பவுன் சங்கிலி ஒன்றை தயார் செய்து கொண்டு வந்து ஸ்ரீ மஹான் திருவடியில் சமர்ப்பித்து, தங்கள் கனவில் பெரியவாள் வந்து இதுபோல் சங்கிலி செய்து தருமாறு கூறியதாகவும், அதன்படி செய்து வந்திருப்பதாகவும் கூறினர்.

அலகிலா விளையாட்டுப் பிரியரான ஸ்ரீ மஹா பெரியவாள் அனந்தராம் தம்பதிகளுக்கு மணிகண்ட சர்மாவை அறிமுகம் செய்து வைத்து, மணிகண்ட சர்மாவின் தங்கை கல்யாணம் நிச்சயமானது, அவர்களின் குடும்ப சூழ்நிலை முதலியவற்றை விவரித்து தமக்களித்த 10 பவுன் நகையை எடுத்துக்கொண்டு கல்யாணத்திற்கு சென்று மணப்பெண்ணிற்கு அணிவித்துவிட்டு திரும்ப அந்த நகைகளை எடுத்து வந்து விடுமாறு உத்தரவிட்டு லைப்ரரி சுப்ரமண்யம் என்ற பக்தரையும் கூட அனுப்பினார். அனைவரும் தூத்துக்குடி வந்து கல்யாணத்தை விமரிசையாய் நடத்தி வைத்தனர். பிறகு பெரியவாள் உத்தரவுபடி அனந்தராம் தம்பதிகள் பெண்ணிற்கு அணிவித்த 10 பவுன் நகையை திரும்ப எடுத்துக் கொண்டு பண்டரீபுரம் வந்து விவரமனைத்தையும் பெரியவாளிடம் கூறினர். கருணைமலை அந்த 10 பவுன் நகையை கிரயமாக்கி அதை வங்கியில் டெபாசிட் செய்து, அதில் வரும் வட்டியை மாதா மாதம் கல்யாணப் பெண்ணிற்கு அனுப்ப ஏற்பாடு செய்தார். அதன்படி சில வருடம் நடந்துவர, மணிகண்ட சர்மா படிப்பை முடித்து சம்பாதிக்க ஆரம்பித்ததும் குடும்ப நிலைமையும் நன்கு முன்னேற, பெரியவாளிடம் சொல்லி சங்கிலி பணத்தின் வட்டி மாதா மாதம் வருவதை மாற்றி நிரந்தர வைப்பில் வைத்து, வேண்டும் பொழுது எடுத்துக் கொள்ள விருப்பம் தெரிவிக்க, அதன்படி ஏற்பாடு செய்யப்பட்டது. அந்த பணம் பன்மடங்காக வளர்ந்து சர்மாவின் தங்கைக்கும் பெண் பிறந்து வளர்ந்து அவளுடைய திருமணத்திற்கு அந்த நிரந்தரவைப்பு பணம் செலவு செய்யப்பட்டது.

பெரியவாள் அருள் பார்வை மணிகண்ட சர்மாவின் தங்கைக்கு மட்டுமின்றி தங்கை பெண்ணிற்கும் கிடைத்தது என்றால், காரணம் மணிகண்ட சர்மா பெரியவாளின் விருப்பமான

வேதத்தையும், வேத அங்கங்களையும் பயின்றதுதான். பெரியவாளின் விருப்பப்படி தர்ம வழியில் நாம் வாழ முற்பட்டால் குடி முழுவதையும் ஆண்டு அருளும் பெரும் பொறுப்பை அவரே ஏற்றுக் கொள்கிறார்.

எல்லோருக்கும் விருப்பு வெறுப்பின்றி அருள் செய்வது தானே தெய்வத்தின் இயல்பு. அப்படிப்பட்ட அருள் விளையாட்டில் இன்னும் ஒன்று இதோ.

பெரியவாளிடம் அளவிலா பக்தி கொண்டு தந்தைக்குப் பிறகு ஸ்ரீமடத்தில் கைங்கர்யம் செய்து வருபவர் திரு. சந்திரமௌலி. இவர்கள் குடும்பமே பெரிவாளிடமும், ஸ்ரீமடத்திலும் அளவிலா அன்பு வைத்து பணிபுரிபவர்கள். மௌலியின் மாமா பெண் சாந்தியும் அவர் கணவர் பாலகிருஷ்ணனும் திருச்சியில் வசிப்பவர்கள்.

1980ஆம் வருடவாக்கில் பாலகிருஷ்ணனுக்கு சிறுநீரகக் கோளாறு ஏற்பட்டு அதன் காரணமாக ஆபரேஷன் செய்யும் நிலைக்கு தள்ளப்பட்டார். அவருக்கு வேலூரில் C.M.C. யில் சிகிச்சை தொடரப்பட்டது. இந்த நிலையில் ஒருநாள் சாந்தியின் கனவில் வந்த கருணை தெய்வமான பெரியவாள் "உன்

திருமாங்கல்யத்தில் ஒன்றை தா" எனக்கேட்க ஆச்சர்யத்தில் விழித்துக் கொண்டவர், உடனே தன் கழுத்திலிருந்த திருமாங்கல்யத்தில் ஒன்றைத் கழட்டி ஒரு கயிற்றில் மஞ்சளைத் தடவி அதில் கோர்த்து பெரியவாளை மனதில் தியானித்துக் கொண்டு பூஜை அறையில் வைத்தார். உடனே தன் அத்தை பையனான சந்திரமௌலிக்கு தன் கனவு விஷயத்தை தெரிவித்தார். அவரும் இது பெரியவாளின் அருள் விளையாட்டே என்று கூறி உடனே கணவரை அழைத்துக் கொண்டு காணிக்கை திருமாங்கல்யத்துடன் நேரில் வந்து தரிசித்து அருள் பெறும்படி கூறினார். அவ்வாறே மகானின் சந்நிதியை வந்தடைந்தனர் சாந்தியும் கணவர் பாலகிருஷ்ணனும். நடந்த விவரங்களை ஸ்ரீ மஹா பெரியவாளிடம் கூற முற்படும் முன்னரே, வந்த தம்பதிகளை கண்ட பேசும் தெய்வம் "எங்கே மாங்கல்யத்தைக் கொண்டு வந்திருக்கிறாயா" என வினவ ஆச்சர்யமுற்ற அவர்கள் அதை சமர்ப்பித்தனர். கனவில் வந்து கேட்டதை, மெய்யாக்கும் நிகழ்ச்சி இது.

பிறகு நோயாளியான பாலகிருஷ்ணனை தன் அருள் விழியால் பார்த்தபடியே கையில் ஒரு ஆப்பிளை எடுத்து அதை நகத்தால் கீறிக் கொண்டே இருந்த பிறகு பிரசாதம் கொடுத்து அனுப்பினார். அதிசயம் என்னவென்றால் அதன் பிறகு ஆபரேஷன் செய்யாமலே குணமாகி விட்டது அவர் இன்றும் திருச்சியில் சுகமாய் வாழ்ந்து வருகிறார்.

யாருக்கு, எப்படி, எங்கே, என்ன அருள் புரிவார் என்று விவரிக்க முடியாத ஒரு தெய்வீகப் புதிர்தான் நம் நடமாடும் தெய்வம் காஞ்சி பெரியவாள்.

✣✣✣✣✣

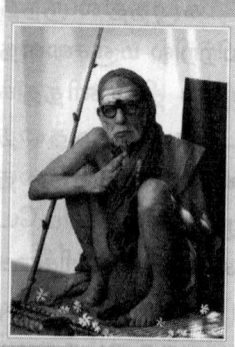

13. அலகிலா விளையாட்டு

மயிலாடுதுறை அருகில் உள்ள ஒரு கிராமம் கோழிக்குத்தி. அங்கு வசித்து வந்த ஹாலாஸ்யநாதன்-ஸரஸ்வதி என்ற தம்பதியர் பெரியவாளிடம் பக்தி கொண்டு அவரை அவ்வப்போது தரிசித்து வருவதுடன் எந்த ஒரு பிரச்சினை என்றாலும் பெரியவாளிடம் நேரிலோ அல்லது வீட்டில் அவர் திரு உருவப்படம் முன்போ முறையிட்டு அருள் பெறுவது வழக்கம். ஒரு முறை ஹாலாஸ்யம் தன் குடும்பத்துடன் காஞ்சீபுரம் சென்று கருணைக் கடலை தரிசனம் செய்தார். பெரியவாள் மூங்கில்தட்டி மறைப்பால் செய்த குடிலில் இருந்து தரிசனம் வழங்கும்போது எதிரில் அறைக்கு வெளியே நின்ற ஹாலாஸ்யத்தை உள்ளே வரும்படி அழைக்க அவர் மட்டும் உள்ளே சென்றார். பெரியவாளிடம் உரையாடிக் கொண்டிருந்த ஹாலாஸ்யத்தை திடீரென வந்த ஒரு பெரிய கருந்தேள் கொட்டிவிட்டு பெரியவாளை நோக்கி நகர்ந்தது. தாளாத வலியின் கடுகடுப்பால் அவதியுற்ற ஹாலாஸ்யம் பெரியவாளையும் கொட்டிவிடுமே என்று பதறி 'தேள், தேள்' என அலறினார்.

ப்ரேமையின் வடிவான பெரியவாள் சலனமில்லாமல் ஹாலாஸ்யத்தை பார்த்து

"சொந்த விருப்பு வெறுப்பில்லாமல் உலக க்ஷேமத்திற்காக காரியம் செய்து ஆத்ம பரிசுத்தி பெறும் பண்பாடு வேதகாலம் தொட்டு நம் தேசத்தில் தழைத்து வந்திருக்கிறது, அப்பண்பாட்டை ஒரு கையடக்கமான பேழையில் வைத்துக் கொடுத்ததுபோல கீதையில் நமக்கு அளித்திருக்கிறார் ஸ்ரீ கிருஷ்ண பரமாத்மா. இந்த உபதேசத்தை நம் வாழ்க்கையில் ஒவ்வொரு காரியத்திலும் உரைத்து அலசிப்பார்க்க வேண்டும்."

"என்ன தேள் கொட்டிடுத்தா? தேள் கொட்டினால் எப்படி இருக்கும்? என்ன பண்ணும்?" என வினவினார். "தேள் கொட்டினா ரொம்ப வலிக்கும், மயக்கமாவரும்" என்றார் ஹாலாஸ்யம் "இப்பொ அப்படி எல்லாம் இருக்கா? இல்ல எறும்பு கடிச்சாப்பல இருக்கா?" என்று பெரியவாள் கேட்டார். என்ன அதிசயம்! ஹாலாஸ்யத்தை வேதனைப்படுத்திக் கொண்டிருந்த கடுப்பு மறைந்து எறும்பு கடித்ததுபோல் வலி குறைந்தது.

உடனே பெரியவாள் சிப்பந்தி ஒருவரை அழைத்து "மூலையில் ஊறும் தேளை எடுத்து வெளியே போடு" என உத்தரவிட, வந்த சிப்பந்தியும் சர்வ சாதாரணமாய் தேளின் கொடுக்கை சரியாகப் பிடித்து எடுத்து வெளியே போட்டார். இதை கண்ட அனைவருக்கும் உடம்பு வேர்த்தது. மஹான்கள் சந்நிதியில் விஷ ஜந்துக்கள் கூட தங்கள் இயல்பான தன்மையை இழந்து நல்ல குணம் பெறும் போலும்! இந்த உண்மையை நிதர்சனமாகக் கண்ட அனைவரும் வியந்தனர். பெரியவாள் சாக்ஷாத் வைத்தீஸ்வரனே என்பதற்கு இந்த சம்பவமே சாட்சி.

அன்றிலிருந்து ஹாலாஸ்யத்தின் ஊரில் யாருக்காவது தேள் கொட்டினாலோ, விஷக்கடி என்றாலோ அவருடைய வீடு தேடி வர

ஆரம்பித்தார்கள். அவரும் உடனே கைகால்களைக் கழுவி, நெற்றியில் திருநீறு பூசிக்கொண்டு நடமாடும் தெய்வம் திருஉருவப் படத்தின் முன் நின்று வந்தவருக்கும் திருநீற்றைப் பூசி பெரியவாள் திருநாமத்தை மூன்று முறை உரக்க அழைத்து மனமாற வேண்டுவார். உடனே விஷம் இறங்கி, வலி தெரியாமல் போவதுதான் பேரதிசயம். இதுதான் நாடிவந்தவரின் பிணிக்கு மருந்தாகும் பெரியவாள் மஹிமை.

காலகாலனான அமிர்த கடேஸ்வரனும் அவரே ஆவார். அப்படி ஒரு நிகழ்ச்சி அதே குடும்பத்தில் நடந்தது. ஹாலாஸ்யத்தின் மனைவி ஸரஸ்வதி எப்பொழுது பெரியவாளை தரிசித்தாலும் தான் தீர்க்கசுமங்கலியாய் போய்விட வேண்டும் என்று வேண்டுவது வழக்கம். அப்படி ஒருசமயம் வேண்ட கருணைமலை வாய் திறந்து "அப்படியே ஆகும்" என ஆசி வழங்க ஆனந்தம் அடைந்தார் ஸரஸ்வதி.

அதன் பின்பு எட்டு வருடம் கழித்து ஸரஸ்வதிக்கு பெரிய அம்மை கண்டு படுத்து விட்டார். பதினைந்து நாளைக்கு மேல் அவதிப்பட்டவர் ஒருநாள் காலை தன் குழந்தைகளை அழைத்து "உங்கள் யாருக்காவது பெரியவாள் சொப்பனத்தில் வந்தாரா?" என வினவினார். இல்லையென்றால் அன்னையின் மனம் வேதனை அடையுமே என்று எண்ணிய அவர்கள் "ஆமாம் வந்தார். உனக்கு எல்லாம் சரியாகி விடும் என்று அநுக்ரஹம் செய்தார்" என்று சொல்ல, உடனே ஸரஸ்வதி அம்மாள் "பொய் சொல்லாதேங்கோ, எனக்கு சொப்பனத்தில் பெரியவா வந்து உன்னை இன்னும் நாலு நாளில் அனுக்ரஹம் பண்ணி அழைத்துக் கொள்கிறேன்" என்று சொன்னா. அதனால நான் இன்னும் 4 நாள் தான் இருப்பேன்" என்று சொல்லி தான் சொல்ல வேண்டியது, தரவேண்டியது என அனைத்தையும் செய்து முடித்தார். பிறகு 8 வயது பெண்ணாக அம்பாள் சர்வாலங்காரமாக எதிரில் நிற்பதாக அரைகுறை மயக்க நிலையில் கூறியதுடன் 'அம்பா, அம்பா' என்று ஜபிக்கவும் தொடங்கினார். ஸரஸ்வதி அம்மாள் தினமும் 7000 ராம நாமம் ஜெபம் செய்வது வழக்கம். அவரால் கடந்த 15 நாட்களாக

அதைச் செய்ய இயலாமல் இருந்தது. இப்படியே நான்கு நாட்கள் ஓடி விட்டன. வெள்ளி இரவு கனவு கண்டதாகச் சொல்லி சனி காலை முதல் ராமஜபம் ஆரம்பித்தவர் வேறு நினைவின்றி புதன் விடியற்காலை லலிதா ஸஹஸ்ரநாம வாக்யமான "நிர்நாசா' ம்ருத்யுமதனி, ஸர்வ மங்களா, ஸத்கதிப்ரதா" என்று வாய்விட்டு சொல்லிக் கொண்டே பெரியவாள் சரணத்தை அடைந்தார்.

பெரியவாளிடம் பொருள் வேண்டுவோர் பொருள் பெறுவார்கள், பேரருள், முக்தி வேண்டுவோர் அதுவும் பெறுவார்கள்.

14. அலகிலா விளையாட்டு

"நாள், கோள், நேரம், காலம், பேய், பிசாசு போன்ற எதுவாய் இருந்தாலும் இறைவனின் திருவருள் இருந்தால் அடியவர்களுக்கு நன்மையே செய்யும். அவற்றால் எந்த ஒரு கஷ்டமோ, பாதிப்போ வராது" என்று திருஞானசம்பந்தர், அருணகிரிநாதர் முதலான மஹான்கள் எல்லாம் அறுதியிட்டுக் கூறுகிறார்கள் அல்லவா! அப்படி மஹான்கள் கூறியது அனைத்தும் சத்தியம் என்பதை நிரூபிக்கும் சில நிகழ்ச்சிகள் இதோ.

ஸ்ரீ பெரியவாளின் அடியார்கள் குடும்பத்தைச் சேர்ந்த தம்பதிகளில் ஒருவர் திரு. ரமணனும் அவர் மனைவி உஷாவும். ரமணன் ஒரு பிரபலமான ஆடை விற்பனை நிறுவனத்திலும் அவர் மனைவி உஷா தென்னக ரயில்வேயிலும் பணிபுரிபவர்கள். ரமணனுக்கும் உஷாவிற்கும் 1986ஆம் ஆண்டு திருமணமானது. இந்த திருமணத்தை நடத்தி வைக்கக் காரணமாய் இருந்த ஒரு அன்பர் ஜோதிடம், பூஜை, அருள்வாக்கு முதலிய காரியங்களை செய்து கொண்டிருப்பவர். பெரியவாளிடமும் அன்பு கொண்டவர்.

"தாமிரச்செம்பு, கிணற்றில் பத்து வருஷங்கள் கிடந்து விட்டதென்றால், அதை எத்தனை தேய்த்தாக வேண்டும்! எவ்வளவுக்கெவ்வளவு தேய்க்கிறோமோ அவ்வளவுக்கவ்வளவு வெளுக்கிறது.

இவ்வளவு வருஷ காலம் எத்தனை கெட்ட காரியங்களைச் செய்து நம்முடைய சித்தத்தில் அழுக்கை ஏற்றிக்கொண்டு விட்டோமோ, அந்த அழுக்கைப் போக்க, சித்த சுத்தி வளர எத்தனை கர்மானுஷ்டங்களைச் செய்ய வேண்டும்!"

ரமணனுக்கும் உஷாவிற்கும் திருமணத்தை ஜாதகம் பார்த்து நடத்திவைத்த அந்த அன்பர் திருமணமான சில நாட்களிலேயே ரமணனிடம் "உன் மனைவிக்கு மாங்கல்ய தோஷம் இருக்கிறது. அதைப் போக்க சில பூஜை, பரிகாரம் செய்துவிட்டு வேறு ஒரு புதிய திருமாங்கல்யம் வாங்கி அதை சரட்டில் கோர்த்து ஏதாவது ஒரு சிவன் கோயிலுக்குச் சென்று இறைவன் சந்நிதியில் வைத்து ஆசீர்வாதம் பெற்று, பிறகு அங்கேயே புதிய திருமாங்கல்யத்தை நீ உன் மனைவிக்கு கட்டிவிட்டு பழைய திருமாங்கல்யத்தை எடுத்து விடவேண்டும்" என்று கூறியதோடு இதற்கான பூஜைகளை மூன்று பௌர்ணமிகளில் அவரே செய்வதாகவும் அதற்கு ரூ. 1500/- செலவாகும் என்றும், இதை அலட்சியம் செய்யாமல் உடனே செய்வது நல்லது என்றும் தெரிவித்தார். முதலில் சற்றுப் பயந்த ரமணன் செய்வதறியாது கலக்கமுற்று பிறகு ஒரே புகலிடமான பெரியவாளிடம் சென்று நடந்த விவரங்களைக் கூறி வேண்டி நிற்க, நடமாடும் தெய்வம் கேட்ட முதல் கேள்வி "அவருக்கு எவ்வளவு பணம் கொடுத்திருக்கிறாய்" என்பதுதான். ரமணன் தான் முன் பணமாக ரூ. 200/- கொடுத்து இருப்பதாகக் கூற, உடனே பெரியவாள் "அந்த 200 ரூபாய் போனால் போகட்டும். திரும்பக் கேட்க வேண்டாம். ஆனால் உங்கள் இருவருக்கும் எந்த தோஷமும் இல்லை. ஒரு பயமும் இல்லை. பரிகாரம் எதுவும் வேண்டாம்" என திருவாய் மலர்ந்து அபயம் அருளி பிரசாதமும் கொடுத்தனுப்பினார்.

நிம்மதி அடைந்த தம்பதிகள் மீண்டும் அந்த அன்பரிடம் வந்து, காஞ்சியில் நடந்த விவரங்களை கூறி "பெரியவாளே அவர் திருவாயால் தோஷம் எதுவும் இல்லை என கூறி விட்டதால் எங்கள் பயமும் நீங்கிவிட்டது. எனவே பரிகாரம்வேண்டாம்" என்று கூறி விட்டனர். அதைக் கேட்ட ஜோதிடர் சற்று கோபமடைந்தாலும் "பெரியவாள் வழி வேறு, என் வழிவேறு!" என்று சொன்னதோடு, "என்னால் இப்படித்தான் செய்ய இயலும். உங்களுக்கு விருப்பம் இல்லாவிட்டால் நீங்கள் கொடுத்த 200 ரூபாயை திரும்ப வாங்கிக் கொள்ளுங்கள்" என்று வற்புறுத்தினார். பெரியவாள், கொடுத்த

பணத்தை திரும்ப வாங்க வேண்டாம் என்று கூறியிருப்பதாகச் சொல்லி தம்பதியர் மறுத்த போதிலும் ஜோதிடர் கட்டாயப்படுத்தி பணத்தை திருப்பிக் கொடுத்ததால் அதை எடுத்து கொண்டு நேராக பெரியவாளிடமே வந்து விவரங்களை கூறினார்கள் ரமணனும் உஷாவும். கருணைக் கடலான பிரபுவும் சிரித்துக் கொண்டே அந்த பணத்தை சந்திர மௌளீஸ்வரர் உண்டியலில் சேர்த்து விட்டு நிம்மதியாய் வீடு செல்லும்படி கட்டளை இட்டார். அதன்படியே செய்தனர். எந்த தோஷமாயினும் குருவின் கடைவிழி பார்வை பட்டால் அகலாமல் இருக்குமா? மஹானின் அருள் கடாக்ஷமும், கருணையும் இருக்க எதற்காக பயம், பரிகாரம் முதலியவை எல்லாம்? இவையெல்லாம் கடவுளையும் அவன் அருளையும், கருணையையும் நம்பாதவர்களுக்கே அன்றோ!

பிறகு நடந்த அருள் விளையாட்டையும் பாருங்கள். இப்படி பெரியவாளின் பரிபூரண அருளைப் பெற்ற ரமணன் தம்பதியினருக்கு திருமணமாகி 6 வருடமாகியும் குழந்தை பாக்கியம் இல்லாமல் இருந்தது. கவலையுற்ற தம்பதிகள் மருத்துவரிடம் சென்று சோதனைகள் செய்து கொண்டனர். Scan செய்து பார்த்த மருத்துவர், உஷாவின் கருப்பையில் கட்டி

இருப்பதாகவும் உடனே ஆபரேஷன் செய்து கட்டியை எடுத்தால் மட்டுமே குழந்தை பிறக்க வாய்ப்பு உள்ளதாகவும் தெரிவித்து அறுவை சிகிச்சைக்கு தயாராக வரும்படி கூறினார். தம்பதியர் மீண்டும் வைத்யநாதனான பெரியவாளிடம் சென்று முறையிட்டு அருள் வேண்டினர். மஹா பிரபுவும் கருணைபொங்கும் விழிகளால் தம்பதியரை கடாக்ஷித்து, வேறு மருந்து சாப்பிட்டுப் பார்க்க உத்தரவிட, ரமணனும் திரு அருணாசலம் என்ற ஹோமியோபதி மருத்துவர் இருப்பதாகவும், அவர் Cancer முதலான வியாதியைக் கூட குணம் செய்திருப்பதாகக் கூறி அவரிடம் காட்டலாமா என உத்தரவு கேட்க ஸத்குருநாதர் சம்மதித்தார்.

உடனே தம்பதியர் அருணாசலத்திடம் போய் விவரம் சொல்லி மருந்து கேட்டனர். பெரியவாளிடம் அன்பு கொண்ட டாக்டரும் பெரியவாளை தானும் தரிசிக்க விரும்புவதாக ரமணனிடம் கூறினார். அனைவரும் காஞ்சி வந்தனர். டாக்டர் தான் கொடுக்க வேண்டிய மருந்துகளை பெரியவாள் சந்நிதியில் வைத்து அருள் வேண்ட கையால் தொட்டு அருளினார். அதில் ஒரு மருந்தை நீரில் கரைத்து அருந்த வேண்டும் என மருத்துவர் கூற ரமணன் பெரியவாள் மூழ்கி ஸ்நானம் செய்த தொட்டி தீர்த்தத்தை ஒரு பாட்டிலில் எடுத்து வந்தார். மருந்தை அதில் கலந்து சுமார் 6 மாதம் முதல் 1 வருடம் வரை உஷா சாப்பிட்டு வந்தார். பின்னர் Scan செய்து பார்க்க வேண்டிய தருணம் வந்தவுடன் மீண்டும் பெரியவாளிடம் வந்து விவரம் சொல்லி, “நாளை Scan செய்ய வேண்டும், முன்பு Scan ல் தெரிந்த கட்டி கரைந்திருந்தால் மட்டுமே எங்களுக்கு மக்கட்பேறு கிடைக்கும். அதற்கு திருவருள் புரிய வேண்டும்” எனப் பிரார்த்தித்தனர்.

பெரியவாளும் ஒரு மாதுளம் பழத்தை எடுத்து தன் திருக்கரத்தால் உஷாவிடம் கொடுத்து “இதைச் சாறு பிழிந்து அருந்தி விட்டு Scan செய்து கொள்” என உத்தரவிட்டார். உஷாவும் அதன்படியே செய்து பரிசோதனை செய்து கொண்டார். Report எப்படி இருந்திருக்கும் என்பதை விவரிக்க தேவை இல்லை. கருப்பையில் கட்டி இருந்த சுவடு தெரியாமல் மறைந்து இருந்தது.

மருத்துவர்கள் பேரதிசயம் கொண்டு நடமாடும் தெய்வத்தை புகழ்ந்தனர். பின்னர் உஷாவிற்கு ஆண் குழந்தை பிறந்தது. அதன் பின் நான்கு வருடம் கழித்து மற்றொரு ஆண் மகவும் பிறந்து அனைவரும் அமோகமாய் வாழ்ந்து வருகிறார்கள்.

இன்னாரு சமயம், ரமணன் ஓர் இடத்தில் இரவு தனியாய் படுத்து உறங்கிக் கொண்டிருந்தபோது ஏதோ துஷ்ட சக்தியால் பாதிக்கப்பட்டதைப் போன்று உணர்ந்தார். இரவு உறக்கத்தில் வாயிலிருந்து முடிமுடியாக வருவது போலும் உடலை யாரோ அழுத்துவது போலும் உணர்ந்தார். உறக்கம் கலைந்து எழுந்த அவர் மிகவும் பயம் கொண்டு பெரியவாள் திருவடிகளில் வீழ்ந்து வணங்கி விவரம் சொன்னார். ரமணனை தலை முதல் கால் வரை தன் திருவிழியால் கடாக்ஷித்து தன் இருகரங்களையும் உயர்த்தி அவருடைய தலையோடு கால் வரை திருஷ்டி சுற்றுவது போல் சுற்றி "எல்லாம் சரியாகி விட்டது. பயம் வேண்டாம்" என கூறி பிரசாதம் தந்தார் பெரியவாள். அந்த நிமிடம் முதலே நிம்மதி அடைந்தார் ரமணன்.

"நமக்கு உடை தருபவனுக்கு நல்ல வஸ்திரம் இருக்கவேண்டும். இப்போது ஓர் ஊரில் யார் அழுக்குத் துணிகட்டிக் கொண்டிருக்கிறான் என்றால் ஸ்வாமிதான். நம் ஊர் கோயில் ஸ்வாமியின் வஸ்திரம் சுத்தமாயிருக்கிறதா என்பதில் கவனம் செலுத்திவிட்டோமானால், நம்மனதின் அழுக்கு போய்விடும்."

15

அலகிலா விளையாட்டு

உலகில் பக்தர்கள் தங்களுக்கு வேண்டியதை கடவுளிடம் வேண்டிப் பெறுவது இயற்கை. ஆனால் பக்தர்கள் வேண்டிக் கொள்ளாமலேயே வாரி வாரி அருளும் பெரும் தெய்வம்தான் நம் காஞ்சி பெரியவாள். தன் சந்நிதி நாடி வருபவர்கள் குறையை அவர்கள் கூறும் முன் அறிவதும் கேட்கும் முன் அருள்வதும் அவருக்கு கைவந்த கலை. அப்படி ஓசையின்றி செய்த அருள் விளையாட்டில் சில இதோ.

'ஆஸ்திக இளைஞர் அமைப்பு' என்ற ஆன்மீக குழுவை நடத்தி வரும் கடலூர் லக்ஷ்மி நாராயணன் என்ற பக்தர், அவ்வப்போது தங்கள் குழுவினருடன் பல கோயில்களுக்கு செல்வது வழக்கம். அவ்வாறே ஒருமுறை பெரியவாளை தரிசிக்க கலவை சென்றனர். இரவு 2.30 மணி அளவில் பெரியவாள் இருப்பிடத்தை அடைந்தபோது குடிலின் உள்ளே குரல் கேட்டது. அப்போது வெளியே வந்த ஒருவர் இவர்களைப் பார்த்து "உங்களுக்கு பெரும்பாக்கியம். 15 நாட்களாக மௌன விரதமிருந்த தெய்வம் இப்பொழுதுதான் மௌனம் கலைத்தது" என்று கூற அடியார்கள் ஆனந்தம் கொண்டனர். பெரியவாள் அனைவரையும் ஒவ்வொருவராக

விசாரித்து வரும் பொழுது, அந்த 10 பேரில் பிள்ளையார் கோயில் அர்ச்சகரும் வந்திருந்தது தெரிந்தது. அவரைப்பற்றி விசாரிக்கும் பொழுது லக்ஷ்மி நாராயணன் என்பவர், பிள்ளையார் கோயில் அர்ச்சகருக்கு பல மாதமாக சம்பளம் வரவில்லை என்றும் ஸ்வாமி நைவேத்யத்திற்குக் கூட அரிசி வழங்கப்படவில்லை எனவும் முறையிட, பிடி அரிசி திட்டத்தைப் பற்றி விரிவாக சொன்ன பெரியவாள் அதை செயல்படுத்தி எல்லா வீட்டிலும் அரிசி வசூல் செய்து நைவேத்யத்திற்கு ஆவன செய்யும்படியும் அர்ச்சகர் பாட்டை அவரே பார்த்து கொள்வார். மற்றவர்கள் கவலைப் படவேண்டாம் என்றும் கூறி அருள் செய்தார்.

விடை பெற்றுக் கொண்ட பக்தர் குழாம் பெரியவாள் உத்திரவுப்படி செங்கல்பட்டு சென்று அங்குள்ள ஒரு ஸம்ஸ்கிருத பண்டிதரை பார்த்து விட்டு கடலூர் திரும்பினார்கள். ஊர்வந்து சேர்ந்த இரண்டாம் நாள், பிள்ளையார் கோயில் அர்ச்சகர் மிகவும் பரவசத்துடன் லக்ஷ்மி நாராயணனிடம் வந்து நடந்த அதிசயத்தை விவரித்தார். முதல் நாள் மாலை கோயில் அதிகாரிகள் வந்து தமக்கு தரப்பட வேண்டிய சம்பள பாக்கியில் பாதியையும், ஸ்வாமி

நைவேத்யத்திற்கு வழங்க வேண்டிய அரிசியில் பாதி அளவை உடனே கொடுப்பதாகவும், மீதியை ஒரு வாரத்திற்குள் தந்து விடுவதாகவும் கூறினார்கள் என்று அவர் தெரிவித்ததைக் கேட்டு அனைவரும் ஆச்சரியமடைந்தார்கள். பெரியவாளிடம் முறையிட்ட உடனேயே அவர் வாய் திறந்து பதில் சொல்லா விட்டாலும் காரியத்தில் காட்டிய அருளை எண்ணி அனைவரும் நெஞ்சம் நெகிழ மகிழ்ந்தனர்.

ஒரு கோனார் தினமும் நடமாடும் தெய்வத்திற்கு பசும் பால் கொடுத்து வந்தார். அவர் மனைவி வயிற்றில் ஏதோ கட்டியால் கஷ்டப்பட்டு வந்தாள். பெரியவாள் அந்த ஊரை விட்டுக் கிளம்புவதற்குள் மனைவியின் உடல் நிலை பற்றி பெரியவாளிடம் கூறும்படி கோனாரிடம் உடனிருந்தவர்கள் சொன்னார்கள். பரம பக்தரான அந்த அன்பர் அநித்தியமான இந்த உடலையும் அதன் உபாதைகளையும் பரம் பொருளிடம் சொல்ல விரும்பவில்லை. இதுவன்றோ உயர்ந்த பக்தி! ஆனால் சொல்லித்தான் தெரிய வேண்டும் என்றில்லாத பரம்பொருளான மஹா பிரபுவும் மௌனமாகவே இருந்தார். பக்தரின் மனைவிக்கு உடல் நிலை மோசமாகி உறவினர்கள் அவரை சென்னைக்கு அழைத்து வந்து மருத்துவமனையில் சேர்த்தனர். ஆனால் பால்கார பக்தரோ பெரியவாள் ஊரைவிட்டு கிளம்பும் வரை பால் கைங்கர்யம் செய்து விட்டு அவர் கிளம்பியபிறகே சென்னை வந்து மனைவியை பார்த்தார். மருத்துவர்கள் ஆபரேஷன் செய்வதற்காக சோதனை செய்தபோது என்ன அதிசயம் என்றால் அந்த அம்மையாருக்கு வயிற்றில் கட்டி எதுவும் இல்லாமல் குணமாகி இருந்ததுதான். தனக்கு தினம் வயிறார பால் கொடுத்த பக்தரின் குடும்பம் அவதியுறவிடுவாரா கருணை மலையான பெரியவாள்! ஆயர்பாடியில் அன்று கிருஷ்ணராய் அவதரித்து அருள் செய்த ஜகத்குருவன்றோ நம் நடமாடும் தெய்வம். தனக்கு தினம் பால் வார்த்ததற்கு அவர்கள் வயிற்றில் பால்வார்த்தார் ஆபரேஷன் ஏதும் இன்றி உபாதையை குணப்படுத்தினார். இது தான் பக்தி, இதுதான் அருள் என்பதற்கு உதாரணமானதுதான் இந்த நிகழ்ச்சி.

இது போன்ற அருள் விளையாட்டெல்லாம் ஏதோ பெரியவாள் மனித சரீரத்துடன் இருந்த பொழுதுதான் என்றில்லாமல் என்றும் தொடரும் நிகழ்ச்சிதான். ஞானிகளுக்கு உடல் இருந்தாலும், இல்லா விட்டாலும் அவர்கள் அருள் எப்பொழுதும் எங்கும் எல்லோருக்கும் உண்டு.

ஒருமுறை பெரியவாள் சமாதியின் முன்பு ஒரு பக்தை அவர் அவதாரம் முதல் பல சம்பவங்களை பாடிவிட்டு ஊர் செல்ல, அவள் கனவில் வந்த மஹான் தனது பிறந்த நாளைப் பற்றிப் பாடியதில் தவறு இருந்ததை குறிப்பிட்டு அதை சரிசெய்து கொள்ளும்படி சொல்ல, அதிர்ச்சியுற்றாள் அந்த மங்கை. மேலும் சமாதி முன் பாடியதை அவரே நேரில் கேட்டு அருள் செய்து உள்ளார் என்பதை கனவில் வந்து தவறை திருத்தியதன் மூலம் உணர்ந்த அப்பெண்ணின் பக்தி மேலும் அதிகமாயிற்று.

❖❖❖❖❖

16. அலகிலா விளையாட்டு

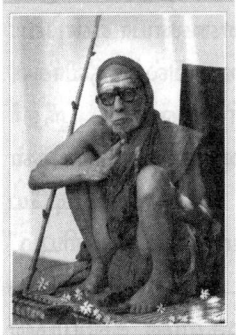

"கோயில்களும் அவற்றைச் சார்ந்த கலைகளும் ஓங்கி வளர்ந்திருந்த நாட்களில் நம் தேசம் எப்படி இருந்தது என்பதற்கு மெகஸ்தனிஸ் சர்டிபிகேட் கொடுத்து இருக்கிறான். இவை எல்லாம் மங்கிப் போயிருக்கிற இன்று தேசம் எப்படி இருக்கிறதென்பதையே கண்கூடாகவே பார்க்கிறோம். எங்கு பார்த்தாலும் பொய்யும், சஞ்சலமும், கலப்படமும், அதர்மமும் மிகுந்து விட்டன. நிவர்த்தியாக வழி ஒன்றுதான்; அன்று போல் இன்றும் தெய்வ சம்பந்தமான பழமையான கலைகளை வளர்க்க வேண்டும்."

ஸ்ரீலலிதா ஸஹஸ்ரநாமம் அம்பிகையை 'கம்பீரா' என்று அழைக்கிறது. அதாவது ஆழம் காண முடியாதவள் என்று பொருள். அத்தகைய பராசக்தியான காமாக்ஷியின் மனித வடிவான பெரியவரையும், அவரது செயல்களையும் எவராலும் ஆழம் காண முடியாது. நிகழ்ச்சி முடிந்த பிறகே அதன் முழுப்பொருளும் விளங்கும். அத்தகைய லீலைகளில் சிலவற்றை பார்க்கலாம்.

பெரியவரின் பக்தர் திருக்கூட்டத்தில் திருவாரூர் கமலம் அம்மாளும் ஒருவர். ஸ்ரீவித்யா உபாசகியான அவர், பெரியவாளை சாட்சாத் அம்பிகையாகவே தரிசித்து, உபாசித்து, அருள் பெற்றவர். மெரைன் எஞ்ஜினியரான அவரது இரண்டாவது குமாரர் திரு. ஸ்ரீதர் அவர்களும் குடும்ப சுபாவப்படி நடமாடும் தெய்வத்திடம் அளவிலா பக்தி கொண்டவர். இவரது மனைவி, குழந்தைகள் என்று அனைவருக்குமே ஒரே புகலிடம் காஞ்சி மஹானின் திருப்பாதம் தான். ஸ்ரீதருக்கு கனவில் பெரியவாள் வந்து ரூ.6000 கொண்டு வருமாறு உத்தரவு கொடுக்க அவரும் பணத்தை எடுத்துக் கொண்டு

குடும்பத்துடன் காஞ்சி சென்றார். பெரியவர் யாத்திரை செய்யும் காலங்களில் அவரது வாஹனமான மேனாவை சுமந்து செல்லும் போகிகள் என்ற திருக்கூட்டத்தைச் சேர்ந்த கண்ணையா என்பவர் ஸ்ரீதர் குடும்பத்தினரை வரவேற்று "நீங்கள் மாலையில் வருவீர்கள் என்று காலையிலேயே எஜமான் சொன்னார்" என்றார். ஸ்ரீதர் தம்பதிகளுக்கு இது ஆச்சர்யமாக இருந்தது. "மாலையில் நாங்கள் தரிசனத்திற்கு வரப்போகிறோம் என்று முன் கூட்டியே அறிவிக்கவில்லையே, பின்பு எப்படி பெரியவாளுக்கு தெரியும்" என்று குழம்ப, கண்ணையா காலையில் நடந்த விஷயத்தை அவர்களிடம் தெரிவித்தார். என்னுடைய மகளின் கல்யாண பத்திரிக்கையை பெரியவாளிடம் வைத்து பணஉதவி கேட்டேன், தெய்வம் வாய்மலர்ந்து, "இப்பொழுது பணம் இல்லை பணம் கொண்டு வருபவர்கள் மாலையில் தானே வருவார்கள்" என்றார். அதனால்தான் கேட்டேன் "மாலையில் வருவதாகச் சொன்ன நபர்கள் நீங்கள் தானே" என்று கேட்க ஸ்ரீதர் தம்பதிகளுக்கு ஆனந்தம் பொங்கியது. மஹானின் திருச்சன்னிதி சென்று வணங்கி தங்களுக்கு கனவில் உத்தரவிட்ட ரூ.6000த்தைக் கொண்டு வந்திருப்பதாகக் கூறி அவரது பாதங்களில் ஸமர்ப்பித்தனர். மாமுனி "கண்ணையாவை கூப்பிடு" என்று உத்தரவிட, அவர் வந்தார். அந்த பணத்தை கண்ணையாவிடம் கொடுக்கச் சொன்னார். "இவன் பெண்ணிற்கு கல்யாணம் அதற்குத்தான் கொடுக்க கேட்டேன்" என்று சொல்ல, கொடுத்தவர், வாங்கிக் கொண்டவர் இருவரும் ஆச்சர்யத்தில் சிலையாக நின்றனர். கனவில் வந்து பணம் கேட்ட மர்மம் ஸ்ரீதருக்கு விளங்கியது. ஆனால் அது என்ன 6000 ரூபாய்? அதையும் ஏன் கன்னையாவிற்கு கொடுக்கச் சொல்லி உத்தரவு? இப்படி கேள்வி கேட்டால் அதற்கும் விடையில்லாமலிருக்குமா அந்த விடையேறும் பிரானிடம்.

காஞ்சித் தெய்வம் தேனம்பாக்கம் என்ற இடத்தில் இருக்கும் பொழுது ஸ்ரீதரின் அன்னை கமலம் அங்கு தரிசனம் செய்யச் சென்றார். ஒருநாள் நடமாடும் தெய்வம் நீராடிய இடத்தில் தானும்

சென்று நீராடி புனிதம் அடைய ஆவல் கொண்டார். அவ்வாறு சென்று நீராடி எழுந்தவருக்கு அதிர்ச்சி. காரணம் காதில் அணிந்திருந்த வைரத்தோடு காணவில்லை. நீராடும் பொழுது நழுவி குளத்தில் விழுந்து விட்டது போலும். தோடு இல்லாமலிருப்பது அமங்கலமானதால் அந்த மாதரசியால் தாங்கிக் கொள்ள முடியவில்லை. ஆலகாலம் உண்டும் பரமசிவனுக்கு தீங்கு வராமல் இருந்ததற்குக் காரணம் அன்னை பராசக்தியின் தாடங்க மஹிமை என்று ஆதிசங்கரர் சௌந்தர்ய லஹரியில் "தவஜனனி தாடங்க மஹிமா" என்று புகழ்கிறார். சுமங்கலிகளுக்கு காது, மூக்கு, கழுத்து, கை, கால் ஆகிய ஐந்து இடங்களிலும் அணிகலன் அணிந்து இருப்பது மங்கலத்தை குறிக்கும். தீர்க்க சௌமங்கல்யத்தை வளர்க்கும். வீடும் நாடும் சுபிக்ஷமாய் லக்ஷ்மீகரமாக இருக்கும் என்று சாஸ்திரம் சொல்வதால், காதணி தவறியது மிகவும் அவரை வருத்தியது. மேலும் வைரம் தொலையக் கூடாது என்றும், தொலைந்தால் வீட்டில் அசம்பாவிதம்நேரும்

என்றும் நம்பிக்கை இருப்பதாலும் எல்லாம் சேர்த்து கமலத்தம்மாளை கலக்க, அழுது கொண்டே நடமாடும் தெய்வத்திடம் சென்று முறையிட்டார். குருநாதரும், தொலைந்த இடத்தில் தேட உத்தரவிட, அப்படி செய்தும் கிடைக்கவில்லை. தன் கணவருக்கு ஆபத்து வரப்போகிறது என்று அம்மையார் அழ, காஞ்சி மஹான் கமலத்தையும் அழைத்துக்கொண்டு குளித்த இடத்தில் வந்து நின்று கொண்டு அருகில் இருந்த கண்ணையாவை குளத்தில் கையை விட்டு கைநிறைய மண்ணை அள்ளச் சொல்ல, அப்படி அள்ளிய கை மணலில் வைரத்தோடு மின்னியதைக் கண்டு கமலத்துடன் அனைவரும் அதிசயித்தனர். தொலைந்த உடன் அனைவரும் தேடிய பொழுது கிடைக்கவில்லை. போதாக்குறைக்கு யானை வேறு அங்கு வந்து நீராடியிருக்கிறது. எனினும் மாமுனிவந்து கண்காட்டியதால் கை மண்ணில் அகப்பட்டு தோடு கிடைத்திருக்கிறது. அதிசயத்தில் மகிழ்ந்த மங்கையிடம் பெரியவா, "கண்ணையாதான் எடுத்து கொடுத்தான், அவன் ஏழை. அவனுக்கு ஏதாவது பணம் கொடு" என்று கூறிச் சென்றார். ஆனால் அந்த சமயம் கையில் பணம் ஏதும் இல்லாததால் கமலம் கண்ணையாவிடம் பிறகு தருவதாக கூறினார். ஆனால் வாழ்நாள் கடைசி வரை தரவே இல்லை. இது கொடுக்கக் கூடாது என்ற எண்ணத்தால் அல்ல, ஏதோ மறதி விட்டுப்போனது. இருவரும் அதை பெரிதாக பொருட்படுத்தவில்லை. ஆனால் வாக்கு தவறாத சத்திய சந்தனான பெரியவர் சும்மா இருப்பாரா! பலவருடங்கள் முன்பு கண்ணையாவிடம் கமலம்மாள் பட்ட கடனைதான் இன்று வட்டியும் முதலுமாக அடைக்கச் செய்தார் போலும்.

அது சரி கமலம்மாவிற்கு மூன்று பிள்ளைகள். அதில் நடுப்பிள்ளையான ஸ்ரீதர் கனவில் வந்து ஏன் கண்ணையா கடனை அடைக்கச் சொல்ல வேண்டும் என்று வினா வருகிறதா? அதற்கும் காரணமில்லாமலா இருக்கும். கமலம்மாள் காலமானதும் நகைகளை பிள்ளைகளுக்கு பாகம் பிரித்ததில் ஸ்ரீதரிடம் வந்தது வைரத்தோடு. இதற்கு மேலும் காரணம் வேண்டுமா? நடமாடும்

தெய்வத்தின் கணக்கு என்றாவது தப்புமா?

ஸ்ரீதர் தன் பெரிய மகள் ஸ்ரீவித்யாவிற்கு திருமணம் செய்ய நினைத்து ஜாதகம் வினியோகம் செய்தார். ஆனால் பல வரன் வந்தும் திருமணம் நடக்கவில்லை. எதனால் தட்டிப்போகிறது என்று யோசித்த தம்பதிகள் தங்கள் தவறை உணர்ந்தனர். எந்த ஒரு காரியமானாலும் பெரியவரின் பாதத்தில் வைத்து வணங்கி தொடங்குபவர்கள், பெண் ஜாகதத்தை எடுத்ததும் மஹானை வணங்கி தொடங்கவில்லை. குரு அருள் இல்லாததால்தான் தடை என்பதை உணர்ந்து உடனே பெண் ஜாதகத்துடன் காஞ்சி சென்று மஹா ஸ்வாமிகளின் அதிஷ்டானத்தில் வைத்து தவறை மன்னித்து அருளும்படி வேண்ட பூஜை செய்யும் தீக்ஷிதர் குங்குமத்தை அதிஷ்டானத்தில் இருந்த ஒரு பத்திரிகையில் வைத்து கொடுக்க அதை வாங்கி இட்டுக்கொண்ட ஸ்ரீதரின் மனைவி காயத்ரி, மகளுக்கு கல்யாணமாக வேண்டிக் கொண்டு ஜாதகம் வைத்தால், ப்ரசாதம், பத்திரிகையில் வருவதை கண்டு மகிழ்ந்து பத்திரிகையை பார்க்க, மேலும் ஆச்சர்யம். காரணம் அதில் 'ஸ்ரீவித்யா வெட்ஸ் த்யாகராஜன்' என்று இருந்தது தான். தனது ப்ரார்த்தனைக்கு செவி சாய்த்து அசரீரி போல் குருநாதர் ஆசி சொல்வதாகவே அகம் மகிழ்ந்து வீடு திரும்ப, அண்ணா நகரிலிருந்து போன் கால் வந்தது. அதில் பேசிய மங்கை தன் பிள்ளைக்கு ஸ்ரீவித்யாவின் ஜாதகம் மிகவும் பொருந்தியிருப்பதாகவும் உடனே நேரில் வந்தால் மேற்கொண்டு பேசலாம் என்று கூற ஆனந்தத்திற்கு எல்லையும் இருந்திருக்குமா?

அத்தோடு முடிந்ததா அருள் அலை. மேலும் தொடர்ந்தது. அங்கு சென்றால் பையனின் தந்தை திருவாரூர்க்காரர், ஸ்ரீதருக்கு ஆசிரியராக இருந்தவர். எனவே குடும்பத்தைப் பற்றி விசாரிக்க

தேவையில்லாமல் இருந்தது இருவருக்கும் மிக மிக ஆனந்தம். அதோடு ஆனந்த சிகரமாய் பையன் பெயரும் தியாகராஜ சர்மா என்று இருந்ததுதான். தெய்வத்தின் குரல் பொய்க்குமா?

தன்னை நம்பும் அடியார்களுக்கு வழித் துணையாய் வந்த அருள் விளையாட்டில் சிலவற்றைக் காண்போம்.

மகள் ஸ்ரீவித்யா அமெரிக்காவில் திருமணமாகி வசிப்பவர். ஒருமுறை மகளைப் பார்க்க காயத்ரி தனியாக அமெரிக்கா பயணமாக முடிவாகியது. இவர்கள் மந்திரோபதேசம் பெற்றுக் கொண்ட குருநாதரிடம் சென்று வணங்கி நல்லபடியாக வெளிநாடு சென்று திரும்ப ஆசி வேண்டினர். பரம சாதுவான காயத்ரியின் குணத்தை நன்கு அறிந்த குருநாதர் "தனியாக அமெரிக்காவரை போக நீ பயப்பட வேண்டாம்" என்று சொன்னவர் "வழித்துணையாய் 'தெய்வத்தின் குரல்' புத்தகத்தை கையில் எடுத்துப் போகும்படியும், இடைவிடாது 'ஹர ஹர சங்கர ஜெய ஜெய சங்கர' மஹா மந்திரத்தை ஜபித்துக் கொண்டே பெரியவாளை இடைவிடாது தியானம் செய்து கொண்டு செல்லும்படியும்" உத்தர விட்டார்.

பயண டிக்கெட் வாங்கும் அலுவலகத்திற்கு காயத்ரியும் அவர் கணவரும் சென்ற பொழுது காயத்ரி பயணம் செய்ய இருந்த அதேநாள் அதே விமானத்தில் அதே இடத்திற்கு கணவன் மனைவி மகள் என்றிருக்கும் ஒரு சிறிய குடும்பமும் உடன் பயணிக்க இருப்பதைப் பார்த்து ஸ்ரீதர் அந்த தம்பதிகளிடம் சென்று தனது மனைவிக்கு முன் அனுபவம் இல்லாததால் அவரை சற்று கவனித்துக் கொள்ளும்படியும், சென்னையிலிருந்து லாஸ் ஏஞ்சல்ஸ் சர்வதேச விமான நிலையம் சென்றவுடன் கஸ்டம்ஸ் க்ளியரன்ஸ் முடிந்து சாமான்களுடன் உள்நாட்டு விமான நிலையத்திற்கு தனது மனைவியை அழைத்துச் செல்லும்படியும் கூறினார். அந்த நல்லவர்கள் தங்களால் 'இயலாது' என மறுமொழி உரைத்தனர். எனினும் பெரியவாள் உதவியும் துணையும் இருக்கும் என்ற நம்பிக்கையுடன் தைரியமாய் பயணம் செய்யும்படி தன் மனைவியிடம் கூறி அவரை வழி அனுப்பினார்.

முன்ஏற்பாட்டின்படி காயத்ரி லாஸ் ஏஞ்சல்ஸ் விமான நிலையத்தை அடைந்த உடன், காயத்ரியின் மகளின் சினேகிதி வந்து அவரை அழைத்துச் சென்று உள்நாட்டு விமானத்தில் ஏற்றி விடுவதாக இருந்தது. ஆனால் விமான நிலையத்தில் காயத்ரி ஓரிடம், காத்திருக்க வந்த சினேகிதி வேறோர் இடம் இருவரும் சந்திக்க முடியாமல் போய் விட்டது. காயத்ரி பயந்துபோய் பெரியவாளை நினைத்து வேண்டிக் கொண்டார். எதிர்பாராத விதமாக ஒரு அன்பர் காயத்ரியைத் தேடிவந்து உங்களுக்கு எங்கு போகவேண்டும் என்று விசாரித்து காயத்ரியின் உடமைகளை Clear செய்து வாங்கி உள்நாட்டு விமானத்திற்கு அனுப்பி விட்டு அவரை அழைத்துக் கொண்டு, புறப்பட தயாராய் இருந்த விமானத்தில் ஏறுவதற்காக காத்திருந்தவர்களுடன் சேர்த்து விட்டு, தன் பணி முடிந்தவராய் அகன்றார்.

San Jose விமானத்தில் இடம் வேண்டி பல பயணிகள் காத்திருந்தனர். அதில் ஒருவராய் காயத்திரியும் நிற்க, அருகில் வந்த அதிகாரி ஒரே ஒரு இடம் மட்டும் விமானத்தில் இருப்பதால் காயத்ரியை மட்டும் ஏறிக் கொள்ளச் சொன்னார். அவரும் மிக்க மகிழ்ச்சியுடன் சென்றார். இதில் ஒரு சுவாரஸ்யம் என்னவென்றால் சென்னையில் உதவமுன் வராத தம்பதிகள் இதே விமானத்தில் பயணம் செய்ய காத்திருந்து இடம் கிடைக்காமல் போய்விட, அவர்களுக்கு முன் காயத்ரியை பிரயாணம் செய்ய வைத்தது ஸ்ரீ மஹாபெரியவாள் திருவிளையாடல்.

San Jose சென்ற காயத்ரி தன் மருமகனும், மகளும் வந்து தன்னை அழைத்துப் போவார்கள் என்று விமான நிலையத்தில் காத்திருந்தார். நேரம் கடந்தும் ஒருவரும் வராததால் கவலை கொண்டார். சென்னையில் தன் கணவருக்கு தொலைபேசியில் தொடர்பு கொண்டு விவரம் சொன்னார். கவலை கொண்ட கணவர் தவிக்க, அங்கு தாயார் வராதது கண்ட மகள் கவலையுடன் சென்னைக்கு போன் செய்ய, ஸ்ரீதர் விவரம் சொன்னார். மகளும், மருமகனும் உடனே கிளம்பி விமான நிலையம் வந்து அமைதியாய் “தெய்வத்தின் குரல்” படித்துக் கொண்டிருந்த காயத்ரியைக் கண்டு

இல்லம் அழைத்துச் சென்றனர். இப்படி இக்கட்டான சமயத்தில் கூட மனம் தளராத நிலை பிரம்மஞானியான பெரியவாள் பக்தர்களால் மட்டுமே சாத்தியமாகும்.

ஸ்ரீதர் ஒரு தடவை தன் நண்பருடன் தாம்பரத்தில் இருந்து திருவாரூர் செல்ல ரயிலில் டிக்கெட் Reserve செய்ய அது Waiting list ல் இருந்தது. நண்பர் PNR நம்பரை, தெரிந்த ரயில்வே அதிகாரியிடம் கொடுத்து Confirmationக்கு சிபாரிசு செய்யலாம் என கூறினார். அதை மறுத்த ஸ்ரீதர் "கவலை வேண்டாம் நமக்கு சிபாரிசு செய்ய பெரியவாள் இருப்பார்" என நம்பிக்கையுடன் சொன்னார். பிரயாணத்திற்கு முன்னர் Waiting List-ல் இருந்து RAC-க்கு இவர்கள் பெயர் வந்தது. அதனால் இருவரும் உட்கார்ந்து கொள்ள இடம் கிடைத்தது. உடன் வந்த நண்பர் ஸ்ரீதரிடம் பரிகாசமாக "என்ன பெரியவாள் சிபாரிசு இவ்வளவு தானா" என வினவ, அப்போது எதேச்சையாக அருகில் இருந்த பயணி ஒருவர் ஸ்ரீதரிடம் வந்து "நாங்கள் 6 பேர் பிரயாணம் செய்கிறோம். எங்களுக்கு படுக்கை வசதி இரண்டு பெட்டிகளில் இருக்கிறது. நீங்கள் இருவரும் அடுத்த பெட்டியில் உள்ள எங்களுடைய

இரண்டு படுக்கையில் படுத்துக் கொண்டால் நாங்கள் இங்கு நண்பர்களுடன் சேர்ந்து பிரயாணம் செய்ய வசதியாக இருக்கும்" என்று கேட்டுக் கொண்டார். இன்ப அதிர்ச்சி கொண்ட ஸ்ரீதர் அந்த அன்பரிடம் "எங்களுக்கு படுக்கை வசதி கிடைக்கவில்லை, இருக்கை வசதி மட்டுமே உள்ளது" என்று கூறினார். நண்பர்களுடன் சேர்ந்து பிரயாணம் செய்ய வேண்டும் என்ற ஆவலில் அந்த அன்பர் "பரவாயில்லை... நாங்கள் Adjust செய்து கொள்கிறோம்" என்று கூறி ஸ்ரீதரையும் பரிகசித்த நண்பரையும் தங்களுக்கு ஒதுக்கிய இடத்திற்கு அனுப்பி வைத்தார். படுக்கையில் ஏறி சுகமாய் படுத்துக் கொண்ட நண்பரைப் பார்த்து ஸ்ரீதர் "பார்த்தீரா! பெரியவாள் சிபாரிசின் பலனை. இப்போது என்ன சொல்கிறீர்?" என்று கேட்டு சந்தோஷமாக சிரித்தார். இப்படித்தான், நடக்கவே இயலாது என்பது கூட எளிதாக நடந்து விடும்பெரியவாள் அருளால்.

நம்பும் அடியார்கள் வாழ்க்கைப் பயணத்திற்கு துணை புரியும் அந்த கருணைத் தெய்வத்திற்கு இந்தப் பயணங்களுக்கு அருளுவதா பெரிய காரியம்?

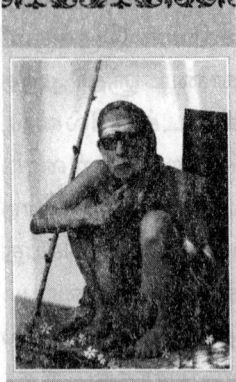

"அழிஞ்சில் விதை எப்படித் தாய் மரத்துடனேயே ஒட்டிக் கொள்கிறதோ, ஊசி எப்படி காந்தத்தால் கவரப்படுகிறதோ, பதிவிரதை எப்படி தன் பதியின் நினைவிலேயே ஆழ்ந்திருக்கிறாளோ, கொடி எப்படி மரத்தைத் தழுவி வளர்கிறதோ, நதி எப்படி சமுத்திரத்தில் கலக்கிறதோ, அப்படி பசுபதியின் பாதாரவிந்தங்களில் எக்காலமும் மனத்தை அமிழ்த்தியிருப்பதுதான் பக்தி என்று, சங்கர பகவத்பாதாள் பக்தியின் லக்ஷணத்தை சிவானந்த லஹரியில் வர்ணித்திருக்கிறார்."

17

அலகிலா விளையாட்டு

கருணைக் கடல் ஸ்ரீராமுலுவைப் பார்த்து "உனக்கு என்ன குறை? என்னிடம் சொல்" என்று பரிவோடு கேட்க அவரும் தன் பெண்ணுக்கு கல்யாணம் தடைபட்டு போவதாகவும் தன்னால் காலாகாலத்தில் திருமணம் செய்து வைக்க இயலாததையும் வேதனையுடன் சொன்னார். அதற்கு நடமாடும் தெய்வம் "கவலைப்படாதே. நீ வீட்டுக்குப் போ, கல்யாணம் நடக்கும்" என்று ஆசி கூறி அனுப்பி வைத்தார்.

பெரும் பாரம் இறங்கிய நிம்மதியில் ஸ்ரீராமுலு தன் நண்பரோடு ரயில் ஏறி குண்டக்கல் வந்து இறங்கினார். அந்த ரயிலில் உடன் பிரயாணம் செய்த தம்பதி, ஸ்ரீராமுலுவிடமே அவர் வீட்டு விலாசத்தைக் காட்டி "இந்த இடம் எங்கு உள்ளது?" என்று கேட்க, உடன் வந்த நண்பர், "இவர்தான் ஸ்ரீராமுலு. எதற்கு அவர் விலாசம் தேடுகிறீர்கள்?" என்று கேட்டார். அவர்களோ தங்கள் பையனுக்கு இவர் பெண்ணை மணம் முடிக்கலாம் என்று வந்திருப்பதாகக் கூறினர் ஸ்ரீராமுலுவுக்கு ஆனந்த அதிர்ச்சி. ப்ரார்த்தித்து விட்டு வீடு திரும்புவதற்குள் ஸ்டேஷனிலேயேவா அருள் வந்து நிற்கும்!

ஸ்ரீராமுலுவால் நம்பவே முடியவில்லை. பிறகு என்ன! சம்பந்தியுடனேயே வீடு வந்து

பெண் பார்த்து மனம் ஒத்து திருமணமும் ஆகி, இப்பொழுது புத்ர பௌத்ராதிகளுடன் அமோகமாக இருக்கிறார்கள்.

ஸ்ரீராமுலுவின் மற்றொரு நண்பர் ராமஸ்வாமி அய்யர். ரயில்வேயில் பணியாற்றியவர். ரேணி குண்டாவில் அவர் பணியிலிருந்த பொழுது மஹான் செய்த அருள் விளையாட்டையும் பார்க்கலாம்:

ராமஸ்வாமி சக ஊழியர்கள் உதவியுடன் ரேணிகுண்டா ரயில்வே காலனியில் வினாயகர் கோயில் ஒன்றை கட்டினார். அதில் நவக்கிரக பிரதிஷ்டை செய்யும் பொருட்டு யந்திரம் வேண்டி ஸ்ரீமடத்தில் விண்ணப்பித்தார். ஸ்ரீஜயேந்திரர் அவர்களும் ப்ரதிஷ்டைக்கு நாளும் குறித்துக் கொடுத்து, தான் தில்லியில் யாத்திரையில் இருப்பதால் அங்கு வந்து யந்திரம் வாங்கிச் செல்லும்படியும் ஆணையிட்டார். அதன்படி ராமஸ்வாமி தில்லி செல்ல ஏற்பாடு செய்து கொண்டார். பிரயாணத்தின் முதல் நாள் ராமஸ்வாமியின் சகோதரரிடமிருந்து தந்தி வந்தது, அதில் சகோதரரின் மகன் ஸ்ரீனிவாசன் சாலை விபத்தில் அடிபட்டு 'சீரியஸ்' ஆக திருச்சி ஆஸ்பத்திரியில் இருப்பதாகவும் உடனே

புறப்பட்டு வரும்படியும் விவரமிருந்தது. அதுகண்டு அதிர்ச்சியுற்ற ராமஸ்வாமி என்ன செய்வது என்று தெரியாமல் தவித்தார். ஒருபுறம் தான் தில்லி சென்று யந்திரம் வாங்கிவரா விட்டால் கும்பாபிஷேகமே நின்று விடும் நிலை. மறுபுறம் அடிபட்டு உயிருக்கு போராடும் சகோதரன் மகனை பார்க்கச் செல்லாவிட்டால், குடும்ப வருத்தத்திற்கு ஆளாக வேண்டும்! இரண்டில் எதை செய்வது என்று புரியாமல் குழப்பினார்.

இந்த இக்கட்டான சூழலில், வீட்டில் உள்ள பெரியவர்கள் அறிவுரைப்படி உடனே தேனம்பாக்கம் சென்று நடமாடும் தெய்வத்திடம் முறையிட்டு அவர் உத்தரவுப்படி நடக்கலாம் என்று தீர்மானித்து, பெரியவரின் சந்நிதி வந்தார். மஹானோ மௌன விரதமிருக்க, அருகில் உள்ளவர்கள் ராமஸ்வாமியை விசாரித்து கனிவுடன் கருணாமூர்த்தி திருச்செவியில் விவரம் தெரிவிக்க மஹானோ “நீ டெல்லிக்குப் போ. குழந்தைக்கு ஒன்றும் ஆகாது” என்று திருவாய் மலர்ந்தருள மனத்தெம்பு அடைந்த ராமஸ்வாமி தெய்வத்தின் ஆணைப்படி ‘ஈஸ்வர கைங்கர்யமே பெரிது’ என்று தில்லி சென்று ஸ்ரீஜயேந்திரரிடம் யந்திரங்களை பெற்றுக் கொண்டு, மற்ற விவரங்களை அங்கும் தெரிவித்து பெரியவர் உத்தரவினாலேயே இங்கு வந்ததாகக் கூறினார். அவரும் ஆறுதல் கூறி ப்ரசாதம் தர, ஊர்வந்த ராமஸ்வாமி ப்ரசாதத்துடன் திருச்சி சென்று மருத்துவமனையிலிருந்த சீனுவாசனிடம் சேர்த்தார். நிலைமை இன்னும் மோசமாகத்தான் உள்ளது. எப்பொழுது என்ன ஆகும் என்று நிச்சயமாக சொல்ல இயலாது என்று மருத்துவர்கள் கூறி இருந்தனர். ஆனால் ப்ரசாதம் தன் அருள் வேலையை செய்தது. மறுநாள் குழந்தை எழுந்து உட்கார்ந்து பேசவே ஆரம்பித்து விட்டான். அதைக் கண்ட குடும்பத்தார்கள்

மட்டுமின்றி மருத்துவர்கள் மற்றும் மருத்துவமனையே பிரமித்து நின்றது.

இது போன்ற பேரதிசயம் நடமாடும் தெய்வத்தின் ஆணையாலன்றி வேறெதால் நிகழும்? அந்த சீனுவாசனே இன்று குழந்தை குட்டியுடன் திருச்சியில் ஆரோக்யமாய் சௌக்யமாய் இருக்கிறார். இப்படி ஒரு பேசும் தெய்வம் நமக்கிருக்க என்ன கவலை!

சென்னை ஸம்ஸ்க்ருத கல்லூரியில் பெரியவாள் முகாமிட்டிருந்த காலத்தில் திருச்சியிலிருந்து ஒரு பக்தர் தன்னுடைய வழக்கு விவகாரத்திற்காக வாரா வாரம் அவருடைய வக்கீலை பார்க்க வருவார். வக்கீலின் வீடு மயிலையில் நடுத்தெருவில் இருந்ததால் அங்கு வரும் போதெல்லாம் ஸம்ஸ்கிருத கல்லூரிக்குப் போய் நடமாடும் தெய்வத்தை தரிசிப்பதை வழக்கமாகக் கொண்டிருந்தார். ஆனால் ஒரு தடவை அவசரமாக வக்கீல் வீட்டுக்குச் செல்ல வேண்டி இருந்ததால் கருணைக் கடலை தரிசிக்க இயலவில்லையே என கண்ணீர் சொரிந்து வருந்தியபடி வக்கீல் வீட்டுக்குச் சென்றார். அங்கே காத்திருந்தது நடமாடும் தெய்வம். தன் திக்விஜயத்தில் அன்று நடுத்தெரு சென்று வக்கீல் வீட்டு வாயிலில் பூர்ணகும்ப மரியாதையை ஏற்றுக்கொண்டு அருள்பாலித்துக் கொண்டிருந்ததுதான்.

அவர் போக வேண்டிய வீட்டு வாயிலில் காத்து இருந்த தெய்வத்தைக் கண்ட அன்பர் மனம் எப்படி ஆனந்தம் அடைந்திருக்கும்! வாரம் தவறாமல் தன் இருப்பிடம் வந்து தன்னை தரிசித்த பக்தர் வர இயலாத தருணத்தில் அவருக்காக ஓடிவந்து அவர் இருக்குமிடத்தில் தரிசனம் தந்து அருளுவது என்பது அவருக்கே உரிய அன்பின் வெளிப்பாடு.

தன்னையே பரிபூரணமாக நம்பும் அடியவர்களுக்கு அருளுவதே அவரது முழுநேர வேலை. பெரியவாள் பக்தர் மண்டலத்தில் ஒருவர் படப்பாட்டி என்று அறியப்பட்ட செல்லம்மா பாட்டி. இளம் வயதில் கணவரை இழந்து நடமாடும் தெய்வமே

கதியென வாழ்ந்த உத்தமி. மதுரையைச் சார்ந்த இந்த பக்தைக்காக பெரியவாள் புரிந்த அருள் மகத்தானது.

ஒரு சமயம் பாட்டி தன் பக்கத்து வீட்டில் வசிக்கும் துரைசாமியின் மனைவி பூஜை செய்வதை அறிந்து அங்கு சென்றார். அந்த பெண் அரசமரத்திற்கு பூஜை, பிரதட்சணம் செய்து பெரியவா திருஉருவபடங்களை விநியோகித்துக் கொண்டிருந்தார். அப்போது பாட்டி பூஜையில் வைக்கப்பட்டிருந்த மஹானின் திருஉருவப் படத்தை பார்த்து ஆனந்தித்து தனக்கும் ஒரு படம் கொடுக்குமாறு வேண்ட அவள் "எல்லாம் வினியோகம் ஆகி விட்டது. இது ஒன்று தான் எங்கள் வீட்டு பூஜையில் இருக்கிறது" என்று கூற, ஏமாற்றத்துடன் வீடு திரும்பினார் பாட்டி. ஆனால் கருணைக்கடல் சும்மா இருக்குமா! அன்றே துரைசாமியின் மனைவி கனவில் வந்து பூஜையில் உள்ள படத்தை உடனே பாட்டியிடம் சேர்க்கச் சொல்லி உத்தரவிட்டார். அதன்படியே அந்த அம்மையார் செய்தார். அது முதல் அந்த திருஉருவப் படத்துடனேயே பாட்டியின் அன்பும், பூஜையும் தொடர்ந்தது. தன் உடமைகளை எல்லாம் அந்த மஹாதெய்வத்திற்கே அர்ப்பணித்தார் அந்தப் பாட்டி.

ஒருமுறை பாட்டி, மதுரை மீனாக்ஷிக்கு லட்சார்ச்சனை செய்து அதற்கு பூர்த்தியாக ஹோமம் செய்யும் தருவாயில் பசும் நெய் கிடைக்காமல் பரிதவித்த சமயம், அதுவரை பார்த்திராத நபர் ஒருவர் வந்து பசும் நெய் பாட்டிலைக் கொடுத்து ஹோமம் சிறப்பாக நிறைவேற உதவி செய்ததும் அவர் அருள் விளையாட்டே.

இதே போல் திருவாரூரில் மஹான் இருந்த சமயம் அவருக்கு பாத பூஜை செய்ய ஆவல் கொண்ட பாட்டி தன் அக்கா பிள்ளையிடம் ரூ. 200/- கடன் கேட்க, அந்த சமயம் அந்த அன்பரால் பாட்டிக்கு கடன் தந்து உதவ முடியாதுபோக, கண்ணீர் மல்க மனதில் பெரியவாளிடம் வேண்டிக் கொண்டே தன்னை அறியாமல் தூங்கினாள். கனவில் குட்டையான மனிதர் ஒருவர் வந்து "உனக்கு பணம் தானே வேண்டும் கட்டாயம் தருகிறேன்" என கூறி மறைய, திடுக்கிட்டு எழுந்த பாட்டி 'பகல்கனவு பலிக்காதே' என மீண்டும் பெரியவாளிடம் மானசீகமாக முறையிட ஆச்சரியம் நடந்தது. அவரது அக்கா பையன் ஓடிவந்து பாட்டிக்கு யாரோ மணி ஆர்டரில் பணம் அனுப்பியிருப்பதாக கூற, பணத்தைப் பெற்றுக் கொண்ட பாட்டிக்கு அதை அனுப்பியது யார் என்று இறுதிவரை புரியாத புதிராகவே இருந்தது.

"ஒவ்வொரு குடும்பத்திலும் உள்ள அனைவரும் மாலை வேளைகளில் வீட்டிலேயே ஒரு பத்து நிமிஷமாவது பகவன் நாமாக்களை பாடி பஜனை செய்ய வேண்டும். இதில் சாத்தியமில்லாத சிரமம் எதுவும் இல்லை. குடும்பத்தினர் எல்லோரும் பூஜை அறையில் அல்லது பூஜைக்கென்று தனி அறை இல்லாவிட்டால், ஒரு குத்துவிளக்கை ஏற்றி வைத்து அதன் முன் உட்கார்ந்து கீர்த்தனங்களைப் பாட வேண்டும்."

18

அலகிலா விளையாட்டு

"அறவாழி அந்தணன் தாள் சேர்ந்தாற்கல்லால் பிறவாழி நீத்தல் அரிது" என்று வள்ளுவப் பெருந்தகை சொல்வது போல் தர்மக் கடலான இறைவனின் திருவடியைப் பிடித்தவர்களுக்கே பிறவிச் சுழலில் இருந்து தப்பிக்க இயலும். அப்படிப்பட்ட இறைவனின் திருவடியை எப்படி எட்டிப்பிடிக்க இயலும்? இதற்கு விடை 'குருவின் திருவடியே இறைவன் திருவடி' என்ற உறுதியான நம்பிக்கை தான். இதை வலியுறுத்துவதுபோல் அருணகிரியாரும் 'ஈரமும், குரு சீர்பாத சேவையும் மறவாத' என்று குருவடியையும் அதற்குச் செய்ய வேண்டிய பூஜையையும் மறவாதிருக்க அருளுமாறு முருகனிடம் வேண்டுகிறார். இப்படி வேதசாஸ்திரம் முதல் மஹாஞானிகள் வரை அனைவரும் வேண்டுவது குருவின் திருவடியையும் அதன் சேவையையுமே. இதையேதான் வேண்டினார் பரமபக்த சிகாமணியான மாது ஸ்ரீ கனகா ராமஸ்வாமி.

நந்தனத்தில் வசிக்கும் இவரது பிறந்த வீடு, புகுந்த வீடு இரண்டு வீட்டாருமே ஸ்ரீகாஞ்சி காமகோடி பெரியவாளிடம் அளவிலா அன்பு கொண்டு பக்தி செய்து தொண்டு புரிபவர்கள். ஒரு சமயம் கனகா ராமஸ்வாமி

நடமாடும் தெய்வமான பெரியவாளின் பாதச் சுவட்டை சந்தனக் கலவையில் பதிவு செய்து தம் இல்லத்தில் வைத்து பூஜிக்க வேண்டும் என்று அவா கொண்டார். அதன்படி 20-9-1989ல் சுக்ல வருடம் புரட்டாசி மாதம் 4ஆம் தேதி க்ருஷ்ணபக்ஷ சஷ்டி திதி புதன்கிழமை கூடிய சுபதினத்தில் இரவு 9 மணி வாக்கில் காஞ்சியில் எழுந்தருளியிருந்த தெய்வத்திடம் சென்று, மணக்கும் சந்தனக் கலவையை தயார் செய்து ஒரு தட்டில் பரப்பி பக்தியோடு விண்ணப்பித்து சந்தனக்கலவை தட்டை முன்வைக்க, கருணைக் கடலான நடமாடும் தெய்வம் தன் திருப்பாதங்களை அந்த சந்தனக் கலவையில் வைத்து பாதச் சுவடுகளைப் பதித்து அருளினார். அகம்மகிழ்ந்த மாதரசி தன் இல்லம் வந்து மிக ஜாக்கிரதையாக அப்பாதச்சுவடை பாதுகாத்து வந்தார். பாதங்களின் மஹிமையை அப்பர் பெருமான் தன் தேவாரப் பதிகத்தில் விவரித்திருக்கிறார். "கண்டேன் அவர் திருப்பாதம் கண்டறியாதன கண்டேன்" என்றும், அப்படிக் கண்டதால் கஷ்டப்பட்டு நடந்து கயிலை செல்லாமலேயே கைலாச தரிசனம் கண்டதையும் அவர் விளக்கி உள்ளார். அதுபோல் காலால் நடந்து கயிலை செல்ல சக்தியில்லாத நம் போன்ற எளியவர்கள் 'கயிலை கண்டு' பேரின்ப வீடுபெறவே பரமேஸ்வரனின் நடமாடும் வடிவான பெரியவாள் தம் பாதச்சுவடை அருளினார் போலும்.

இப்படி, பாதச்சுவடு வந்து மூன்று மாதங்கள் ஆனதும் சோதனை ஆரம்பமானது. அடியார்களை சோதனைக்கும், வேதனைக்கும் உட்படுத்திபின் அருளுவது இறைவனின் குணம்.

தட்டில் பெரியவாள் பாதம் பதிந்த சந்தனக் கலவை ஈரம் காயக் காய வெடிப்பு ஏற்பட ஆரம்பித்தது. இதைக் கண்ட பக்தையின் மனம் ஒடிந்தது. ஏதோ பெரியவாளின் திருப்பாதத்திலேயே ஊனம் ஏற்பட்டது போன்ற தவிப்பு ஏற்பட்டது. எனவே அதை சரி செய்ய பல முயற்சிகள் செய்தும், பலரிடம் கேட்டும் ஒன்றும் சரிவரவில்லை. வைத்தீஸ்வரனான பெரியவாளின் பாதச் சுவடுக்கு வைத்தியம் செய்ய யாரால் இயலும்? எனவே வேறு வழியின்றி சொல்லொணா வேதனையுடன்

பாதச்சுவடு தட்டை பூக்களால் மூடி பத்திரப்படுத்தி எடுத்துக் கொண்டு மறுபடியும் காஞ்சி சென்றார். அங்கு கருணா மூர்த்தியான பெரியவாள் முன் சென்று தட்டை வைத்து கண்ணீர் மல்க மனதால் வேண்டி நிற்க, பெருந்தெய்வம், தான் அணிந்திருந்த வன்னி பத்திர மாலையை பாதச்சுவடு தட்டின் மீது போட்டு, திருவாய்மலர்ந்து அபயம் அருளினார். "பாதச் சுவடை, மாயவரம் வடக்கு ராமலிங்க முதலி தெருவில் உள்ள சீதாப்பாட்டி வேதபாடசாலையில் ப்ரதிஷ்டை செய்" என்று உத்தரவும் பிறப்பித்து அருளினார். எனினும் மனச்சுமை நீங்காமல் வீடு வந்த கனகாவிற்கு பெரும் வியப்பு உண்டானது. காரணம் காஞ்சி எடுத்துச் செல்லும் பொழுது பாளம் பாளமாய் வெடிப்புடன் இருந்த பாதச்சுவடு வீடுவந்து பார்த்தால் வெடிப்புகள் இன்றி கான்க்ரீட்டால் செய்தது போல் இணைந்து சரியாகி இருந்த அதிசயம்தான். பிறகு அப்பாதத்திற்கு நவரத்தினங்கள் பதித்து அணி செய்து சந்தனப் பேழையில் வைத்துப் பக்தர்களுடன் கூட சகல மரியாதைகளுடன் மாயவரத்திற்கு ப்ரதிஷ்டை செய்ய எடுத்துச் சென்றார். அதற்கு முன் பெரியவாளிடம் நடந்த அதிசயத்தைக்

காட்ட ஆவல் கொண்டு காஞ்சி வழியாகப் போய் பாதச்சுவடை அவர்முன் சமர்ப்பிக்க, கருணைக் கடலும் காலணி அளவு பார்ப்பது போல் தம் திருப்பாதங்களை மீண்டும் அதன் மீது வைத்து பார்த்து விட்டு, தன் தீர்த்த பாத்திரத்திலிருந்த நீரால் ஆசமனம் செய்து அந்த நீரை இடது பாதச்சுவடின் மேல்வார்த்துத் தர மனம் பதறியது கனகாவிற்கு. காரணம் காய்ந்த பாதச்சுவடில் நீர்பட்டு மீண்டும் வெடிப்பு வருமோ அல்லது அதன் மீது சுவாமிகள் ஏறி நின்றதால் அது கலைந்து விடுமோ என்பது தான். ஆனால் அப்படி எல்லாம் ஆகுமா! அருள் விளையாட்டில் கைதேர்ந்த மஹான் அல்லவோ நம் பெரியவர். பின்னர் வெகு விமரிசையாக 31-1-1990 ல் சுக்ல வருடம் தை மாதம் 18ஆம் தேதி வஸந்த பஞ்சமி, உத்திரட்டாதி நக்ஷத்ரம் சித்தயோகம் கூடிய சுபதினத்தில் பகல் 11 மணிக்கு பாதச்சுவடுகள் மாயவரம் சீதாப்பாட்டி வேதபாடசாலையில் ப்ரதிஷ்டை செய்யப்பட்டது.

இதன் பின் கனகா ஸ்வாமிகளுடைய பாதத்துடன் சேர்த்து அபய ஹஸ்தத்தையும் வைக்க ஆவல் கொண்டார். அன்பர்கள் அவர் காலைப் பிடித்தால் அவர் கைகொடுக்கத்தானே காத்திருக்கிறார். அதனால் பாதத்துடன் ஹஸ்தமும் இருப்பது தானே விசேஷம். அதன்படி மீண்டும் தட்டில் சந்தனக் கலவையுடன் காஞ்சி சென்று நடமாடும் தெய்வத்திடம் வேண்டினார். சந்தனக் கலவையில் அபயஹஸ்தமும், ஞானத்தைத் தரும் சின்முத்திரையும் வேண்டும் என்பது அவர் மன ஆவல். ஆனால் வாய் திறந்து சொல்லாமல் மானசீகமாகப் ப்ரார்த்தனைதான் செய்தார். உடனே அனாதரட்சகர் தனது வலதுகையை விரித்து சந்தனக் கலவையில் அபயஹஸ்தமாகப் பதித்து விட்டு அதன் அருகில் ஆள்காட்டி விரலையும் கட்டை விரலையும் பதித்து தர, அகம் மகிழ்ந்த பக்தை 'அபயஹஸ்தமாக வலது கரத்தை பதித்த தெய்வம் ஏன் மற்ற இருவிரல்களை தனி யாகப் பதித்தார். சின்முத்திரையில் ஆள்காட்டி விரலும் கட்டை விரலும் இணைந்து தானே இருக்கும். இங்கோ கட்டை விரலும் ஆள்காட்டி விரலும் தனித்தனியாய் இருக்கிறதே, இது என்ன முத்திரை?' என எண்ணிக் கொண்டு வீடு வந்து பார்த்தால் என்ன

அதிசயம்! காஞ்சியில் சந்தனக் கலவையில் தனித்தனியாய் பதிந்திருந்த கட்டை விரலும் ஆள்காட்டிவிரலும் இணைந்து சின்முத்திரையாய் மாறி இருந்தது.

பிறகு அந்தக் கரமலருக்கும் அணி மணிகள் இழைத்து பெரியவாளின் உத்திரவுப்படி மாயவரம் சீதாப்பாட்டி பாடசாலையில் ஆங்கீரஸ வருடம் சித்திரை மாதம் சுக்ல பக்ஷபஞ்சமி திதி, குருவாரம், திருவாதிரை நட்சத்திரம் கூடிய ஸ்ரீசங்கர ஜெயந்தி சுப தினத்தில் அதாவது 7-5-1992 ஆம் நாள் ப்ரதிஷ்டை செய்யப்பட்டது.

இப்படி கால்வண்ணம், கை வண்ணம் காட்டிய கண்கண்ட தெய்வம் பெரியவாள்.

19. அலைகிலா விளையாட்டு

"உயர்ந்த எண்ணம் வளர்ந்து வளர்ந்து பல வடிவங்களாக உருவெடுக்கின்றன. சிஷ்ய ரூபமாக, தியாக ரூபமாக, சேவை ரூபமாக, தான ரூபமாக வெளிப்படுகிறது. இந்த உயர்ந்த எண்ணம் மிகவும் உயர்ந்து, விரிந்து எடுத்துக்கொள்கிற உருவமே எல்லா உயிர்களிடமும் அன்பு. உலகம் முழுவதும் ஒன்றாகிவிட வேண்டும் என்று எண்ணுகிற அன்பில் பிறப்பதே, மிகப் பெரிய பண்பாடு."

முக்காலமும் உணர்ந்த ப்ரம்ம ஞானியான ஸ்ரீ மஹா பெரியவாளின் அருள் வலையில் சிக்குண்ட அதிர்ஷ்டசாலிகளில் ஒருவர்தான் T.V. சுவாமிநாதன். திருவனந்தபுர வாசியான இவர் சென்னை அகில இந்திய வானொலி நிலையத்தில் பணிபுரிந்து கொண்டிருந்தார். பெரியவாள் சென்னை ஸம்ஸ்கிருத கல்லூரியில் முகாம் இட்டிருந்த போது, தினமும் சுவாமிநாதன் தரிசனத்திற்கு வருவார். அவ்வாறே ஒருநாள் தரிசனம் செய்து கொண்டு நிற்கையில், மடத்தில் பணிபுரிபவருக்கும் தரிசனத்திற்கு வந்த ஒருவருக்கும் ஏதோ வாக்குவாதம் வலுத்துக் கொண்டிருந்தது. தரிசனத்துக்கு வந்தவரைப் பார்த்து அந்த சிப்பந்தி "என்ன கத்துகிறீரே? நீர் என்ன பெரிய கலெக்டரா?" என்று கடிந்து கொள்ள, அருகில் அமைதியாய் அமர்ந்திருந்த பெரியவா அந்த சிப்பந்தியிடம் "ஏன் கலெக்டர்ன்னா கத்தணுமா என்ன? அதோ நிற்கிறாரே அவர் மாதிரி கத்தாத கலெக்டர் இருக்க மாட்டார்களா என்ன?" என்று சுவாமிநாதனை சுட்டிக்காட்டிச் சொன்னார். உடனே சுவாமிநாதன் வானொலி நிலையத்தில் பணிபுரியும் என்னை 'கலெக்டர்' என்று ஏன் தவறாக குறிப்பிடுகிறார் என்று

ஐயம் கொண்டு தான் கலெக்டர் இல்லை என்றும், தான் 'ஆல் இன்டியா ரேடியோ'வில் பணி புரிபவர் என்றும் கூறினார். ஆனால் தெய்வ வாக்கின் பொருள் மறுநாளே செய்தித்தாள் வழியாக வெளிப்பட்டது. மஹான்கள் வாயில் என்றுமே தவறு வெளி வராது. அவர்கள் நடந்திராததை சொன்னாலும் உடனே அது நடந்து விடும். சத்தியசந்தர்கள் வாய்ச்சொல் விசேஷம் அதுதான்.

ஓரிரு நாட்களிலேயே செய்தித்தாளில் I.A.S. Exam. எழுத போதுமான விண்ணப்பங்கள் வராததால் வயது வரம்பை உயர்த்தி, விளம்பரம் செய்யப்பட்டிருந்தது. இதைப் பார்த்த சுவாமிநாதனுக்கு இன்ப அதிர்ச்சியாய் இருந்தது. ஏனெனில் அவருக்கு I.A.S. எழுதி கலெக்டர் ஆக வேண்டும் என்ற ஆவல் நிறைய உண்டு. ஆனால் வயது வரம்பு தடையாக இருந்ததால் விண்ணப்பிக்க இயலவில்லை. ஆனால் இப்பொழுது வயது வரம்பு உயர்த்தப்பட்டு இருந்ததால் அவருக்கும் விண்ணப்பிக்க தகுதி ஏற்பட்டு விட்டது. அவரும் அதற்கான படிவத்தை உடனே வாங்கினார். ஆனால் 90 இடங்களுக்கு 25000 விண்ணப்பங்கள் குவிந்திருப்பதாக வந்த விவரத்தை அறிந்த சுவாமிநாதனின் நம்பிக்கை மீண்டும் குலைந்தது. 25000 பேரில் தனக்கு எப்படி கிடைக்கும் என்ற அவநம்பிக்கையால் விண்ணப்பிக்காமல் இருந்தார். அந்த சமயம் தில்லியிலிருந்து தரிசனத்திற்கு வந்திருந்த உயர் அதிகாரி C.S. ராமச்சந்திரன் என்பவரிடம் பெரியவாள் சுவாமிநாதனைப் பற்றிக் கூறி "அவரை ஐ.ஏ.எஸ். தேர்வுக்கு அப்ளை செய்யச் சொல்லு" என உத்தரவிட, அவரும் அதே போல சுவாமிநாதனிடம் சென்று பெரியவாள் கட்டளையைச் சொன்னார். சுவாமிநாதன் அதைச் சிரமேற் கொண்டு விண்ணப்பித்தார். தேர்வு எழுதிய 25000 பேரில் 1000 பேர் தேர்ச்சி பெற்றனர். அந்த ஆயிரத்தில் ஒருவராய் இருந்தார் சுவாமிநாதன். இந்த நிலையிலும் அவர் முழு நம்பிக்கை இல்லாமலேயே நேர்முக தேர்விற்கு செல்ல, அங்கும் குருவருள் துணை இருந்து அதிசயம் செய்தது. அந்தத் தேர்வில் வெற்றி பெற்ற 90 பேரில் ஒருவராக அவரும் தேர்ந்தெடுக்கப்பட, மிகவும் மனம் நெகிழ்ந்தார் அன்பர். சர்வேஸ்வரராகிய பெரியவாள் ஒன்று

தீர்மானம் செய்து விட்டால், அதை மாற்ற யாராலும் இயலுமா? சுவாமிநாதனின் அன்பிற்கும், அடக்கத்திற்கும் பரிசாய் அவரை கலெக்டர் ஆக்குவது என்று பெரியவாள் தீர்மானித்து விட்ட பிறகு மற்ற தடைகள் எல்லாம் தானே விலகாதா! இப்படி தன் பக்தன் ஐ.ஏ.எஸ். தேர்வு எழுதி கலெக்டர் ஆகப்போவதை முன்னறிவிப்பது போல்தான் அன்று "இவர் போல் கத்தாத கலெக்டர் இருக்கமாட்டார்களா?" என்று வினவியது. இத்துடன் அதிசயம் முடிந்துவிடவில்லை அதிசய அருவி அல்லவா நம் காஞ்சி மஹான்! பிறகு நடந்தது என்ன? அதையும் பார்க்கலாம்.

சுவாமிநாதனுக்கு பீஹாரில் Posting என்று ஆணை பிறப்பிக்கப்பட்டு கடிதம் வர, அவர் அதை எடுத்துக் கொண்டு மஹான் பாதங்களில் அர்ப்பணித்து பணிந்தார். மஹா ஸ்வாமிகள் "எங்கு Posting" என கேட்க, 'பீஹாரில்' என்ற உடன் "என்ன அந்த இடத்திற்கா? நான் உன்னை ஆதிசங்கரர் பிறந்த பூமியில் அல்லவா கலெக்டர் ஆக்கிப் பார்க்க ஆசைப்பட்டேன். அப்பொழுதுதானே நீ மடத்திற்கு நிறைய திருப்பணி செய்ய முடியும்" என்று கூற, வீடு சென்ற சுவாமிநாதனுக்கு மீண்டும் இன்ப அதிர்ச்சி காத்திருந்தது.

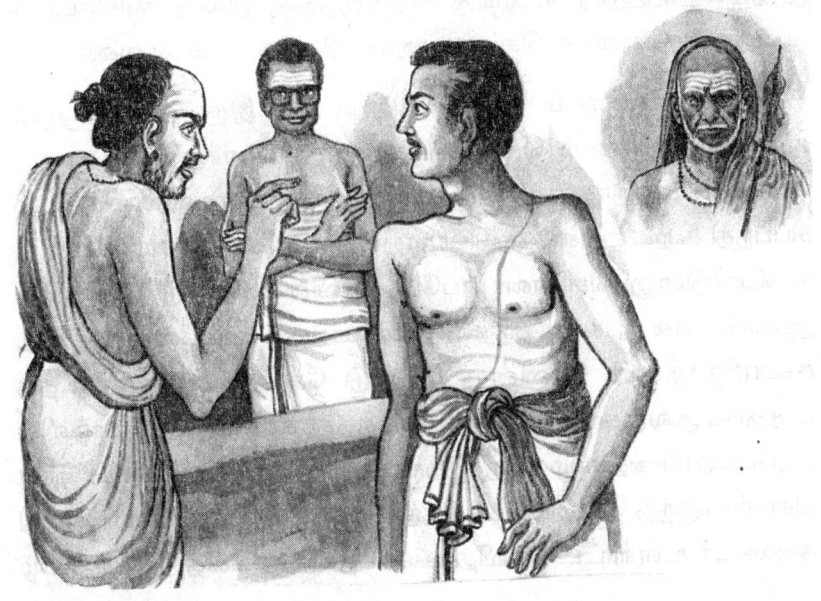

என்னவென்றால் பீகாரில் செய்திருந்த நியமனத்தை விலக்கி கேரளத்தில் Posting செய்து வந்திருந்த அரசு ஆணைதான். இதில் இருந்தே ப்ரம்ம ஞானிகள் எப்படி விரும்புகிறார்களோ அப்படித்தான் நடக்கும் என்பதும், அவர்கள் தீர்மானத்தை மீறி இயங்க எந்த சக்தியாலும் இயலாது என்பதும் விளங்குகிறது. இதேபோல் சங்கிலித் தொடராய் சுவாமிநாதன் வாழ்வில் மட்டுமே எத்தனை அருள் விளையாட்டு!

மதுரையில் பெரியவாள் முகாம் இட்டிருந்த பொழுது சப்-கலெக்டர் ஆக இருந்த சுவாமிநாதன் நண்பர்களுடன் சென்று அவரை தரிசனம் செய்து விட்டு அங்கேயே ஒருநாள் தங்கி இருக்க முடிவு செய்தார். இதை அறிந்த ஸ்வாமிகள் "ஒரு ஜில்லா-கலெக்டராக இருந்து கொண்டு இப்படி ஒரு சன்னியாசி பின்னால் சுற்றிக் கொண்டிருந்தால் பணிகள் என்னாவது" என்று கேட்டு விட்டு உடனே அலுவலகம் செல்லுமாறு அவருக்கு உத்தரவிட்டார். சப்-கலெக்டராக இருக்கும் தன்னை ஜில்லா கலெக்டர் என்கிறாரே என்று நினைத்தபடியே சுவாமிநாதன் அலுவலகம் சென்றார். அங்கு காத்திருந்தது ஜில்லா கலெக்டராக அவரை பிரமோஷன் செய்து அனுப்பியிருந்த அரசு ஆணை.

இவர் ஏலக்காய் Board Chairman ஆக இருந்த பொழுதும் ஒருமுறை தரிசனம் செய்ய வந்திருந்தார். "ஏலக்காய் போர்டு சேர்மன் சுவாமிநாதன் வந்திருக்கிறார்" என்று மஹா ஸ்வாமிகளிடம் சிப்பந்தி கூற, "என்ன? எப்பொழுதும் ஏலம் போர்டு, காபி போர்டு, டீ போர்டுன்னு சொன்னா எப்போ ரெவின்யு போர்டு சேர்மன்... ஆவாய்" என்று கூற அந்த தெய்வவாக்கும் உடனே பலித்தது. சுவாமிநாதனை ரெவின்யூ போர்டு சேர்மன் ஆக நியமித்த உத்தரவு அவருக்கு மறு நாள் கிடைத்தது. சுவாமிநாதன் வாழ்வில் படிப்படியாய் அதிசயம் நடந்ததற்கு நடமாடும் தெய்வத்திடம் அவர் கொண்டிருந்த திடமான பக்திதான் காரணம். ஐ.ஏ. எஸ். எழுதி கலெக்டர் உள்ளிட்ட பலவித உயர் பதவிகள் வகித்த இவர் தமிழ்

கவிஞரும் கூட. இவர் பெரியவாளின் பேரில் பல கவிதைகள் எழுதி இருக்கிறார்.

ஒரு முறை மஹா ஸ்வாமிகள் ஒரு விலை உயர்ந்த சால்வையை தன் திருக்கரத்தால் ஒரு அன்பரிடம் கொடுத்து அதை சுவாமிநாதனுக்கு போர்த்தும்படி ஆணையிட, மனம் நெகிழ்ந்த அன்பர் 'ஸ்ரீ பரமேஸ்வரர் கையால சாலவை பெற தனக்கு தகுதி இல்லை, என்று உருக, உடனே 'தகுதி இல்லேன்னா நான் கொடுப்பேனா' என்று கேட்க, சுவாமிநாதன் 'தகுதி பார்த்துக் கொடாமல் தாயிற் சிறந்த தயவினால் பெரியவா தந்த பரிசு', என எண்ணி உருகினார். அவருடைய பக்தர் என்பதே பெரிய தகுதிதான்.

"சத்தியத்தை சர்க்கரை பூசிய மாத்திரைகளாக்கித் தரவேண்டும். சர்க்கரை பூச்சுக்குத்தானே தவிர மொத்தமே சர்க்கரையாகி விடக்கூடாது. வெறும் இந்திரியங்களுக்கு மிகவும் ருசிக்கும் சமாசாரங்களில்தான் ஜனங்களுக்கு அதிக கவர்ச்சி இருக்கிறதென்று சொல்லிக்கொண்டு இவ்விதமே எழுதுவது சரியல்ல. நம்மையும் உயர்த்திக் கொண்டு, நம் வாசகர்களையும் உயர்த்த வேண்டும் என்கிற கடமை உணர்ச்சியைப் பத்திரிக்கையாளர்களும் எழுத்தாளர்களும் பெறவேண்டும்."

20

அலகிலா விளையாட்டு

ஸ்ரீ மஹாபெரியவாளிடம் எல்லையில்லா பக்தி கொண்டு அவர் பாதயாத்திரை செய்த இடங்கள் தோறும் சென்று தரிசிக்கும் பெரும் பாக்கியத்தை பெற்றவர்களுள் ஒருவர் நெய்வேலி பாலம் என்ற பக்தை. நெய்வேலியில் உத்யோகத்தில் இருந்த பாலம் வாரம் தோறும் ஞாயிற்றுக்கிழமை தவறாமல் பெரியவாளை தரிசனம் செய்வார். அவ்வாறு ஒருமுறை தரிசனத்திற்கு வந்த நெய்வேலி பாலத்திடம் பெரியவாள் ஒரு Inland Letter-ஐ கொடுத்து 'அந்த கடிதம் எழுதியிருந்தவரை நேரில் போய் பார்த்து விட்டு வரும்படி' உத்தரவிட்டார். பெரியவாள் தன்னையும் ஒரு பொருட்டாக மதித்து ஒரு கைங்கர்யம் செய்யும் பாக்கியத்தை அருளியதை எண்ணி அகம் மகிழ்ந்து அந்தக் கடிதத்தை பெற்றுக் கொண்டார் பாலம். கடிதம் எழுதியிருந்த மாது கரூர் என்ற தனது ஊரையும், பெயரை மட்டுமே அக்கடிதத்தில் குறிப்பிட்டிருந்தார். விலாசம் எழுதவில்லை. கடிதத்தில் அந்தப் பெண் தான் அரசாங்க உத்யோகத்தில் இருப்பதாகவும், இன்னும் திருமணம் ஆகவில்லை என்றும் உடன் ஒரு தம்பி மட்டும் இருப்பதாகவும், ஆனால் எதனாலோ தாங்க இயலாத அளவு சிரமப்படுவதாகவும்

எழுதியிருந்தார். இந்த விவரத்தைக் கண்ட பாலத்திற்கு திகைப்பாக இருந்தது. எப்படி தேடிப் பிடித்து, பார்ப்பது என்று விளங்கவில்லை. மேலும் பாலத்திற்கு கரூர் பற்றிய எந்த விவரமும் தெரியாது. ஆனால் பெரியவாள் உத்தரவு செய்ததால் எப்படியும் அந்தப் பணியை செய்ய வேண்டும் என்ற ஒரே உந்துதல் இருந்தது. இந்த மாதிரி விளையாடுவதில் நிபுணரான பெரியவாளை பற்றி நன்கு அறிந்திருந்த தைரியத்தால் இந்தக் கடினமான பணியை எடுத்துக் கொள்ள முன்வந்தார்.

ஸ்ரீகண்டன் என்ற பெரியவாளின் தொண்டர், பாலத்திடம் 'கரூரில் பெரியவாளின் பரம பக்தரான ஓர் ஆயுர்வேத மருத்துவர் இருப்பதாகக் கூறி அவர் விலாசத்தைக் கொடுத்து அங்கு சென்று விவரங்களைச் சொல்லும்படியும், அந்த வைத்தியரே கடிதம் எழுதிய பெண்ணைத் தேடிக் கண்டுபிடித்து தருவார்' என்றும் கூற கரூர் சென்ற பாலம் நேராக வைத்தியர் வீட்டை அடைந்து, தான் பெரியவாள் அனுப்பி வருவதாகக் கூற, முதலில் தயங்கிய மருத்துவர் பிறகு பாலம் கடிதத்தை காட்டிய உடன் அவரை நன்ருக உபசரித்தார். பிறகு விவரம் கேட்டுக் கொண்டு தான் எப்படியும் விசாரித்து அந்த பெண்ணைக் கண்டுபிடித்து

தருவதாகக் கூறி மதியம் ஒரு மணிவரை அனைத்து அரசாங்க அலுவலகங்கள், தனியார் நிறுவனங்கள் என எல்லாவற்றிலும் விசாரிக்க எந்தவித சாதகமான தகவலும் கிடைக்கவில்லை. செய்வதறியாது திகைத்த பாலம் தானும் சென்று தேடுவதாகக் கூறி மாலை 4 1/2 மணி வரை கரூர் வீதிகள் அனைத்திலும் அலைந்து தேடியும் சரோஜா என்ற அந்த மர்ம மாதைக் கண்டுபிடிக்க இயலாமல் மனம் தளர்ந்து, கருணாமூர்த்தியான பெரியவாளை நினைத்து வேண்டினார். அவர் இட்ட பணியை தன்னால் சரிவர செய்ய இயலவில்லையே, இது என்ன சோதனை என்று வருத்தத்தோடு திரும்பி வரும் வழியில் எதிரே வந்த ஒரு இளைஞரிடம் அந்தப் பெண் பற்றிய விவரத்தைக் கூறி 'அவரை தெரியுமா?' என வினவினார்.

நடந்தது ஆச்சரியம்! உடனே அந்தப் பையன் சரோஜாவைத் தனக்கு நன்கு தெரியும் என்றும், அவர் பணிபுரியும் அலுவலகம் அருகில்தான் இருப்பதாகவும், 5 1/2 மணி வரை அவர் அலுவலகத்தில் இருப்பார், உடனே சென்றால் பார்க்கலாம் என்றும் சொல்லி அவசரமாக பாலத்தை அழைத்துக் கொண்டு அந்த அலுவலகம் சென்று அந்த பெண்மணியை பார்த்து விவரம் தெரிவித்தான். அந்த பெண்மணியும் பெரியவாளின் எல்லையில்லா கருணையையும், கோடானுகோடி பக்தர்களில் ஒருத்தியான தனது கடிதத்தையும் மதித்து, இப்படி நேரில் ஆறுதல் சொல்ல ஒருவரை அனுப்பிய அந்தக் கரிசனத்தையும் கண்டு நெக்குருகினார். பாலமும் தன் திருப்பணி சுபமாய் முடிந்ததையும், பல இடங்களிலும் அலைந்து விட்டு இறுதியில் "எங்கிருந்தோ வந்தான்" என்று வழியில் சென்று கொண்டிருந்த ஒரு பையன் தனக்கு உதவியது பெரியவாளின் அருட்சித்து விளையாட்டே என அகம் மகிழ்ந்தார். பின்னர் காஞ்சி வந்து மஹானிடம் நடந்தவற்றைக் கூற அலகிலா விளையாட்டுடைய அவர் அதை அமைதியாய் கேட்டுக் கொண்டு புன்னகை செய்தார்.

பெரியவர் சதாராவில் இருந்த பொழுது தரிசனம் செய்யச் சென்றார். புனேயில் இறங்கி அங்கிருந்து மாற்றுப் புகைவண்டி

பிடித்து சதாரா செல்ல வேண்டும். புனே ரயில்நிலையத்தில் சதாரா வண்டிக்கு காத்திருந்தவர், வண்டி வர நான்கைந்து மணி நேரம் இருந்ததால் பெட்டியை தலைக்கு வைத்துக் கொண்டு ஓர் ஓரமாகப் படுத்தவர் கண் அயர்ந்துவிட்டார். இரவு 1 1/2 மணி வாக்கில் யாரோ ஒருவர் வந்து "என்ன இப்படி தூங்குகிறாய்? வண்டி கடைசி ஃப்ளாட்பார்மில் புறப்பட தயாரா இருக்கு. சீக்கிரம் எழுந்திரு" என்று எழுப்பி அவருடைய பெட்டியை எடுத்துக் கொண்டு Railway Line ஐ எல்லாம் தாண்டி அழைத்துப் போக, அவரைத் தொடர்ந்து பாலமும் ஓடினார். அவர் வண்டியில் பாலத்தை ஏற்றிவிட்டு பெட்டியையும் தர மறு நிமிடமே வண்டியும் கிளம்பி விட்டது. வந்தவரின் முகத்தைப் பார்த்து நன்றி சொல்லக் கூட நேரமில்லாத நிலை. அந்த நடு இரவில் உதவிக்கு ஓடிவந்தது யார்? ஆபத்பாந்தவரான காஞ்சி மஹானைத் தவிர வேறு யாராக இருக்க முடியும்!

மற்றொரு முறை கர்நாடகாவில் ஒரு குக்கிராமத்தில் மஹான் முகாமிட்டிருக்க அந்த இடத்தின் பெயர் கூட தெரியாத பாலம் அவரைப் பார்க்கத் துணிச்சலாகப் புறப்பட்டுச் சென்றார். பஸ் பயணம். ஓர் ஊரில் பேருந்து நிற்க அருகிலிருந்த ஒருவர் 'இங்கு தான் ஸ்வாமி ஜீ இருக்கிறார். இறங்கு' என தமிழில் சொல்ல, தான் யாரிடமும் எதுவும் கேட்காத பொழுது எப்படி இவர் சொன்னார் என்று ஆச்சர்யப்பட்டவாறே அங்கு இறங்கினார். தரிசனம் திவ்யமாக முடிந்தது. எல்லாம் திருவிளையாடல்தான். அந்த அருள் விளையாட்டை என்றும் ரசிப்போம்.

"இந்து மதம் மத மாற்றத்தை ஆதரிக்கவில்லை. ஜன்ம விமோசனத்தைத்தான் எல்லா மதங்களும் குறிக்கோளாக எடுத்துரைக்கின்றன. ஒருவன் தன்னுடைய மத போதனைகளை வழுவாமல் அனுசரித்து வந்தால், அதுவே அவனுக்கு விமோசனத்தை அளிக்கும் என்று நாங்கள் நம்புகிறோம். ஆகவே, ஒரு மதத்தைப் பற்றி புகழ்ந்து கூறவோ, மற்றொன்றை இகழவோ எந்த அவசியமும் இல்லை."

21

அலகிலா விளையாட்டு

கலியுக வரதன், கண் கண்ட தெய்வமாகிய ஸ்ரீ காஞ்சி மஹாபெரியவரின் மஹிமை, வானம் போல் பரந்து விரிந்த ஒன்று. அந்த மஹிமையாகிய வானத்தில் வைரம் போல் ஒளிரும் நட்சத்திரம் போன்றது அவரது அருள் லீலைகள். அந்த அருள் விளையாட்டில், பங்கு கொண்டவர் திருமதி சாந்தா. இந்த மாதரசி பெரியவாளை ப்ரத்யக்ஷ தெய்வமாய் வழிபட்டு வந்தவர். இவர் மஹா ஸ்வாமிகளை "பகவான், பகவான்" என்றே அழைப்பதால் "பகவான் மாமி" என்றே மடத்தில் அறியப்பட்டவர்.

ஒருசமயம் பௌர்ணமி அன்று பகவான் மாமி, வீட்டில் பூஜை செய்து நைவேத்ய ப்ரசாதமான பொங்கல், வாழைப்பழம் முதலியவற்றை அருகில் உள்ள அன்பர்களுக்கும், வீட்டில் உள்ள குழந்தைகளுக்கும் விநியோகம் செய்து விட்டு உறங்கினார். இவருக்கு மூன்று பெண்களும் ஒரு பிள்ளையும் உண்டு. அதில் மூன்றாவது பெண்ணான துர்கா, பூஜை முடியும் முன்பே உறங்கிவிட்டதால், ப்ரசாதம் தரவில்லை. ஆனால், மறுநாள் காலையில் எழுந்த உடனேயே தனக்கு ப்ரசாதம் ஏன் தரவில்லை என்று கேட்டு அழ ஆரம்பித்து விட்டாள்.

அதோடல்லாமல் உடனே வாழைப்பழம் வேண்டும் என்றும் அடம் பிடித்தாள். அவளை சமாதானம் செய்ய அன்னை சாந்தாவால் இயலவில்லை. குழந்தை மிகவும் பிடிவாதம் செய்தது. பழம் வாங்க கையில் காசு இல்லை. விவரம் புரியாமல் பிடிவாதம் பிடிக்கும் குழந்தையை சமாதானம் செய்ய இயலாமல் பேசும் தெய்வமான 'பகவானிடம்' முறையிட்டு மனம் உருகி வேண்டினார். அந்த சமயத்தில் அழுது கொண்டிருந்த குழந்தை துர்கா, அருகில் இருந்த மணிபர்சை பார்த்துவிட்டு அதைக் கையில் எடுத்து கொண்டு "நீங்கள் தராவிட்டால் பரவாயில்லை. நானே கடைக்கு போய் பழம் வாங்கி சாப்பிடுகிறேன்" என்று உற்சாகமாக பர்சைக் காட்டினாள். இதை பார்த்துக் கொண்டிருந்த அண்ணன் "போ போ. அந்தப் பர்சை எடுத்து கொண்டு போய் பழம் வாங்கு. அதில் நிறைய காசு இருக்கிறது" என்றான். பர்ஸ் காலி என்பதைத்தான் அவ்வாறு பரிகாசம் செய்தான். இதைக் கேட்ட குழந்தை துர்காவிற்கு மேலும் கோபம் அதிகமாகி பர்ஸை தூக்கி எறிந்தாள். கீழே விழுந்த பர்ஸிலிருந்து 'டங்க்' என்ற சப்தம் வந்தது. உடனே ஓடிப்போய் தூக்கி எறிந்த பர்சை எடுத்து திறந்து பார்க்க உள்ளே பெரிய கல்கண்டு கட்டி இருந்தது. சத்தத்திற்கு காரணம் அதுதான். அந்தக் கல்கண்டைக் கண்டதும் ஆச்சர்யமும் ஆனந்தமும் கொண்டு "ஐய்யா... எனக்கு உம்மாச்சி தாத்தா ப்ரசாதம் கொடுத்துட்டா" என்று கூறிக் கொண்டே கல்கண்டை சாப்பிட ஆரம்பித்தாள். தாய் சாந்தாவிற்கு ஒரேவியப்பு! காலிபர்சில் கல்கண்டு எப்படி வந்தது என்று தெரியவில்லை. மேலும் வீட்டில் கல்கண்டு கட்டியே வாங்கி வைக்காத பொழுது அது மாயமாக எங்கிருந்து வந்தது என்பது ஆச்சர்யம்! மஹா மாயனான பெரியவாளே குழந்தையை சமாதானம் செய்ய காலிபர்சில் மாயம் செய்து கல்கண்டை வரவழைத்தார் என உணர்ந்து கண்ணீமல்க மஹானின் திருஉருவப்படம் முன்பு மனம் உருகி நன்றி தெரிவித்தார். பின்னர் பெரியவாளின் அருள் விளையாட்டில் விளைந்த கல்கண்டு அது என்பதால், அதை குழந்தை துர்கா மட்டுமின்றி அனைவரும் ஆளுக்கு துளியாவது ப்ரசாதமாக சாப்பிட வேண்டும் என விரும்பி குழந்தையிடம் சென்று கேட்க, குழந்தையோ பிடிவாதமாக தரமறுத்து விட்டது. "எனக்குத்தான் உம்மாச்சி தாத்தா கொடுத்திருக்கா, நீங்க

எல்லோரும் ராத்திரியே ப்ரசாதம் சாப்பிட்டு விட்டீங்க... நான் தரமாட்டேன்" என்று கூறி தானே உண்டு விட்டது.

இரண்டு நாள் கழித்து குழந்தை துர்காவுடன் சாந்தா காஞ்சீபுரம் சென்று தவமலையை தரிசிக்க வரிசையில் நின்றார். ஒவ்வொருவராக அருள் பாலித்துக் கொண்டு வந்த மஹான் சாந்தாவின் அருகில் நின்ற குழந்தையை காட்டி "இவ தானே கல்கண்டுக் குட்டி" என வினவ, அதிர்ச்சியில் சிலைபோல நின்றார் சாந்தா. நடந்த எதையும் தான் சொல்லாத பொழுதே முக்காலம் உணர்ந்த ஞானி தங்கள் வீட்டில் நடந்ததை எப்படி அறிந்து தெரிவித்தார் என்பதுதான். பின்னாளில் துர்கா கவிதை, பாட்டு எழுதியது இந்த அருட்ப்ரசாதத்தால்தான்.

வாலாஜா பேட்டையில் நான்கு குழந்தைகளுடன் சாந்தா தனியாக வீட்டில் வசித்து வந்தார். கணவர் கேரளாவில் உத்தியோகமாக இருந்தார். இவர்கள் வீட்டுப் பால்காரர் தினமும் நடுஇரவில் இரண்டு மணிக்கே பால்கொண்டு வருவார். அவருக்காக கதவைத் திறந்து பால் வாங்குவார் சாந்தா. ஒருநாள் பால்காரர் அவரிடம் "எப்படி அம்மா இவ்வளவு பெரிய வீட்டில் ஆண் துணை இல்லாமல் குழந்தைகளுடன் தனியா இருக்கே... உனக்கு பயமாக இல்லையா?" எனக் கேட்டார். சாந்தா சிரித்து கொண்டே "எதற்கு பயப்பட வேண்டும்? இதோ வாசல்லேயே காவலுக்கு பகவான் இருக்காரே" என்று

பெரியவாள் படத்தை காட்டினார். வாசல் நிலைப்படி மேலேயே பெரியவரின் படம் மாட்டப்பட்டிருந்தது.

மறுநாள் மிகவும் தாமதமாக காலை எட்டு மணிக்கு வந்த பால்காரரை கடிந்து கொண்ட சாந்தா "ஏன் இத்தனை நாழி? குழந்தைகள் பள்ளிக் கூடத்திற்கு நேரமாகி விட்டதால், பால் சாப்பிடாமலே போய்விட்டனர். தினமும் நடு இரவில் பால் கொண்டு வரும் உனக்கு இன்று ஏன் தாமதம்?" என்று வினவினார். பால்காரர் சொன்ன பதில் மேலும் அதிர்ச்சியும், ஆச்சர்யமும் தருவதாய் இருந்தது.

"நான் தினமும் வருவது போல் இன்றும் அதிகாலை 2 மணிக்கு வந்தேன். முன் கேட்டை திறந்து கொண்டு பெல் அடிக்க வாயில்படி அருகில் வரும்போது அந்த இடம் முழுவதும் ஒரே வெளிச்சமாய் இருந்தது நிலைப்படி மேல் இருந்த படத்திலிருந்த பெரியவர் காட்சி கொடுத்தார். அதைக் கண்ட எனக்கு உடம்பு ஏதோ செய்தது. பயம் வந்துவிட்டது. அதனால், உள்ளே வரத் தயக்கப்பட்டு திரும்பிச் சென்று விட்டேன்" என்று கூறினார்.

இதை கேட்ட சாந்தா மஹான் படம் முன்பு சென்று தனக்கு அப்படி ப்ரத்யட்ச ஜோதி தரிசனம் தரவில்லையே என கண்ணீர் சிந்தி வருந்தினார். மேலும் அடுத்தமுறை காஞ்சிபுரம் செல்லும் போது பால்காரரையும் அழைத்துப் போய் தரிசனம் செய்து வைத்தார் சாந்தா. வெகுநாட்களாக குழந்தை பாக்கியம் இல்லாத பால்காரருக்கு மூன்று பிள்ளைகள் பிறந்தார்கள். அது முதல் பால்காரரும் பெரியவரின் பக்தர் ஆனார்.

"கடவுள் பக்தி, உண்மை பேசுதல் பிறருக்கு உதவி செய்வது போன்ற அடிப்படைக் கோட்பாடுகளில் மதங்களுக்கிடையே எந்த ஒரு வித்தியாசமும் இல்லை.

22

அலகிலா விளையாட்டு

மூக்காலமும் உணர்ந்த மஹாஞானியாகிய ஸ்ரீகாஞ்சி மஹாபெரியவரின் அதிசய விளையாட்டில் வழிபாடு இல்லாத இடத்தில்கூட மிக விமரிசையாய் வழிபாடு நடக்கும்படியும், ஆயிரக்கணக்கில் அன்பர்கள் சென்று தரிசிக்கும்படியும் ஆகியுள்ளது. அப்படிப்பட்ட அருள் விளையாட்டில் சில இதோ.

1927ஆம் வருடம் காசியாத்திரை செய்து கொண்டிருந்த நடமாடும் தெய்வம் தென்ஆற்காடு ஜில்லாவில் பண்ருட்டி பக்கம் தென்பெண்ணைக் கரையில் உள்ள 'வடவாம்பலம்' என்ற கிராமத்தை அடைந்தார். அங்கு வந்தது முதல், கிராமவாசிகள், அக்கம் பக்கம் உள்ள முதியவர்கள் என்று பலரிடமும் "இந்த கிராமத்தில் ஸ்ரீகாஞ்சி காமகோடி பீடத்தை 58 ஆவது பீடாதிபதியாக அலங்கரித்த ஸ்ரீமத் ஆத்ம போதேந்திர ஸரஸ்வதி ஸ்வாமிகள் ஸித்தி அடைந்த அதிஷ்டானம் எங்கிருக்கிறது? ஸ்ரீமடம் ஆவணம் இங்குதான் இருப்பதாக சொல்கிறது. ஆனால் இப்போது அந்த இடம் இருந்ததற்கான சுவடே தெரியவில்லையே உங்களில் எவருக்கேனும் தெரியுமா, கேள்விப்பட்டது உண்டா" என பலவிதத்திலும் விசாரித்ததில் பயன் ஏதும் கிட்டவில்லை.

இந்த நிலையில் அந்த புனித ஸமாதி இடத்தை எப்படியும் கண்டுபிடிப்பது என்ற ஸங்கல்பம் கொண்டது போல் அவ்விடத்தில் உள்ள வயல்கள், தோப்புகள் என பலவற்றையும் தானே நடந்து சென்று சோதிக்க ஆரம்பித்தார். ஒருநாள் காலையில் ஒரு வாழைத் தோப்பில் ஒரு குறிப்பிட்ட இடத்திற்கு வந்து, அந்த இடத்தை தோண்டிப் பார்க்கும்படி உத்தரவிட்டார். ஆனால் உடன் வந்த கிராம மக்கள் அங்கு ஸமாதி இருக்க வாய்ப்பில்லை என்று கூற, இருப்பினும் தான் சொல்லும் இடத்தை தோண்டி பார்க்கும்படி பணிக்க, மடத்தில் உள்ள குமாரமங்கலம் சாம்பமூர்த்தி என்பவர் மண்வெட்டி கொண்டு பெரியவர் காட்டிய இடத்தில் தோண்ட ஆரம்பித்தார். 10,15அடி தோண்டிய உடன் ஒரு அதிசயம் தென்பட்டது.

என்னவெனில் மண்வெட்டி பூமியில் ஒரு கபாலத்தில் தட்டுப்பட்டு அப்படியே நின்றது. உடனே தோண்டிக் கொண்டிருந்த சாம்பமூர்த்தி அவர்கள் "நிறுத்து, நிறுத்து... சதாசிவம், சதாசிவம்" என கத்திக் கொண்டு மூர்ச்சையாய் கீழே விழுந்தார். பெரியவர் இதுவே ஸமாதி ஸ்தலம் என்று கூறிவிட்டு உடனே முறைப்படி ஸமாதி அதிஷ்டானம் கட்ட ஏற்பாடு செய்யும்படி உத்தரவிட்டார். கூடியிருந்த அனைவரும் அதிர்ச்சியில் சிலையாக நின்றனர். எப்படி சர்வ சகஜமாக நேராக குறிப்பிட்ட இடத்திற்கு வந்து, அடையாளம் காட்ட முடிந்தது என வியந்தனர். திரிகால ஞானிக்கு இவையெல்லாம் பெரியதா! மயக்கம் தெளிந்த சாம்பமூர்த்தி அவர்கள் சொன்ன விவரம் மேலும் வியப்பூட்டியது. பெரியவாள் சொன்ன இடத்தில் தோண்ட ஆரம்பித்த உடனேயே அந்த பள்ளத்தில் சிறிய சன்னியாசி உருவம் தென்பட்டதாம், பள்ளம் ஆழமாக, ஆழமாக அந்த உருவமும் பெரியதாய் வளர்ந்து ஆகாயத்திற்கும் பூமிக்குமாய் காஷாயம் தண்டம், கமண்டலம், விபூதி, ருத்ராக்ஷம் இவைகளுடன் கோடி சூர்ய ப்ரகாசத்துடன் நின்றதாம். அவர் முன் பல வேத வித்துக்கள் உபநிஷத் பாராயணம் செய்து கொண்டிருக்க திடீரென அம்மஹான், முன்னால் இருந்த வேதியர்களிடம் "நிறுத்து, நிறுத்து... சதாசிவம், சதாசிவம்" என்று சொன்னாராம். தானும் அதையே சொல்லி பிறகு நினைவிழந்ததாகக் கூறினார். கி.பி 1638ல் ஸித்தியான அந்த

மஹானின் ஸமாதி ஸ்தலத்தை 289 வருடம் கழித்து நடமாடும் தெய்வம் சுட்டிக் காட்டினார் என்றால் என்ன ஞானதிருஷ்டி.

இதில் மேலும் குறிப்பிட வேண்டிய செய்தி யாதெனில் 289 வருடம் முன் ஸித்தி அடைந்து அவரை புதைத்த இடத்தில் தோண்டியபோது அவர் விஸ்வ ரூப தரிசனம் தந்து அருள் பாலித்தார் என்றால் அந்த மஹான் எப்படிப்பட்ட தபஸ்வியாக இருக்க வேண்டும்! இதுதான் காமகோடி பீட குருமணிகளின் மஹிமை. இந்த ஆத்மபோதேந்திர ஸரஸ்வதி ஸ்வாமிகள்தான் உலகம் அறிந்த நாமசித்தாந்தம் செய்த கோவிந்தபுரம் ஸ்ரீமத் பகவன் நாம போதேந்திர ஸ்வாமிகளின் குருநாதர் என்பது குறிப்பிடத்தக்கது. இடமும் தெரியாமல் வழிபாடும் இல்லாதிருந்த ஒரு மஹானின் அதிஷ்டானம் பெரியவாள் அருட்பார்வையால் செப்பனிடப்பட்டு நித்திய வழிபாடுகளுடன் அருள் பாலிக்கிறது என்பது இன்னும் சிறப்பு.

இருந்த இடம் தெரியாமல் மறைந்திருந்த பல புனித இடங்கள் நம் மஹா ப்ரபுவால் உலகறிய வந்துள்ளன. பத்மஸ்ரீ விருது பெற்ற தேவகோட்டை S.M. கணபதி ஸ்தபதியை ஒருமுறை காஞ்சிக்கு அழைத்த பெரியவர் காஞ்சியில் சில ஆலயங்களையும் பிறகு காமாட்சியையும் தரிசித்து விட்டு தன்னைப் பார்க்கும்படி உத்தரவிட்டார். காலையில் காஃபி மட்டும் அருந்திவிட்டுச் சென்ற ஸ்தபதி இரவு வரை குறிப்பிட்ட அனைத்து ஆலயங்களையும் தரிசித்து விட்டு நேரமாகிவிட்டதால், ஒரு சிவாலயத்தை மட்டும் விட்டு விட்டு காமாட்சி கோயில் சென்றார். கோயில் வாசலில் சிவப்பழமாய் நின்ற ஒரு சிறுவன் "சிவாலயத்தையும் தரிசித்து விட்டு பிறகு காமாட்சியைப் பார்க்க உத்தரவு, அதன் படி செய்யும்" என சொல்லி மாயமாய் மறைந்தது ஸ்தபதியை அதிர்ச்சியில் ஆழ்த்தியது. கணபதி ஸ்தபதி அதன்படி செய்துவிட்டு பிறகு பெரியவரை தரிசித்தார். அவரிடம் லிங்கப்பையர் தெருவில் உள்ள ஒரு குறிப்பிட்ட வீட்டின் பின்புறம் அகழ்ந்து பார்க்கும்படி பெரியவர் உத்தரவிட, ஸ்தபதி அதன்படி செய்ததும் வெளிப்பட்டவரே அனந்த பத்மநாபேஸ்வரர். அந்த ஆலயத்தில் நித்ய பூஜையுடன் இப்பொழுதும் அருள் பாலிக்கிறார் அதை செய்தவரும் நடமாடும் சிவபெருமானான பெரியவர்தான்.

23

அலகிலா விளையாட்டு

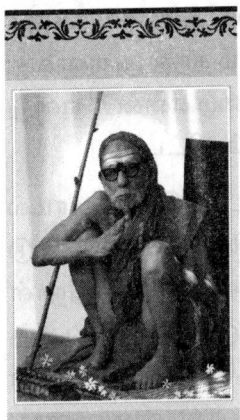

"சமய நூல்களில் கூறப்பட்டவைகளை உங்கள் கருத்துக்கேற்ப திரிக்காதீர்கள். அவைகளை சரியாகப் புரிந்து கொண்டு, பக்தி சிரத்தையுடனும், நம்பிக்கையுடனும் அதன்படி நடக்க வேண்டும். சாஸ்திரங்களில் விதிக்கப்பட்ட கடமைகளைச் முடிந்தவரை அல்ல, முழுமையாக செய்யுங்கள். சாஸ்திரத்தில் நமக்கு இடப்பட்டவைகள் நம்முடைய சித்தத்தை சுத்தப்படுத்தி பாபங்களைப் போக்கும்."

"அருட்ஜோதி தெய்வம் எனை ஆண்டு கொண்ட தெய்வம்" என்று வள்ளலார் கூறியபடி அடியவர்களை ஆட்கொண்டு அருளும் தெய்வம் காஞ்சி ஸ்ரீமஹாபெரியவர். அவர்தம் அருள் வலையில் கட்டுண்டு, காதலாகி கசிந்து கண்ணீர் மல்கி உருகும் அன்பர் பாலசந்திரன் பெற்ற அனுபவத்தைக் காணலாம். பெரியவரிடம் கைங்கர்யம் செய்த பெரும் பாக்கியவானான ராயவரம் திரு. பாலு அவர்களின் மருமான் திரு. பாலசந்திரன்.

பாலசந்திரனுக்கு இளம் வயதிலேயே குடும்ப பாரத்தை ஏற்கும் சூழ்நிலை. தந்தையை இழந்த இவருக்கு இரண்டு சகோதரிகள். எனவே கல்லூரிப் படிப்பை முடித்த உடனே, ஆடிட்டர் கம்பெனியில் உத்யோகம் செய்ய திருச்சியிலிருந்து சென்னை வந்தார். இவர் பெரியவரை சிறு வயதில் தரிசனம் செய்ததுதான். 15 வருடமாக நடமாடும் தெய்வத்தை தரிசிக்க இயலவில்லை. இது பெரும் குறையாய் பாலசந்திரனை வாட்டியது. அனைவருக்கும் காட்சி தந்து அருளும் கருணைத் தெய்வம் தனக்கு மட்டும் அருளவில்லையே என ஆராத குறை. இப்படி தினம் நினைந்து நினைந்து உருகும் பக்தர் ஒருநாள் மாலை 'கல்கி'யில்

மஹானின் மஹிமையை படித்து விட்டு "இப்படி அனைவருக்கும் அருள் செய்யும் உமக்கு எனக்கு மட்டும் தரிசனம் தந்து அருளுவது பாரமா? ஏன் இந்த பாராமுகம்? நான் செய்த பிழை என்ன?" என்று பலவாறு வருந்தி அழுது அப்படியே உறங்கியும் விட்டார்.

வீட்டில் இருந்தவர்கள் உணவுகூட உட்கொள்ளாமல் உறங்கியவரை எழுப்பி, முகம் வாடி கலங்கியிருப்பதைக் கண்டு காரணம் கேட்க, ஒன்றும் இல்லை என சமாளித்தார். மறுநாள் காலை வழக்கம் போல் அலுவலகம் சென்றார். முதல் நாள் நடந்த சம்பவங்களால் முகம் களையிழந்து காணப்பட, மேலதிகாரி "என்ன காரணம் ஏதேனும் குடும்பப் பிரச்சனையா" என வினவினார். "ஒன்றும் இல்லை" என சமாளித்தார் பக்தர். இதன் பிறகு மேலதிகாரி சொன்னது பாலசந்திரனை அதிர்ச்சி அடையச் செய்தது. என்னவெனில் ஷஹாபாத்தில் உள்ள பெரியவாளை சென்று தரிசித்து வர தான் டிக்கெட் ரிசர்வ் செய்திருந்ததாகவும், தவிர்க்க இயலாத காரணத்தால் செல்ல இயலவில்லை என்றும், அன்று இரவே கிளம்பும் ரயிலாதலால் Cancel செய்தாலும் நஷ்டம்தான் என்றும், பாலசந்திரனை அந்த டிக்கெட்டில் பயணம் செய்து மஹானை தரிசித்து வரும்படியும் சொன்னார். முதல்நாள் இரவு அழுததற்கு மறுநாள் காலையில் ரிசர்வ் செய்த டிக்கெட் மூலம் அழைப்பு வந்து விட்டது. நடமாடும் தெய்வம் தன் குறையை கேட்டு விட்டது, அருள் செய்யத் தொடங்கிவிட்டது என்று மகிழ்ந்தார். பாலசந்திரனுக்கு ஆசை மேலிட்டாலும் திரும்பிவர தன்னிடம் பணம் இல்லை என்பதால் 'தான் செல்லவில்லை' என்று மேலதிகாரியிடம் சொல்ல, அருகிலிருந்து இதை கேட்டுக்கொண்டிருந்த நண்பர் "என்ன பாலு! உன் குரு உன்னை வலிய அழைத்து அருளும் பொழுது அதை தட்டிவிடாதே. திரும்பிவர நான் பணம் தருகிறேன்" என்று கூறி சில 100 ரூபாய் நோட்டுகளை எடுத்து கையில் திணிக்க, பெரியவாளின் சங்கல்பம் இது என உணர்ந்தார். பணம், டிக்கெட் இரண்டையும் பெற்றுக் கொண்டு பிறகு தன் நண்பரிடம் 'தான் வாங்கிய தொகையை 10 மாதங்களில் திருப்பித் தர சம்மதிக்க வேண்டும்' என்று கூறி

மகிழ்ச்சியுடன் ரயில் ஏறி பிரயாணம் செய்து ஷஹாபாத்தை அடைந்தார்.

மொழி அறியாத இடத்தில் தனிமையில் எப்படி சென்று தரிசனம் செய்து திரும்புவது என்னும் பெருங்கவலை பாலசந்திரனுக்கு இருந்தது! டிக்கெட் ரிசர்வ் செய்து அழைக்கும் கருணை தெய்வம் மற்ற உதவிகளையும் செய்யாமலா இருக்கும். ஷஹாபாத்தில் இறங்கிய பாலசந்திரன் ஹிந்தி தெரியாததால் யாரிடம் பெரியவாள் தங்கியுள்ள இடத்தை விசாரிக்கலாம் என யோசிக்க, அதே வண்டியிலிருந்து இறங்கிய ப்ரதோஷம் வெங்கட்ராமய்யர் என்ற பக்தரை பார்த்தார். தமிழ்நாட்டவர் போல் தெரிகிறது அவரும் ஒருவேளை தரிசனத்திற்கு வந்திருப்பார் என எண்ணி அவரிடம் சென்று விசாரிக்க, அவர் வழிமட்டும் சொல்லாமல் பாலுவின் மருமகன் என்ற உறவைக் கேட்டு காரிலேயே அழைத்துச் சென்றார்.

தன்னுடைய நெடுநாளைய கனவு நினைவாகி எதிரில் சாக்ஷாத் பரமேஸ்வரனான பெரியவாளை கண்ணாரக் கண்டார் பாலசந்திரன். அதுவும் மஹாசிவராத்திரி புண்ணிய நாளில் சிவனை நேரில் தரிசித்தார். கண்கள் கடலாக நீர் சொரிய மஹானின்

கருணையை நினைத்து உருகினார். தன் குறைக்கு செவிசாய்த்து ரயில், கார் என எல்லாவற்றிலும் முன் ஏற்பாடு செய்தது போல் சௌக்யமாய் அழைத்து வந்து தரிசனம் தந்து அருளும் அந்த கருணை மலையைக் கண்டு எப்படி உணர்ச்சிப் பெருக்கில் இருந்திருப்பார் என்பதை விவரிக்க இயலாது. தன் ஆசை நிறைவேறி, மஹானின் அருளாசியுடன் ஊர் திரும்ப விடை பெற்றுக் கொண்டு பிரிய மனமின்றிப் புறப்பட்டார். திரும்பிச் செல்ல ரயிலில் டிக்கெட் வாங்க வேண்டும். ரிசர்வேஷன் கிடைக்குமா என இந்தியில் விசாரிக்க யாராவது உதவி செய்வார்களா என சுற்றும் முற்றும் பார்த்தார். பாங்க் ஆஃப் அமெரிக்காவில் பணிபுரியும் ராமன் என்ற பக்தர் பெரியவாளை தரிசித்து விட்டு சென்னை திரும்ப ரயிலுக்கு காத்திருப்பதாகவும் உடன் வர இருந்த ஒருவர் வராததால் அவர் டிக்கெட் தன்னிடம் இருப்பதால் அதிலேயே பயணம் செய்யும்படியும் தெரிவித்தார். அதிர்ந்து போனார் பாலசந்திரன். என்னே உன் கருணை! பக்தவத்சலன் என்றால் இவரன்றோ என உருகி ஊர்வந்து சேர்ந்தவர் நண்பர் கொடுத்த பணத்தை நன்றியுடன் திருப்பி தந்தார். நயா பைசா செலவில்லாமலும் எந்த வித முன்னேற்பாடும் இன்றி இவ்வளவு தொலைவு சௌகர்யமாய் அழைத்து தரிசனம் தந்து அருள முடியும் என்றால் அது காஞ்சி மஹானாகத்தான் இருக்க முடியும்.

தனது இரண்டாவது சகோதரிக்கு கல்யாணம் நிச்சயம் செய்தார் பாலசந்திரன். நகை, பாத்திரம், ஜவுளி என பலவற்றையும் தயார் செய்துவிட்டார். ஆனால் கல்யாணச் செலவு, சத்திரம், சாப்பாடு முதலியவற்றிற்கு யார் கொடுத்து உதவுவார்கள் என்று குழம்பிய நிலையில் நடமாடும் தெய்வத்தை தரிசித்து வர எண்ணி காஞ்சி சென்றார். தரிசனம் கிடைக்குமா என்ற அளவிற்கு அங்கே கெடுபிடி. எப்படியும் தரிசித்து விடலாம் என்று காத்திருந்தார். அந்த நேரத்தில் ஆசி பெற ஆந்திர அரசியல்வாதி ஒருவர் வந்தார். அவர் பெரியவரின் தீவிர பக்தர். அவருடன் அமர்ந்து ஸ்வாமிகள் உரையாடிக் கொண்டிருந்த போது பாலசந்திரன் ஒரு ஓரமாக நின்று

கொண்டிருந்தார். அந்த ஆந்திர பக்தர் வருடா வருடம் தன் நிலத்தில் முதலில் அறுவடை செய்த வருமானத்தை பெரியவர் ஆணைப்படி வேத பாடசாலைக்கு கொடுத்து விடுவார். இந்த ஆண்டு எந்த பாடசாலைக்கு கொடுப்பது என்று உத்தரவிடும்படி வேண்ட, கருணை மலை, எதிரில் நின்ற பாலசந்திரனை அந்த அன்பருக்கு காட்டி "இவன் தங்கைக்கு கல்யாணம். இந்த தொகையை அவனிடம் கொடுத்துவிடு" என உத்தரவிட தான் சொல்லாமலேயே இப்படியும் அருளா என உருகினார் பாலசந்திரன். கேட்காமலேயே தாய் போல் பரிவுடன் பார்த்துப் பார்த்து அருளும் அருள் தெய்வமன்றோ மஹா பெரியவர்!.

24. அலகிலா விளையாட்டு

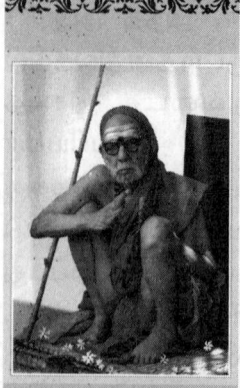

"ஆன்மீக விஷயங்களில் உள்ள கட்டுப்பாடு இராணுவத்திலுள்ள கட்டுப்பாட்டைவிட கடுமையானது. வாழ்க்கையின் குறிக்கோளை நாம் அடையவேண்டும் என்றால் ஒழுங்கு முறைகளுக்கு கட்டுப்பட்டுதான் ஆகவேண்டும். அவ்வாறிருந்தால் நாம் யாரிடமும் அச்சம் கொள்ளத் தேவை இல்லை. நம்முடைய வாழ்க்கைத் தூய்மை உலகோரின் மதிப்பையும் மரியாதையையும் பெற்றுத் தரும்."

"தெளிவு குருவின் திருவார்த்தை கேட்டல்" என்று திருமூலர் சொல்வார். குருவின் உபதேசமே மனத்தெளிவைத் தரும். தெளிந்த மனத்துடன் செய்யப்படும் செயல், பேசப்படும் வார்த்தை அனைத்துமே பயன் உள்ளதாய் இருக்கும். குருநாதரின் உபதேசங்கள் பலவகையிலும் பொருள் உள்ளதாய், பயன் உள்ளதாய் இருக்கும். இதை உறுதிப்படுத்தும் உண்மைச் சம்பவங்கள் இதோ.

புதுதில்லியில் காஞ்சி ஸ்ரீகாமாக்ஷி கோவிலை பாங்குற பராமரித்து பாதுகாத்துவரும் தொண்டர் திரு பொள்ளாச்சி கணேசன் அவர்கள். இவர் காஞ்சி பெரியவரின் மணியான உபதேசங்களான "பிடி அரிசி திட்டம், ஜீவாத்ம கைங்கர்யம், அனாதப்ரேத ஸம்ஸ்காரம்" இவற்றை சலிப்பின்றி செய்து வரும் உத்தமர். குருவின் உபதேசத்தை தலைமேல் தாங்கி தலைநகரில் தொண்டாற்றி வரும் இவருக்கு காஞ்சி மஹானின் அருள் விளையாட்டை அனுபவிக்கும் பேறு கிட்டியது.

தில்லி கரோல்பாக் பகுதியில் நடைமேடையில் செருப்பு தைத்து பிழைப்பு நடத்தும் ஒரு குடும்பம் இருந்தது. திடீரென

விதி வசத்தால் குடும்பத் தலைவன் காலமானான். மரித்த உடலை வீதியில் வைத்துக் கொண்டு தன்னுடைய இரண்டு பெண், ஒரு பிள்ளையுடன் கணவன் உடலை அடக்கம் செய்யக் கூட வசதியின்றி தவித்தாள் அபலை மனைவி. அதேநேரம் எதிர்பாராத விதமாக அந்த வழியாகச் சென்ற பொள்ளாச்சி கணேசன் அருகில் சென்று மனிதாபிமான அடிப்படையில் விசாரித்தார். நிலையை உணர்ந்த அவர் காஞ்சி மஹாமுனிவரின் தலையாய உபதேசமான "அனாத ப்ரேத ஸம்ஸ்கார" அடிப்படையில் இறந்தவர் உடலை அடக்கம் செய்ய ஏற்பாடு செய்தார். அது அந்தப் குடும்பத்தினருக்கு அன்றைய தேவையைப் பூர்த்தி செய்தது. எனினும் குடும்பத் தலைவி கணவனை இழந்து மூன்று குழந்தைகளுடன் ஆதரவின்றி வீதியில் இருப்பதைக் கண்ட கணேசன் அவர்களுக்கு மேலும் உதவ எண்ணம் கொண்டு மஹானின் மற்றொரு உபதேசமான "பிடி அரிசி திட்டம்" மூலம் சேகரிக்கும் கோதுமை மாவை (வடதேசமாக இருப்பதால் அவர்கள் அன்றாட உணவான கோதுமை மாவில் தினமும் ஒரு பிடி, இந்தத் திட்டத்திற்கு அளிப்பது வழக்கம்) அந்த ஏழைக் குடும்பத்திற்கு மாதா மாதம் அளிப்பது என தீர்மானித்து அதன்படி வழங்கி வந்தார். மேலும்

அருகில் உள்ள அடுக்கு மாடி வீடுகளில் பிடி அரிசி திட்டத்தில் பங்கேற்பவர்களிடம் வீட்டு வேலைக்கு வைத்துக் கொள்ளும்படி அந்த பெண்ணை சிபாரிசு செய்தார். அதில் கிடைக்கும் வருமானத்தைக் கொண்டு பிள்ளையின் படிப்பு மற்றும் இதர தேவைகளை பூர்த்தி செய்து கொள்ளவும் ஏற்பாடு செய்தார். அது அந்த ஏழைக் குடும்பத்திற்கு மிகப் பெரிய வரமாக இருந்தது.

இப்படிக் காலம் உருண்டோட அந்த செருப்புத் தைக்கும் தொழிலாளியின் இரண்டு பெண்களுக்கும் திருமணம் செய்து வைக்கப்பட்டு, பையனும் பள்ளிப் படிப்பு முடித்து ஓர் இடத்தில் வேலைக்குச் சென்றான். அனாதரவாக இருந்த அக்குடும்பம் இன்று சமுதாயத்தில் ஓர் அந்தஸ்தைப் பெற்று தலை நிமிர்ந்து வாழ்கிறது. இவை அனைத்திற்கும் காரணம் அன்பே உருவான காஞ்சி மஹானின் உபதேசம் அன்றோ! வறுமையை ஒழிக்க, தாழ்த்தப்பட்டோரை உயர்த்த அரசாங்கம் எவ்வளவோ திட்டங்கள் தீட்டி கோடிக்கணக்கில் செலவு செய்தும் முழுப்பயனை மக்கள் அடைந்தார்களா என்பது இன்றுவரை கேள்விக்குறியே. ஆனால் எந்தவித ஆடம்பரமும் ஆர்பாட்டமும் இன்றி நடமாடும் தெய்வமான மஹாபெரியவர் அருளிய எளிய திட்டம் எப்படிப் பலனை அளித்தது என்பதற்கு இது கண்கூடான உதாரணம். இதுபோல் இந்த திட்டங்களால் பயன் அடைந்தவர்கள் பலர். இதுவன்றோ உண்மையான மனித நேயம். உண்மையான சோஷலிசம். இந்த மாபெரும் புனித திட்டம் தந்த நன்மையை மேலும் பாருங்கள்.

இப்படி தலை நிமிர்ந்த அந்த குடும்பத் தலைவி தன் மகன் சம்பளம் வாங்கியவுடன் பொள்ளாச்சி கணேசனிடம் வந்து தனது நன்றியை நெக்குருகி தெரிவித்ததுடன், தனக்கு மாதா மாதம் கொடுத்துக் கொண்டிருக்கும் பிடி அரிசி திட்ட கோதுமை மாவை நிறுத்தும்படியும், தான் கண்ணால் கூடப் பார்க்காத ஸ்ரீகாஞ்சி மஹானின் அருட்ப்ரசாதத்தால் உடல் வளர்த்து, உயிர் வாழ்வதாகவும், அதற்கு நன்றி தெரிவிக்கும் விதமாய் இனி தினம் தானும் இந்த பிடி அரிசி திட்டத்தில் பங்கு கொண்டு தன்னைப் போன்ற அனாதைகளுக்கு உதவப் போவதாகவும் சொன்னது

கணேசனை கண்ணீர்க் கடலில் ஆழ்த்தியது. ஏழைகளுக்குதான் எவ்வளவு பெரிய மனது! வந்த வரை லாபம் என்று எண்ணாமல் தன் தேவைக்கு பிடி அரிசி வாங்கிக் கொண்ட மாது தன் நிலைமை முன்னேறியதும் அதேபோல் தானும் மற்றவருக்கு உதவ வேண்டும் என்று எண்ணியது, குரு அருளால் வளர்ந்த ஆன்மா என்பதையும் நிரூபித்து விட்டதல்லவா! மனிதன் எதைவேண்டுமானாலும் பிரிய மனம் வைப்பான், ஆனால் தன் பசிக்கு உண்ண எடுக்கும் உணவை பகிர்ந்து கொள்ள மனம் வைப்பது கடினம். ஆனால் காஞ்சி மஹானோ அதையும் செய்ய வைத்தார். இந்த புனித பிடி அரிசி திட்டம் மூலம் கையளவு தானம் தினம் செய்வதால், வாழும் நாளும் புனிதமாகிறது. வறியவர்களும் அந்த தான பலனைப் பெற்று புனிதமாகிறார்கள். இப்படி தானம் செய்பவர்களுக்கு சிறிதும் வலியில்லாமல், தானம் பெறுபவர்களுக்கு பெரும் வலிமையை கொடுப்பது ஜகத்குருவின் உபதேசமான இந்தத் திட்டம்! சமுதாய ஏற்றத்தாழ்வை அகற்ற பசிப்பிணியைப் போக்க இதைவிட சிறந்த திட்டத்தை எவராலும் சொல்ல முடியுமா?

கலியுக கண்கண்ட தெய்வத்தின் மற்றொரு புனித உபதேசமான "ஜீவாத்மாகைங்கர்யம்" செய்த சம்பவத்தையும் பார்ப்போம்.

ஒரு ஜனவரி முதல் தேதி காலை மூன்று மணிக்கு கணேசன் வீட்டு கதவைத் தட்டி அழைத்தனர் சிலர். வந்தவர்கள், "தங்கள் உறவினர் ஒருவர் திடீரென காலமாகி விட்டதாகவும் அவருக்கு உரியவர்கள் சென்னையில் இருப்பதால் மருத்துவ மனையில் உள்ள உடலை சென்னைக்கு அனுப்பி வைக்க உதவுமாறும்" வேண்டினர். குருபக்தியில் பழுத்த கணேசன் புதுவருடப் பிறப்பு என்ற தயக்கம் இல்லாமல் உடனே உதவ முன்வந்தார். மருத்துவமனை சென்று உடலைப் பார்த்த அவர் அதைப் பதப்படுத்த ஏற்பாடு செய்துவிட்டு விமானத்தில் உடலை அனுப்ப ஏற்பாடு செய்தார். அப்பொழுது மருத்துவமனை வாசலில் அம்பாசிடர் டாக்ஸியுடன் நின்ற ஒருவர் கணேசனிடம் நெருங்கி வந்து "ஏதாவது சங்கடமா, உதவி வேண்டுமா" என்று வலியக்

கேட்டது கணேசனுக்கு ஆச்சரியம் அளித்தது. எனினும் விவரத்தை அவரிடம் தெரிவித்தார். அவர் தனது தொழிலே இறந்த உடலை பார்சல் செய்து அனுப்புவது தான் என்றும், இறந்த உடலை விமானத்தில் அனுப்ப 'போலீஸ் சர்டிபிகேட்' தேவை என்றும் சொன்னதோடு கணேசனை அழைத்துக் கொண்டு அருகில் உள்ள போலீஸ் ஸ்டேஷன் சென்று விவரம் சொல்ல அவர்கள், "இயற்கையாக மருத்துவமனையில் நிகழ்ந்த இறப்பிற்கு தங்கள் சர்டிபிகேட் தேவையில்லை" என்று கூறினார்கள். அனுபவசாலியான டாக்ஸி ஓட்டுநர் அதையே பேப்பரில் எழுதி கையெழுத்து, முத்திரையுடன் தருமாறு கேட்டு வாங்கி வந்தார். பிறகு டாக்ஸி ஓட்டுநர் தனக்கு தெரிந்தவர்கள் மூலம் சவப்பெட்டி வாங்கி வந்து, உடலை பேக் செய்து தனது வண்டியில் விமான நிலையம் வரை எடுத்துச் சென்று விமானத்தில் ஏற்றும்வரை உதவியாக இருந்தார். அதன் பிறகே கணேசனுக்கு மனநிம்மதியும் மன நிறைவும் உண்டானது. சமயத்தில் தெய்வம் போல் வந்து உதவிய அந்த டாக்ஸி ஓட்டுனர் செய்த உதவிக்கு விலை மதிப்பு சொல்ல இயலாது எனினும் கணேசன் அவருக்கு 2000 ரூபாய் கொடுக்க முன்வந்தார். அதை வாங்க மறுத்து விட்டு, கணேசனின் கைகளை இறுகப் பற்றிக் கொண்டு அந்த டாக்ஸி ஓட்டுநர் கூறியது நெகிழ வைத்தது.

ஒரு சமயம் அந்த டாக்ஸி ஓட்டுநர் உடல் நலம் சரியில்லாமல் மருத்துவனையில் இருந்தபோது, அனாதையான தன்னைப் பார்க்க எவரும் வரவில்லையே என வருந்திக் கொண்டிருந்தார். வாரந்தோறும் ஞாயிற்றுக்கிழமை கணேசன் "ஜீவாத்மா கைங்கர்ய" பணிக்காக ப்ரசாதத்துடன் ஏதாவது ஒரு மருத்துவமனைக்குச் செல்வார். அவ்வாறே ஒருநாள் அந்த ஓட்டுநர் இருந்த மருத்துவமனைக்கு வந்தார். அனைவருக்கும் பிரசாதம் கொடுத்தார். இந்த மனிதரையும் பார்த்து ஆறுதல் கூறி ப்ரார்த்தனை செய்தார். அதன் வலிமையாலேயேதான் குணமடைந்ததாகவும், அனாதையான தன்னையும் கவனிக்க உலகில் ஒரு மனிதர் இருப்பது தெரிந்ததும், அவரே தனது உறவு

என்றும் அந்த மனிதருக்கு தன் வாழ்நாளில் ஒரு தரமாவது உதவ இறைவன் அருள வேண்டும் என்றும் ப்ரார்த்தனை செய்து கொண்டதாகவும் அது இன்று நிறைவடைந்ததாகவும் கூறினார் அவர். அவர் பிறப்பால் கிறிஸ்தவர். ஆஹா என்னே மனிதநேயம். இதுவன்றோ உண்மையான மத நல்லிணக்கம். காஞ்சி மாமுனிவரின் இந்த உபதேசமன்றோ, உலகில் மனிதர்களை மனிதர்களாக வைக்க உதவும். அதனால் தானோ இதற்கு “ஜீவ ஆத்மா கைங்கர்யம்” என்று அந்த மஹான் பெயரிட்டார். ஜீவன்களின் ஆத்மாவை அல்லவா அன்பெனும் உறவால் ஒன்றுபடுத்துகிறது இந்த உபதேசம்.

இப்படி பலப் பல அற்புத திட்டங்களை உபதேசித்த அந்த கருணை மாமலையின் பாதங்களில் பக்தி செய்து அவர் சொன்ன வழியில் நடந்தால் உலகமே இன்பமயமாக ஆகிவிடும்.

✤✤✤✤✤

“தலையில் குடத்துடன் நடனம் ஆடுபவள், சங்கீதத்திற்கும் தன்னுடைய விதவிதமான அங்க அசைவுகளுக்கும் இடையே தலையிலுள்ள குடத்தை ஒருகணம் கூட மறப்பதில்லை. அவ்வாறே நம்முடைய தினசரி வாழ்க்கையின் செயல்களுக்கிடையே நம்முடைய வாழ்க்கையின் குறிக்கோளை மறக்கக்கூடாது.”

25

அலகிலா விளையாட்டு

திரிகால ஞானியாகிய காஞ்சி ஸ்ரீமஹாபெரியவர் செய்யும் ஒவ்வொரு செயலுக்கும் காரணம் இருக்கும். அவர் செயலுக்கு முழு அர்த்தமும் அந்தச் செயல் நடந்து முடிந்த பிறகே விளங்கும். இப்படிப்பட்ட அருள் விளையாட்டில் பங்கு கொள்ளும் பாக்கியம் பெற்றவர் காருகுடி குஞ்சு அய்யர் என்னும் பரமபக்தர். இவர் தனது இரண்டு பெண்களுக்கும் ஒரே நாளில் கல்யாணம் நிச்சயித்திருந்தார். அதற்கு ஆசிர்வாதம் வாங்க இரண்டு தட்டில் பழம், புஷ்பம் இவற்றுடன் இரண்டு கல்யாண பத்திரிக்கைகளையும் வைத்து ஞானகுருவாகிய பெரியவாள் முன்பு சமர்ப்பித்து விட்டு உற்றாரோடு காத்து நிற்கும் பொழுது, விவரங்களை கேட்டுக் கொண்ட நடமாடும் தெய்வம் ஒரு தட்டில் இருந்த பத்திரிக்கையை எடுத்துப் பார்த்துவிட்டு அதற்கு மட்டும் ப்ரசாதம் அருளிவிட்டு அதே தினத்தில் நடக்கவிருந்த மற்றொரு கல்யாணத்திற்கு ப்ரசாதம் தராமல் உள்ளே சென்றதால், குஞ்சு அய்யருக்கு கவலை உண்டானது.

காரணம் புரியாத அன்பர்கள் கவலையுடன் வீடு திரும்பினர். பெண்களின் கல்யாணம் குறித்தபடி நடந்து குழந்தைகள்

நன்கு இருக்க வேண்டுமே என்ற கவலை அனைவரையும் வாட்டியது. ஆனால் கருணை மலையான காஞ்சி மஹானின் சந்நிதியை நாடியவர்களுக்கு இடையூறு வருமா? எனினும் இரண்டில் ஒன்றிற்கு ப்ரசாதம் தராத காரணம் புரியாததால் எல்லோர் மனமும் தவித்தது.

கல்யாணத்திற்கு முன்பு தஞ்சை ஜில்லாவில் கடும் மழை பொழிந்து எல்லா இடமும் வெள்ளக் காடாக மாறியது. இந்த கடுமையான மழை, வெள்ளம் காரணமாக போக்குவரத்து ஸ்தம்பித்தது. கல்யாணம் நடக்குமா என்று கவலைப்படும் அளவிற்கு நிலைமை இருந்தது. இப்படிப்பட்ட இக்கட்டான சூழ்நிலையில் இரண்டு மாப்பிள்ளை வீட்டாரில் ஒரு மாப்பிள்ளையும் அவர் குடும்பத்தில் ஒரு சிலரும் மட்டுமே எப்படியோ திருமணம் நடக்கும் இடத்திற்கு வர முடிந்தது. அதனால் வந்த மாப்பிள்ளைக்கும் அவருக்கு நிச்சயித்த பெண்ணிற்கும் மட்டுமே குறிப்பிட்ட நாளில் திருமணம் நடத்த முடிந்தது. அப்படி இடையூறுகளுக்கு நடுவே வந்து மணம் செய்து கொண்ட மாப்பிள்ளை-பெண்ணின் திருமண பத்திரிக்கையைதான் முன்பு நடமாடும் தெய்வம் பார்த்து பரசாதம் கொடுத்திருந்தார். குஞ்சு அய்யா சமர்ப்பித்த இரண்டில் ஒன்றை மட்டும் ஸ்வாமிகள் எடுத்ததன் காரணம் இப்பொழுதுதான் அனைவருக்கும் விளங்கியது. த்ரிகால ஞானிக்கன்றோ, எது நடக்கும். எப்பொழுது நடக்கும்' என்று தெரியும்! அடைமழை காரணமாய் ஒரு மாப்பிள்ளையால் குறிப்பிட்ட முஹூர்த்தத்தில்

வர இயலாது என்பதை அறிந்ததால்தான் மஹான் அந்தப் பத்திரிக்கைக்கு ப்ரசாதம் தரவில்லை.

பிறகு வேறு முஹூர்த்தம் நிச்சயிக்கப்பட்டு, மீண்டும் நடமாடும் தெய்வத்திடம் சென்று அருட் பரசாதம் பெற்று அந்த பெண்ணிற்கும் திருமணம் நன்கு நடந்தது.

மஹாபெரியவாளின் பரம பக்தர்களில் ஒருவர் தில்லி குர்காவில் வசிக்கும் ராஜலட்சுமி. திருமணத்திற்கு முன்பிருந்தே தந்தையுடன் அடிக்கடி காஞ்சிபுரம் சென்று மஹானை தரிசிக்கும் பாக்கியம் பெற்ற இவர் தனக்கு திருமணம் நிச்சயமானதும் முதலில் நடமாடும் தெய்வத்தை தரிசித்து அருள் பெற்று பிறகு அங்கிருந்து நேராக திருப்பதி சென்று பெருமாளை தரிசித்து வர எண்ணம் கொண்டு தந்தையுடன் காஞ்சி சென்றார். அன்று மஹானின் ஏகாந்த தரிசனம் அபரிமிதமாய் கிட்டியது. மனம் ஆனந்த வெள்ளத்தில் மிதந்தது. சந்நிதியில் கூட்டம் இல்லாததாலும் தடைபடாமல் ப்ரத்யட்ச தெய்வத்தை பார்க்க முடிந்ததாலும் பிரிந்து செல்ல மனமின்றி சந்நிதியிலேயே சிலையாய் அமர்ந்து விட்டார் பக்தை. தந்தை பலதடவை அழைத்தும் சிறிது நேரம் கழித்து செல்லலாம் என்றே சொல்லி காலம் கடத்தினார் மகள். காலம் கடப்பதால் திருப்பதிக்கு பஸ் கிடைப்பது சிரமமாய் இருக்கும் என்றும் அங்கு சென்றால் கூட்டம் எப்படியிருக்குமோ, தரிசனம் செய்ய எப்படி காலம் அமையுமோ என கவலைகொண்டு தந்தை எச்சரிக்க குருவின் திருவருளை திடமாக நம்பும் பக்தை "எல்லாம் பெரியவாள் அருளால் சுலபமாக தரிசனம் கிட்டும்" என தந்தைக்கு ஆறுதல் கூறி நெடுநேரம் தியானத்தில் இருந்தார். பிறகு பிரிய மனமின்றி பெரியவாளின் சன்னதியிலிருந்து விடைபெற்று பஸ் ஸ்டாண்டுக்கு தந்தையும் மகளும் இரவு 10 மணிக்கு வந்தனர். சோதனையாய் சுலபத்தில் திருப்பதி பஸ் கிடைக்கவில்லை. நேரம் ஆகிக்கொண்டு இருந்ததால் திருத்தணி சென்று அங்கிருந்து திருப்பதி செல்ல முடிவு செய்து மிகுந்த சிரமத்துடன் திருத்தணி சென்றால் அங்கும் பஸ் கிடைக்கவில்லை. "உன்னால் தான் இந்த நிலை, நீ பொழுதோடயே பெரியவா சன்னிதியிலிருந்து கிளம்பி

இருந்தா இப்படி நடு வீதியில், நடு இரவில் நிற்க வேண்டியிராது" என தந்தை மகளைக் கண்டிக்க, மகளோ "எல்லாம் பெரியவாள் சித்தம், அவர் அருள் எப்பொழுதும் துணையிருக்கும்" என தைரியம் கூறினார்.

அப்போது எங்கிருந்தோ வந்தது ஒரு கார். அதில் மூன்று ஆண்கள் அமர்ந்திருக்க திருப்பதி செல்ல இரண்டு இடம் இருப்பதாகக் கூறி அவர்களை அழைத்தனர். தந்தையும் மகளும் ஏறி அமர்ந்தனர். என்றாலும் வண்டி செல்ல செல்ல 'நடு இரவில் இப்படி முன்பின் தெரியாத ஆண்களுடன் வயது வந்த பெண்ணையும் அழைத்துச் செல்வது எவ்வளவு பெரிய Risk என்று தந்தை கவலை கொள்ள, மகளோ "எல்லாம் பெரியவா பார்த்துக் கொள்வார். அவர்தான் இப்படி வண்டி அனுப்பியிருப்பார்" என தைரியம் சொன்னாள். காலை 3 மணிக்கு திருமலை சென்றனர். இவர்கள் மட்டும் நேராக கோபுரவாயில் வழியாக உள்ளே சென்று கருடன் சன்னிதியில் வரிசையில் சேர்ந்து கொண்டு பெருமாளை தரிசனம் செய்யக் காத்திருந்தனர். அங்கும் குருவருளால் அதிசயம் நிகழ்ந்தது. மனமுருகி நின்ற ராஜியை ப்ரசாதம் தரும் பட்டர் வலிய அருகில் அழைத்து பத்திரிக்கையை வாங்கி பெருமாள் பாதத்தில் வைத்து ப்ரசாதம் தந்து "அடுத்த முறை உன் கணவருடன் தரிசனத்திற்கு வா" என்று கூறினார். இது திருப்பதி சன்னிதியில் கற்பனையில் கூட நினைக்க இயலாத காரியம். மேலும் திருமணமாகி தம்பதியாக ராஜியும், கணவரும் திருப்பதி சென்ற பொழுதும் இதே ஸ்பெஷல் தரிசனம் கிடைத்தது. காரணம் குருவருள்தான். பெரியவாள் பெருமாள் இருவரும் ஒன்றுதான். பெரியவாள்- அருள்கிட்டிய பிறகு வேறு எதுதான் எளிதில் கிடைக்காது.

✤✤✤✤✤

26. அலகிலா விளையாட்டு

"ஒரு ஜாதி மற்றொரு ஜாதியை விட உயர்ந்தது என்ற பேச்சுக்கே இடமில்லை. எந்த ரிஷிகள் பிராமணர்களுக்கு மூலமோ அந்த ரிஷிகளின் வாழ்க்கை முறைக்கு பிராமணர்கள் திரும்பினால் மட்டுமே இந்த உயர்வு, தாழ்வு மனப்பான்மை மறையும். அவ்வாறு செய்வதன் மூலம் நாம் பாபச் செயல்களிலிருந்து விலகி ஈசுவரனின் அருளுக்குப் பாத்திரமாகி உலக நன்மைக்கு நம்மால் முடிந்ததைச் செய்ய முடியும்."

தூய உள்ளத்தில் வைத்து பக்தி செய்யும் அடியார்கள் இல்லந்தனில் எழுந்தருளி காக்கும் கருணைத் தெய்வம் காஞ்சிமாமுனி. அவ்வாறு ஸ்ரீமஹா பெரியவரின் திருவருள் பெற்ற அன்பர்களில் ஒருவர் திரு. N.V. சுப்பிரமணியன். பெங்களூரில் உள்ள வங்கியில் உயர் பதவியில் இருக்கும் இவருக்கு குருவருள் செய்த விளையாட்டில் சில இதோ.

1997 ஆம் வருடம் சமயம், அவருக்கு தாவன்கரே என்ற இடத்திற்கு பணிமாற்றலானது. குழந்தைகளின் பள்ளிப் படிப்பை முன்னிட்டு பெங்களூரில் மனைவி குழந்தைகளை விட்டு விட்டு தான் மட்டும் தாவன்கரேயில் ஒரு வீட்டில் வசித்து வந்தார். விடுமுறை சமயங்களில் மனைவியும் கணவனும் மாறி மாறி பெங்களூருக்கும் தாவன்கரேயுக்குமாக வந்து போய்க் கொண்டிருப்பர்.

அந்த வருடம் தீபாவளியை பெங்களூரில் கொண்டாட விரும்பிய சுப்ரமணியன் அங்கு வந்தார். தாவன்கரே வீட்டில் தங்க நகை, வெள்ளிப் பாத்திரம் முதலிய சாமான்கள் எல்லாம் இருந்ததால், வங்கியில் இருந்த ஒருவரிடம் வீட்டை பத்திரமாகப் பார்த்துக் கொள்ளச் சொல்லி இருந்தார். ஆனால்

துரதிருஷ்டவசமாக திருடர்கள் தீபாவளி அன்று காலை வீட்டின் பூட்டை உடைத்து உள்ளே வந்து கைவரிசையை காட்டி யிருந்தனர்.

எதேச்சையாக வெளியே வந்த எதிர் வீட்டுப் பெண், சுப்ரமணியன் வீடு திறந்து கிடப்பதைப் பார்த்துவிட்டு உடனே பெங்களூரில் இருக்கும் சுப்ரமணியனுக்கு தொலைபேசியில் விவரம் தெரிவித்தார். பதட்டம் அடைந்த சுப்ரமணியன் தம்பதிகள் உடனே விரைந்து வந்து பார்த்தனர். வீடு முழுவதும் சாமான்கள் சிதறி அலங்கோலமாக இருக்கக் கண்டு தாங்கள் கஷ்டப்பட்டு சம்பாதித்த விலை உயர்ந்த பொருட்கள் அனைத்தும் திருட்டுப் போயிருக்குமோ என பயந்தபடி கிடந்த பொருட்களை சரிசெய்து பார்க்கையில் மிகுந்த ஆச்சர்யம் உண்டானது. காரணம் விலை உயர்ந்த பொருட்களான நகை, வெள்ளிப் பாத்திரம் முதலான எந்த ஒரு பொருளும் களவு போகவில்லை. ஒரு கத்தியும், டார்ச் விளக்கும் மட்டுமே காணவில்லை. பீரோவில் வைரத்தோடு, மற்றும் நகைகளை வைத்து விட்டு பீரோ சாவியையும் அங்கேயே வைத்திருந்தனர். பூஜை அறையில் வெள்ளி குத்துவிளக்கு

முதலிய விலை உயர்ந்த பொருட்கள் இருந்தன. குறைந்தது 10 லட்சம் ரூபாய் மதிப்புள்ள அனைத்து பொருட்களும் அருகிலேயே இருக்க எதையும் திருடர்கள் தொடாதது சுப்ரமணியன் தம்பதிகளை மிகுந்த அதிர்ச்சியிலும், மகிழ்ச்சியிலும் ஆழ்த்தியது. கெட்டகாலத்திலும் தங்களுக்கு இருந்த நல்ல நேரத்தை நினைத்து மகிழ்ந்ததுடன், எல்லாம் ஈசன் திருவருள் எனவும் நம்பினர்

அதன்பின்பு இரண்டு மாதம் கழித்து கர்னாடகாவில் சோதே என்ற ஊரில் உள்ள ஸ்ரீவாதிராஜர் அதிஷ்டானத்திற்கு தரிசனம் செய்யச் சென்றபொழுது அங்கு பூஜை செய்யும் ராகவேந்திராச்சார் என்பவர் அருள்வாக்கு போல் சுப்ரமணியன் வீட்டில் திருட்டு நடந்ததாகவும் ஆனால் வீட்டில் ஒரு பெரியவர் இருந்து களவு போகாமல் காத்ததாகவும் தெரிவித்த விஷயம் அதிசயத்தில் ஆழ்த்தியது. களவு போகாமல் காத்த பெரியவர் நம் காஞ்சி மஹாஸ்வாமிகள் என்பதை சொல்லவும் வேண்டுமோ! மாணிக்கவாசகர் சிவபுராணத்தில் "காக்கும் எம் காவலனே" என்று சொன்னபடி காக்கும் காவலனாய் உள்ள நடமாடும் சிவன் இவரன்றோ!

2003ல் Zonal office ல் பணியிலிருந்த சுப்ரமணியனுக்கு 25 கிலோ மீட்டர் தள்ளியுள்ள J.P. நகருக்கு மாற்றலாகி உத்தரவு வந்தது. தினமும் போக-வர 50 கிலோ மீட்டர் பயணம் செய்ய வேண்டியிருக்கும். வழியில் பல ட்ராபிக் Signalகள் என்று எல்லாவிதத்திலும் சுப்ரமணியனை சோதனைக்கு ஆளாக்கியது உத்தியோக மாற்றம். அவ்வளவு தூரம் செல்ல வேண்டும் என்று நினைக்கும் போதே உடலும் மனமும் சோர்வுற்றது. எப்படியாவது இந்த பணிமாற்றல் உத்தரவு ரத்தாக வேண்டும் என்று நடமாடும் தெய்வத்திடம் வேண்ட, நிகழ்ந்தது அருள் லீலை. புது அலுவலகம் சென்று Duty Join செய்து பொறுப்பை ஏற்றுக் கொள்ளும் முன்னரே அந்த மாற்றல் ரத்து செய்யப்பட்டு வீட்டிற்கு 5 கிலோ மீட்டர் தொலைவில் உள்ள வேறு கிளைக்கு மாற்றல் செய்யப்பட்டு புதிய உத்தரவு வந்தது. வங்கி வரலாற்றிலேயே இது ஒரு அதிசயம் எனலாம். லீலா நாடகப் பிரியனாய் விளையாடுகின்ற நம் நடமாடும் தெய்வத்தின் மகிமை அளவற்றது.

இதே போல் சுப்ரமணியனின் வழிகாட்டியாகிய சேலம் திரு. ராஜகோபால் அவர்களுக்கும் நடந்த அருள் விளையாட்டு ஏராளம்.

ஒருமுறை பெங்களூரில் காஃபி போர்ட் Layoutல் வீடு கட்டிய ராஜகோபால் தண்ணீருக்காக 285 அடி ஆழம் போர்வெல் போட்டும் தண்ணீர் உள்ள சுவடே தெரியவில்லை. ஈரப்பதம் கூட இல்லாத அளவுக்கு பாறையாக இருக்கக் கண்டு கவலை கொண்டு தங்களது சேலம் வீட்டுப் பூஜையறையில் உள்ள ஸ்ரீ பெரியவாளின் பாதுகைக்கு கற்பூர ஆரத்தி எடுத்து வேண்டிக் கொண்டார். அதை அடுத்து பெங்களூர் வீட்டில் வெட்டிய கிணற்றில் மேலும் 5 அடி ஆழம் தோண்டியதும் தண்ணீர் வெள்ளமாகப் பாய்ந்து வந்தது அனைவரையும் அதிசயத்தில் ஆழ்த்தியது.

மற்றொருமுறை ராஜகோபால் மாடியில் சென்று படுக்கப் போகும் சமயம் பெரியவாள் தண்ணீர் வேண்டும் என்று கேட்பது போல் தோன்றியது. உடனே அவர் கீழே வந்து பூஜை அறையில் பெரியவாள் முன்பு ஒரு டம்ளரில் தீர்த்தம் எடுத்து வைத்து விட்டுச் சென்றார். மறுநாள் காலை பார்த்தால் ஒரு டம்ளர் தண்ணீர் அரை டம்ளராக குறைந்திருந்தது அதிசயிக்க வைத்தது.

✤✤✤✤✤

"அரசாங்கத்துக்கு நாம் செலுத்த வேண்டிய வரியை வசூல் செய்யும் அதிகாரியின் மூலம் செலுத்துவது போன்று ஈசுவரனுக்கு நாம் செய்யும் நிவேதனங்கள் தனிப்பட்ட காரியங்களுக்காக ஏற்படுத்தப்பட்ட அந்தந்த தெய்வங்களின் மூலம் ஈசுவரனை அடைய வேண்டியிருக்கிறது. இந்த அம்சம் நம்முடைய மதத்தைப் பிற மதங்களிலிருந்து வேறுபடுத்துகிறது."

27

அலகிலா விளையாட்டு

எல்லையில்லா கருணைக் கடலான ஸ்ரீ காஞ்சி மஹாபெரியவரிடம் எல்லையில்லா பக்தி கொண்டு அதன் பலனாய் அந்த நடமாடும் தெய்வத்திடம் நெருங்கிப் பழகி அவருக்கு 50 வருடங்களாக கைங்கர்யம் செய்யும் பேறு பெற்றவர் ஸ்ரீமடம் பாலு அவர்கள். மஹா பெரியவாளின் அலகிலாத் திருவிளையாடல் பலவற்றிற்கு இன்று இருக்கும் ப்ரத்யக்ஷ சாக்ஷி அவர். அவருக்கு நிகழ்ந்த திருவிளையாடல் இதோ!

கலவையில் காஞ்சி மஹான் வாசம் செய்து வந்த காலம். பாலுமாமாவின் தகப்பனாருக்கு ச்ராத்தம் வந்தது. அதை சென்னை வந்து சகோதரர் வீட்டில் செய்ய இருந்ததால் முதல் நாள் காலை முதல் நடமாடும் தெய்வத்திடம் உத்திரவு கேட்க, உத்தரவு கிடைக்கவே இல்லை. மறுநாள் திவசத்தன்று காலை உத்திரவு கேட்டார். அங்குமிங்கும் தேடி ஒரு எலுமிச்சை பழத்தை எடுத்து ப்ரசாதமாய் கொடுத்து 'நல்லபடியாய் போய்வா' என்று உத்தரவு தந்தார் பெரியவர் பழத்தை கையில் வாங்கிக் கொண்டு உடனே பஸ்டாண்ட் ஓடிய பாலு மாமா 'திவசத்திற்கும் எலுமிச்சம் பழத்திற்கும் என்ன சம்பந்தம்?

இதை தேடி கையில் கொடுத்தனுப்பக் காரணம் என்ன?' என்று பலவாறு யோசனை செய்து, குழம்பி, தயாராயிருந்த பஸ்ஸில் ஏறி அமர்ந்து கொண்டார். 5 நிமிடம் 10 நிமிடம் என்று காலதாமதம் ஆனதே தவிர ஓட்டுநர் பஸ்ஸை எடுக்கவில்லை. தவித்த பாலு, ஓட்டுநரிடம் சென்று தனது அவசர நிலைமையை எடுத்துச் சொல்லி 'ஏன் வண்டியை கிளப்ப தாமதம்?' என்று வினவ, காலையில் முதன் முதலில் வண்டியை கிளப்ப இருப்பதால் எலுமிச்சம் பழம் வாங்கி சக்கரத்தின் அடியில் வைத்துதான் கிளப்ப வேண்டியிருப்பதால் கடை திறக்க காத்திருப்பதாகக் கூறினார். இப்பொழுது புரிந்தது மஹான் தந்த ப்ரசாத மகிமை! திவசத்திற்கும் எலுமிச்சைக்கும் உள்ள சம்பந்தம் இதுதானா! கண்கள் குளமாகின. மஹானின் எந்த ஒரு அசைவிற்கும் பொருள் உண்டு என்பதை உணர்ந்தவராக பையிலிருந்து பழத்தை எடுத்து ஓட்டுநரிடம் கொடுத்து வண்டியை கிளப்பச் சொல்ல, ஓட்டுநர் பழம் வந்த விவரம் அறிந்து அகம் மகிழ்ந்து காஞ்சி மஹானின் மகிமையைப் போற்றிப் புகழ்ந்துவிட்டு வண்டியை எடுத்தார். 'கரணம், காரணம், கர்த்தா' என்றெல்லாம் விஷ்ணு ஸஹஸ்ரநாமத்தில் புகழப்பட்ட பரம்பொருளே பெரியவர்! அவரது விளையாட்டு இப்படியில்லாமல் வேறு எப்படி இருக்கும்'.

சகுண ப்ரம்மமாய் அவதார திருமேனியுடன் அனுதினமும் அருள் விளையாடல் புரியும் அந்த நடமாடும் தெய்வம் நிர்குண ப்ரம்மமாய், தன் திருமேனியை மறைத்து, அதிஷ்டானத்தில் இருந்து இன்றும் செய்யும் திருவிளையாடலில் ஒன்று இதோ!

ஒருநாள் அதிஷ்டானத்தின் முன் துதி செய்து கொண்டு இருந்த பாலு மாமாவிடம் 40,42, வயது மதிக்கத்தக்க ஒரு மாது வந்து, திருமணமாகி நீண்ட காலமாகியும், குழந்தை பாக்கியம் இன்னும் கிடைக்கவில்லை, எனவே பெரியவரிடம் பிரார்த்தித்து தனக்கு சந்தான பாக்யம் அருளும்படி வேண்டினார். பாலு அந்த பக்தையிடம் மஹானை மனதில் தியானம் செய்து கொண்டு அவரே வணங்கி வேண்டிக் கொள்வதுதான் நல்லது என்று கூறினார். அந்த மாதோ தான் வேண்டிக் கொள்வதை விட அணுக்கத் தொண்டரான

பாலுதான் அதிஷ்டானம் முன்பு தனக்காக வேண்டி ப்ரசாதம் தரவேண்டும் என்று பிடிவாதமாய் வற்புறுத்தினார். வேறு வழிஇன்றி பாலு அதிஷ்டானம் முன்பு நமஸ்காரம் செய்து இந்த பக்தையின் குறையை தீர்த்து அருளும்படி வேண்டிக் கொண்டு ப்ரசாதமாக அருகில் அபிஷேகம் செய்து வைத்திருந்த தீர்த்தத்தில் ஒரு உத்தரணி எடுத்து அந்த மங்கையிடம் தந்தார். ஏதோ உந்துதலில் மறுபடியும் மற்றொரு உத்தரணி ப்ரசாதம் தந்து அனுப்ப, அந்த மாதும் பரம திருப்தியுடன் வீடு சென்றார். அந்த மங்கை ஒரு வருடம் கழித்து மீண்டும் சந்நிதிக்கு வந்தார் கையில் தங்க விக்ரகமாய் இரண்டு பெண் குழந்தைகளுடன். வந்திருந்த அப்பக்தை, மடத்தில் பாலு மாமாவைத் தேடி வந்து நடந்ததை விளக்கி தன் குழந்தைகளுக்கும் அவரே அனுக்ரஹம் பெற்றுத்தர வேண்டினார்.

தேனம்பாக்கத்தில் மாமுனிவர் வாசம் செய்து வந்த காலம். தினமும் ஒரு நாயுடு அம்மாள் வந்து தரிசனம் செய்வார். பரம பக்தையான அந்த அன்னையிடம், சபரியிடம் ஸ்ரீராமன் கொண்ட கருணைபோல் ஸ்ரீமஹாபெரியவாளும் அன்பு செய்வது வழக்கம்.

ஒருநாள் பாலுமாமாவை அழைத்து நாயுடு அம்மா வீட்டில் போய் பார்த்து விட்டு வர உத்தர விட்டார். தன்னை எதற்கு அனுப்புகிறார் என புரியாமல், ஏதோ உத்தரவு என்று சென்று பார்த்த பாலுவுக்கு பெரும் ஆச்சர்யம் காத்திருந்தது. அந்த மூதாட்டி வீட்டைப் பெருக்கி, மெழுகி, அழகாக கோலமிட்டு சுத்தமான மணப்பலகை வைத்து கோலமிட்டு மலர்களால் அர்ச்சனை செய்து, எதிரில் பால், தயிர், வெண்ணெய் முதலிய நைவேத்யங்களை வைத்து வழிபட்டுக் கொண்டிருந்தார். பூஜை முடிந்ததும் எதிரில் வைத்திருந்த பாத்திரத்திலிருந்த நைவேத்யங்களைக் காணவில்லை. இந்த அதிசயத்தைக் கண்ட தொண்டருக்கு பிரமிப்பு! இப்படியும் அற்புதமா! நடமாடும் தெய்வத்தின் அருள் விளையாட்டைச் சொல்வதா? அல்லது பக்தையின் பக்தியைச் சொல்வதா? என்று வியந்த வண்ணம் தேனம்பாக்கம் வந்து மஹானைக் கண்டார். அவர் ஒன்றும் அறியாதவர் போல் "என்ன போய்ப் பார்த்தாயா. சரி சரி!" என்று சிரித்தது இன்றும் ஆச்சர்யமாகப் பேசப்பட்டு வருகிறது.

ஒரு சமயம் ஒரு ஸ்ரீவைஷ்ணவ குடும்பம் பெரியவர் தரிசனத்திற்காக வந்தது. அக்குடும்பத்தினர் வீரவைஷ்ணவ சம்பிரதாயத்தை கடைப்பிடித்தாலும் சாக்ஷாத் ஸ்ரீமந்நாராயண ஸ்வரூபமான ஸ்ரீமஹா பெரியவரிடம் அதிகளவு அன்பு வைத்திருந்தனர். அவர்கள் இங்கு வந்ததற்கு காரணம் அவர்களின் குடும்பத்தலைவரான வயது முதிர்ந்த பெரியவருக்கு திடீரென சித்தப்ரமை போல் வந்து ஏதும் தெரியாத பரப்ரம்மமாய் வைத்தியங்கள் பலன் அளிக்காத நிலையில் காஞ்சி மஹானின் மஹிமையை அறிந்து அவரை அழைத்துக் கொண்டு குடும்பத்துடன் தரிசனம் செய்ய வந்துள்ளனர். அமரச் சொன்ன பெரியவர் அவர்களிடம் சொம்பு தீர்த்தம் எடுத்து வரும்படி சொன்னார். அவர்கள் எடுத்து வந்ததும் அதில் தான் வைத்திருந்த துளசி மாலையிலிருந்து சில துளசி தளத்தை எடுத்து போட்டு, எதிரே வைத்தார். அவர்கள் வைஷ்ணவர்களாய் இருப்பதால் விஷ்ணு ஸஹஸ்ர நாமத்தில் உள்ள "அச்சுதானந்த கோவிந்த நாமோச்சார பேஷஜ" என்ற மந்திரத்தை 108 முறை சொல்லும்படி உத்தரவிட்டார்.

அனைவரும் குரு ஆணைப்படி அப்படியே மனம் உருகி ஜபித்த பின்னர் செம்பில் இருந்த தீர்த்தத்தை பாதிக்கப்பட்டவர் மேல் தெளித்தார். பிறகு வந்தவர்களில் ஒரு பலசாலியை கூப்பிட்டு அப்பெரியவரின் தலையில் பலம் கொண்ட மட்டும் ஓங்கி குட்டும்படி உத்தரவிட்டார். ஆனால் வந்தவர்கள் தயங்கினார்கள். எப்படி உடல் நிலை சரியில்லாத ஒருவரை குட்டுவது என்று தயங்கினர். ஆனால் காஞ்சி மஹான் அருள் விளையாட்டே தனியான ஒன்று. மஹான் சொன்னபடி ஒருவர் கையை வேகமாக ஓங்க, அந்தப் பெரியவர் "ஏண்டா என்னை அடிக்கவரே" என்று கேட்க அனைவருக்கும் ஆச்சர்யம். "பரப்ரம்மமாய் கல்லாய் உணர்ச்சி இன்றி" அமர்ந்திருந்தவர் இப்படி உணர்ச்சி வசப்பட்டவராய் கத்துவதைக் கண்ட குடும்பத்தினர் ஆனந்தம்

கொண்டனர். மஹானின் கருணை கடாக்ஷத்தாலும், புனித நீர் பட்டதாலும் மனநிலை சரியாகி பழைய நினைவுகள் வரப்பெற்றவராய் மாறினார் அந்தக் குடும்பத் தலைவர்.

பின்னர் அவர் பெரியவாளைப் பார்த்து வைஷ்ணவனான தான் தங்களை வணங்கலாமா எனக் கேட்க, பெரியவரும் சம்பிரதாய விரோதமாய் எதுவும் செய்ய வேண்டாம் என்று கூறினார். ஆனால் குடும்பத்தினர் அனைவரும் அருள் புரிந்த மஹானை அவசியம் வணங்கி நன்றி தெரிவிக்க வேண்டும் என்று சொல்ல, அவரும் அப்படியே வணங்கி நன்றிப் பெருக்குடன் சென்றார்.

ஒருசமயம் ஓர் இளம் தம்பதியரை மருத்துவர்கள் பரிசோதனைகள் செய்து, முடிவாய் குழந்தை பிறக்க வாய்ப்பில்லை என்று கூறிவிட்டனர். அவர்கள் பெரியவரை வந்து தரிசித்து தங்கள் குறையைக் கூறி தங்களுக்கு குழந்தை பாக்கியம் அருள வேண்டும் என வேண்டினர். கருணைமலை "குழந்தை வேண்டு மென்று இருவரும் கேட்கிறார்களா" என பாலுவிடம் கேட்க, அவரும் "ஆமாம் தம்பதிகள் இருவரும் வேண்டுகிறார்கள்" எனக் கூற, அருள் செய்தார் நடமாடும் தெய்வம்.

குருவருளால் மறுவருடமே அவர்களுக்கு இரட்டை குழந்தைகள் பிறந்தன. காஞ்சி மஹானின் அருளால் பிறந்த அந்த குழந்தைகளுக்கு அந்த மஹானே பெயர் இடவேண்டும் என்று விரும்பி அந்த பெற்றோர் குழந்தைகளுடன் வந்து வேண்ட, "ஜோடியாய் இருக்கும் குழந்தைகளுக்கு ராம, லக்ஷ்மணன்' என்று எல்லோரும் பெயரிடுகிறார்கள் ஆனால் பரத, சத்ருக்னன் என்று எவருமே பெயர் இடுவதில்லை 'அவர்களும் உத்தம சகோதரர்கள்தான்.' இந்தக் குழந்தைகளுக்கு பரத, சத்ருக்னன் என்றே பெயர் வைக்கலாம்" என்று அருளினார்.

பெயர் சூட்டுவதில் மஹா கெட்டிக்காரர் நம் மஹாபெரியவர். ஒரு சமயம் ஒரு மாத்வர் வந்து தன் குழந்தைக்கு பெரியவர் வாயால் பெயரிட வேண்டும் என வேண்ட "உங்கள் ஜாதியில் பீமாராவ், அர்ஜுன் ராவ், வ்யாசராவ் என்றெல்லாம் பெயர் வைத்துக் கொள்கிறீர்கள். ஆனால் மூத்தவனான தர்மபுத்திரன்

பெயரை ஏன் வைத்துக் கொள்வதில்லை. அவன் தானே மூத்தவன், தர்மஸ்வரூபம், எனவே உன் குழந்தைக்கு யுதிஷ்டிர ராவ் என்று பெயர் வையேன்" என்று கூறியது அனைவரையும் ஆனந்தத்தில் ஆழ்த்தியது.

இதேபோல் ஒரு பக்தர் காலை வேளையில் தன் குழந்தையுடன் வந்து பெயர் வைக்க வேண்டும் என வேண்டிக் கொண்டு காத்திருந்தார். அப்போது எதிரில் பசுமாடு ஒன்று வந்து நின்றது. அதைக் கைங்கர்யம் செய்பவர் "கோ வந்திருக்கு. பெரியவா தரிசனம் செய்யணும்" என்று கூறினார். அதேசமயம் இன்னொரு பக்தர் ஒரு பாத்திரத்தில் பசும்பால் கொண்டு வந்து பெரியவாளின் முன்வைத்தார். பெரியவாள் 'இது என்ன' என்று வினவினார். "பால் கொண்டு வந்திருக்கேன்" என்று அவர் பதிலளித்தார். மஹா ஸ்வாமிகள் சிரித்துக் கொண்டே குழந்தைக்கு "கோபால்" என்று பெயர் வைக்கலாமா என்று கேட்டார். அனைவருக்கும் சிரிப்பு வந்துவிட்டது. குழந்தையின் தந்தைக்கு மிகவும் சந்தோஷம். காரணம், கிருஷ்ண பக்தரான அவரது பிள்ளைக்கு ஜகத்குருவின் வாயால் 'கோபால்' என்று நாமகரணம் செய்ததுதான்.

நாடிவரும் அன்பர்களின் மனோபாவத்திற்கு ஏற்ப அருள் புரியும் கருணைமலை ஸ்ரீ மஹாபெரியவர்.

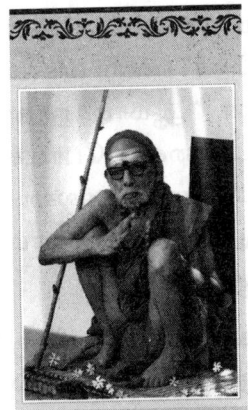

"தருமம் நம்முடைய மதம் என்னும் மரத்தின் வேர்; பக்தியும் ஞானமும் அதன் மலர்கள், பழங்கள். அந்த வேர் காய்ந்து போகாமல் பாதுகாப்பது நம் கடமை. மிகப் பரவலான கருத்தொற்றுமையின் அடிப்படையில் தருமத்தைப் பாதுகாப்பதற்கான பணிகளை மேற்கொள்ள வேண்டும். இதற்கு ஓரளவு தியாகம் தேவைப்படுகிறது."

28

அலகிலா விளையாட்டு

ஆயிரம் திருநாமம் பொறித்த தங்க காசுமாலை அணிந்த அம்பிகை திருமயிலை அருள்மிகு ஸ்ரீகற்பகாம்பாள். கற்பகாம்பாளுக்கு ஸஹஸ்ரநாமம் பதித்த காசுமாலை வந்த அதிசயத்தை பார்ப்போம்:

திருமயிலை ஸ்ரீகபாலீஸ்வரர்-கற்பகாம்பாளின் அடியார் கூட்டத்தில் தலைசிறந்தவர் மாது ஸ்ரீ முத்துலக்ஷ்மி எனும் மூதாட்டி. பல வருடங்களாக கற்பகாம்பாள் சன்னிதியில் லலிதா ஸஹஸ்ர நாமம், ஸௌந்தர்யலஹரி முதலியவற்றை மனமுருகி பாராயணம் செய்யும் இம் மாதரசி, தான் மட்டும் இந்த நற்பணியை செய்யாமல் தன் போன்ற மங்கையர்க்கரசிகளையும் சேர்த்துக் கொண்டு பாராயணம் செய்வார். அவர்களுக்கும் இதை பிழையின்றி சொல்லிக் கொடுத்து ஈடுபடுத்தியதால் அந்த மாதர்சங்கம் (சுவாஸினி மண்டலி) அவரை குரு பாட்டி என்றே அழைப்பது வழக்கம்.

அந்த குரு பாட்டிக்கு ஒரு நாள் அதிகாலை 3 1/2 மணிக்கு கனவு வந்தது. அதில் ஸஹஸ்ரநாமம் பொறித்த தங்கக்காசு மாலையை அணிந்து கொண்டு அன்னை கற்பகாம்பாள் நிற்க உடன் மஹாபெரியவரும் நிற்கிறார். ஆனந்தம் கொண்ட பாட்டி,

அன்னையிடம் "உனக்கேது ஸஹஸ்ரநாம மாலை, காஞ்சி காமாக்ஷிக்கு தானே பெரியவா பண்ணிப் போட்டா" என்று வினவ உடனே அருகில் நிற்கும் காஞ்சி மஹான் "ஆமாம் நான் காமாக்ஷிக்கு போட்டேன். கற்பகத்துக்கு உன்னைப் போடச் சொல்றேன்" என்றவுடன் பாட்டி "இவ்வளவு பெரிய காசு மாலையை ஏழை நான் எப்படிச் செய்ய முடியும்"என்று கேட்க "எல்லாம் நடக்கும் பண்ணு" என்று உத்தரவிட, மறைந்தது கனவு.

இன்ப அதிர்ச்சியுடன் எழுந்தார் பாட்டி. காலை 9 மணிக்கு ரிக்ஷாவில் திருமயிலை கோவில் வந்து நவராத்திரி மண்டபத்தில் அமர்ந்து தன் குழுவினருடன் நான்கு முறை ஸஹஸ்ரநாமம் பாராயணம் செய்து முடித்ததும் சன்னிதிக்கு வந்தார். குருக்கள் கற்பூர ஆரத்தி காட்டும்போது, உணர்ச்சி வசப்பட்ட பாட்டி, கண்ணீர்மல்க உடனிருந்தவர்களிடம் தன் கனவு விவரத்தை கூறியதோடு உடனடியாக அம்பிகைக்கு காசுமாலை செய்ய வேண்டும் என்ற தன் விருப்பத்தை கூறினார். இதை கேட்ட ஆனந்தம் மாமி, "உடனே காஞ்சீபுரம் சென்று பெரியவரிடம் விவரம் சொல்லி என்ன செய்யலாம் என அறிவுரை கேட்கலாம்" என்று சொன்னார்.

மறுநாள் சுவாஸினி மண்டலியினர் காஞ்சீபுரம் சென்று பெரியவரை வணங்கி கனவு வந்த விவரம் சொல்லி என்ன செய்வது என்று கேட்டனர். தீராத விளையாட்டு மன்னரான மஹான் 'நான் காமாக்ஷிக்கு செய்த காசு மாலையில், ஒவ்வொரு காசும் ஒவ்வொரு பவுன். ஆனால் உங்களால் அவ்வளவு முடியாது. எனவே அரை பவுனில் ஒரு காசு அடித்து அதில் ஒவ்வொரு நாமத்தையும் பொறியுங்கள்' என்று உத்தரவிட அரைபவுன் என்றாலும் 1000 காசுக்கு 500 பவுன் ஆகும். மேலும் அதை கோர்க்க சங்கிலி வேறு வேண்டும். இப்படி மிகப்பெரிய இந்த திருப்பணியை எப்படி செய்வது என்று அவர்கள் கவலைப்பட்டனர். மஹான் அருள் உடனே கிட்டியது. வந்த மாதரில் ஒருவர் முதலில் தன் கையிலிருந்த ஒரு ஜோடி வளையலைத்தர ஆரம்பமானது அருட்பணி. மேயர் ராமநாதனின் மனைவி லக்ஷ்மி ராமநாதன்,

நாடகக் காவலர் ஆர்.எஸ் மனோகர் தன் நாடகம் மூலம் நன் கொடை... என அருள் வெள்ளம் பாயத் தொடங்கியது. தன்னை தரிசிக்க வரும் அடியவர்கள் பலரிடம் காஞ்சி மாமுனிவர் "மயிலாப்பூர் கற்பகாம்பாளுக்கு ஒரு பாட்டி காசுமாலை செய்யறா. நீ போய் பவுன் கொடு" என்று உத்தரவிட பலர் அனுதினமும் காணிக்கை கொடுத்தவண்ணமிருந்தார்கள். உம்மிடி பங்காரு கண்ணன் அவர்கள் தமது கோமுட்டி செட்டியார் வகுப்பின் சார்பாக கூலிச் செலவை ஏற்றுக் கொள்ள, காசுமாலை தயாரானது.

காசு மாலையை முதலில் பெரியவரிடம் காண்பித்து பிறகு அம்பிகைக்கு சாற்ற எண்ணம் கொண்டு காஞ்சி சென்றனர். தையல் இலையை பரப்பி அதில் மாலையை வைக்க உத்தரவிட்ட மஹான் அதை நன்கு ஆராய்ந்து பார்த்து விட்டு, கண்மூடி தியானம் செய்து அதற்கு புஷ்பம் தூவி அர்ச்சித்து வழிபட்டார். பிறகு மாலையுடன் மங்கையர்கள் எடுத்துச் சென்றிருந்த மங்கள திரவியங்களான புடவை, ரவிக்கை, மஞ்சள், குங்குமம், வளையல்கள், பழம், புஷ்பம், கன்னிகைக்கு பாவாடை, ரவிக்கை, முதலான மங்கலப் பொருள்களையும் பார்த்து விட்டு 'குழந்தைக்கு

பழம் கொடுக்க வேண்டுமே' என்று சொல்லி கூட்டத்தை உற்று பார்த்து விட்டு "இங்குவா" என்று கைஜாடை செய்ய கூட்டத்தை விலக்கிக் கொண்டு அதி சுந்தரியாய் ஒரு குழந்தை முன்னே வந்து பெரியவரிடம் கையை நீட்டியது. மஹான் பழத்தை அதனிடம் தந்தார். அதைப் பெற்றுக் கொண்டு கூட்டத்தினுள் சென்று மறைந்தது குழந்தை. அந்த குழந்தை எங்கிருந்து வந்தது, எங்கு சென்றது என்பது அனைவருக்கும் புரியாத புதிராகவும், ஆச்சர்யமாகவும் இருந்தது.

அதன் பின் அவர்கள் சென்னை வந்து நல்ல நாளில் கோலாகலமாக கற்பகாம்பாளுக்கு காசு மாலையை சாற்றினார்கள். குருபாட்டி 'கனவில் கண்டதை நினைவில் கண்டு' மகிழ்ந்தார். அவரது சீடர்களான மாதரசிகளும், மனநிறைவும் மகிழ்ச்சியும் அடைந்தனர். மாலை சார்த்தப்பட்ட உடன் கோவிலில் அம்மன் சன்னிதிக்குள் எங்கிருந்தோ ஒரு பசுமாடு கூட்டத்தை தள்ளிக் கொண்டு வந்து கற்பகத்தை சிறிது நேரம் பார்த்துவிட்டு மீண்டும் வந்த வழியே சென்றது. அந்தக் காட்சி பக்தர்களுக்கு மிகவும் ஆச்சர்யத்தை உண்டு பண்ணியது. கற்பகாம்பாளுக்கு காசுமாலை சாற்றிப் பார்க்க ஆசை கொண்ட காஞ்சி மஹான், முதலில் பாட்டியின் கனவில் வந்து ஆரம்பித்த விளையாட்டின் முடிவில் மாலை சாற்றப்பட்ட அம்பிகையை கோ வடிவில் வந்து தரிசித்ததாகவே அனைவரும் உணர்ந்து அளவிலா ஆனந்தம் கொண்டனர்.

எந்த உருவிலும், எங்கும், எப்பொழுது வேண்டுமானாலும் வந்து அருள் புரியும் அருந்தவவேந்தரன்றோ காஞ்சி மஹா பெரியவர்!

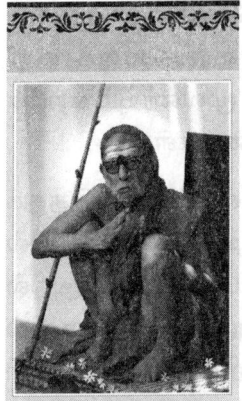

"நம்முடைய பாபங்களைக் கழித்துக் கொண்டு வாழ்க்கையின் குறிக்கோளை அடைய வழிமுறைகளைத் தருகிறது"

29

அலகிலா விளையாட்டு

'குரு கடாக்ஷம் பரிபூர்ணம்' என்று சொல்வதுண்டு. குருவின் திருஅருட்பார்வை பட்டால் பிறவிப்பிணியே பறந்தோடும் எனும் பொழுது, உடற்பிணி குணமாவது அதிசயமா? ஆனால் மருத்துவர்களால் கூட 'குணமாவது கடினம்' என்று சான்றிதழ் வழங்கப்பட்டு நான்கே நாட்களில் குருஅருட்பார்வையால் குணமான அதிசய அருள் விளையாட்டை காண்போம்.

அந்த அதிர்ஷ்டசாலி திரு. ஈஸ்வரன்ஜி என்று அழைக்கப்படும் ஆம்ரவனேசுவரன். லால்குடியை சேர்ந்த அவருக்கு ஏற்பட்ட பாதிப்பு என்ன?

1985 ஆம் ஆண்டு ஸ்ரீ ஜயேந்திர ஸரஸ்வதி ஸ்வாமிகள் ரேணிகுண்டாவிற்கு சென்ற போது ஈஸ்வரன்ஜியும் உடனிருந்தார். ஒருநாள் அவர் ஈஸ்வரன்ஜியிடம் 'மறுநாள் திருமலை சென்று பெருமாளைத் தரிசிக்க இருப்பதால், நீ காஞ்சிபுரம் சென்று ஸ்ரீமடம் மேனேஜர் கிருஷ்ணமூர்த்தி அய்யர், ஸ்ரீ பால பெரியவரின் பூர்வாசிரம தந்தையார் திரு. கிருஷ்ண மூர்த்தி சாஸ்திரிகள், பாலபெரியவருக்கு சாஸ்திர பாடம் சொல்லித்தரும் வாத்யார் மூவரையும் ஒரு வேனில் அழைத்து வரும்படி உத்தர விட்டார். அதன்படி நாராயணன் என்பவரை வண்டி

ஓட்ட உடன் அழைத்துக் கொண்டு மெடாடர்வேனில் காஞ்சிபுரம் வந்த ஈஸ்வரன்ஜி மஹா பெரியவரிடம் விவரங்களைக் கூறி வணங்கி ஆசிபெற்றுக் கொண்டு குறிப்பிட்ட மூவரையும் ஏற்றிக் கொண்டு ரேணிகுண்டா நோக்கி பிரயாணமானார்கள்.

தொடர் பிரயாண களைப்பால் வேனின் பின்சீட்டில் படுத்துக் கொண்டு உறங்கினார் ஈஸ்வரன்ஜி. மற்ற மூவரும் வண்டியில் அமர்ந்திருந்தனர். மடத்து சாமான்கள் அடங்கிய பெட்டியும் அதில் ஏற்றப்பட்டிருந்தது. வண்டி அரக்கோணம் அருகில் வளைவில் திரும்பிய பொழுது எதிரே கருங்கல் ஜல்லி ஏற்றி வந்த பெரிய லாரி ஒன்று வெகு வேகமாக வந்து வேனில் மோதியது. வேன் மிகவும் சேதமடைந்து நிலை குலைந்தது. வேனை ஓட்டிய நாராயணனுக்கு வலது கையில் பலமாக அடிபட்டது. வயது முதிர்ந்த, இதயம் பலவீனமான ஸ்ரீமடம் மேனேஜர் மார்பில் டிரைவர் இருக்கையின் கம்பி பலமாக மோதியது. அவர் மயங்கி விழுந்தார். மற்ற இருவருக்கும் கடுமையாக அடிபட்டது. ஆனால் கடைசி இருக்கையில் உறங்கிக் கொண்டிருந்த ஈஸ்வரன்ஜிக்கு, சாமான்கள் பெட்டி மற்றும் நசுங்கிய முன் இருக்கைகள் எல்லாமாக விழுந்து தாக்கியதால் எல்லோரையும் விட அதிகமாக பாதிக்கப்பட்டார். உடலின் இடது பக்கத்தில் பலமாக அடிபட்டு முகம் சிறு பூசணிக்காய் அளவு வீங்கிவிட்டது. இடது நெற்றியில் வெட்டுக் காயம், முன் தலையில் பலத்த காயம், இடது கண் சிவந்து பார்வை குறைவு, இடது கை, கால் உட்பட இடது பக்கமே அசைவற்ற நிலை இப்படி பலவிதமான பாதிப்புகள்.

விபத்தைக் கண்ட ஊர் மக்கள் உடனே நால்வரையும் அரக்கோணம் மருத்துவமனைக்கு கொண்டு சென்றனர். அங்கு முதலுதவி அளிக்கப்பட்டது. பிறகு அங்கிருந்து ஒரு வேனில் காஞ்சிபுரம் அனுப்பப்பட்டனர். இவர்கள் மடத்திற்கு அருகில் வந்ததும் ஒரு பக்தர் ஓடிச்சென்று விவரத்தை பெரியவரிடம் தெரிவித்தார். பெரியவாளும் வேனின் அருகிலேயே நடந்து வந்து தன் அருட்பார்வையால் அனுக்கிரஹம் செய்தார். ஸ்ரீமடம் மேனேஜரின் மனைவி கண்ணீருடன் கதற "தலைக்கு வந்தது

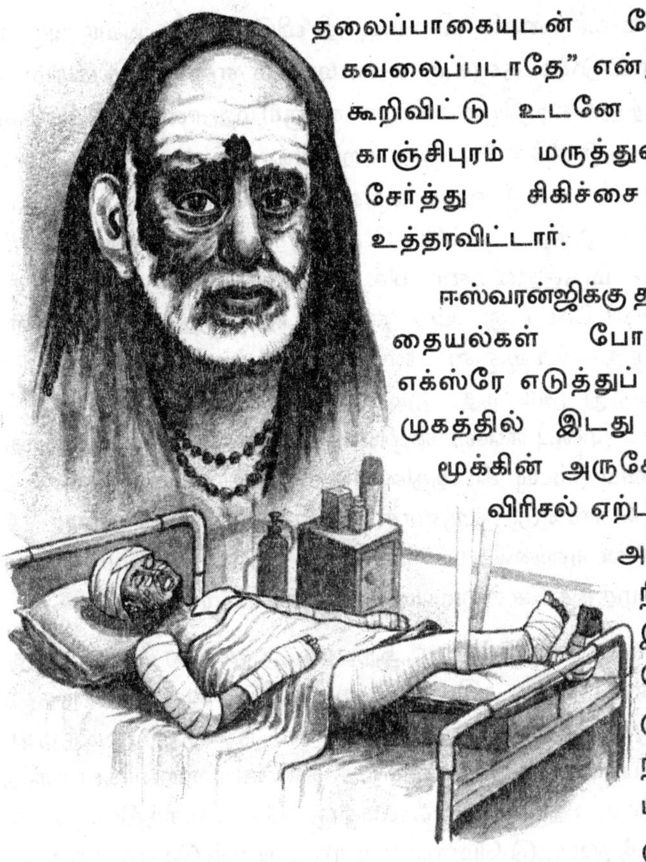

தலைப்பாகையுடன் போயிடுத்து. கவலைப்படாதே" என்று ஆறுதல் கூறிவிட்டு உடனே அவர்களை காஞ்சிபுரம் மருத்துவமனையில் சேர்த்து சிகிச்சை அளிக்க உத்தரவிட்டார்.

ஈஸ்வரன்ஜிக்கு தலையில் பல தையல்கள் போடப்பட்டன. எக்ஸ்ரே எடுத்துப் பார்த்ததில் முகத்தில் இடது பக்கத்தில் மூக்கின் அருகே எலும்பில் விரிசல் ஏற்பட்டிருந்தது. அவரின் நிலைமை இன்னதென்று சொல்ல முடியாத நிலையில் மருத்துவர்கள் குழம்பினார்கள்.

அவரால் இனி எழுந்து நடமாட இயலாது என்றும், இடது பக்கம் செயலிழந்துவிடும் என்றும் பலவாறாக எண்ணினர். மேலும் கோமாவில் விழுந்து விடவும் வாய்ப்பு உள்ளதாகக் கருதினர். மருத்துவ மனையில் இருந்த ஈஸ்வரன்ஜியைப் பார்க்க வந்த நண்பர் அவரிடமே "ஈஸ்வரன் எந்த படுக்கையில் உள்ளார்" என்று வினவினார் என்றால், அவரது உடல் நிலை எப்படி இருந்தது என்பதை புரிந்து கொள்ளலாம்!

காலையில் மயக்கம் தெளிந்து சற்று தெளிவடைந்த ஈஸ்வரன்ஜி நடந்த விவரம் முழுவதையும் அறிந்து கொண்டார். 'நமக்கு இந்த சரீரமே போய்விட்டது' என்று நினைத்து வருந்தினார், பிறகு தம்மை எப்படியாவது ஸ்ரீமடம் அழைத்துச்

சென்று பெரியவர் சன்னிதியில் கிடத்தி விடுமாறும், அவர் அருள் செய்தால் மட்டுமே தனக்கு குணமாகும் என்றும் தீவிரமாக முரண்டுபிடித்து வெற்றியும் கண்டார். காஞ்சி மஹான் தங்கியிருந்த இடத்திற்கு அருகிலேயே ஒரு ஹாலில் ஈஸ்வரன்ஜி படுக்க வைக்கப்பட்டார். அங்கு வந்த கருணைமலை ஈஸ்வரன்ஜியைப் பார்த்துவிட்டு "இந்த உடம்பே போயிடுத்துன்னு நெனச்சயோ" என்று கேட்க, மருத்துவமனையில் தன் மனதில் தோன்றியதை, இப்போது அவர் கேட்டது 'அவர் எங்கும் நிறைந்த பரம்பொருள், எல்லாம் அறிந்த ஸர்வஜ்ஞன்' என்பதை உணர்த்தியது. மாலையில் வெளியே வந்து அமர்ந்து அடியவர்களுக்கு தரிசனம் தரும் பெரியவாளின் முன்பு ஈஸ்வரன்ஜியை சிலர் தூக்கி வந்து அவரது அருட்பார்வைபடும்படி கிடத்தினார்கள். பக்தர்களுக்கு தரிசனம் கொடுத்துக் கொண்டு அருளாசி வழங்கிய மஹான் சுமார் 10 நிமிடங்கள் ஈஸ்வரனையே பார்த்துவிட்டு மற்றவர்களிடம் அவரை உள்ளே அழைத்துச் செல்லும்படி உத்தரவிட்டார்.

மறுநாள் காலை நிகழ்ந்தது அற்புதம். அதுவரை செயலிழந்து இருந்த ஈஸ்வரனின் இடது புறம் மெல்ல அசைந்தது. மதியத்திற்குள் ஓரளவு கைகால்களை நகர்த்த முடிந்தது. மாலையில் பெரியவரின் தரிசனத்திற்கு தன்னை மற்றவர்கள் வந்து அழைத்துச் செல்ல தாமதமானதால், ஒரு மனோவேகத்தில், அருள் வேகத்தில் உந்தப்பட்டு மெள்ள மெள்ள முயற்சி செய்து சுவரைப் பிடித்துக் கொண்டு நடந்து சந்நிதியை அடைந்தார். இது அனைவரையும் அதிசயத்தில் ஆழ்த்தியது. ஆனால் தவமலையோ நிதானமாக "என்னாச்சு இன்னிக்கு? தானாவே எழுந்து நடந்துட்டானா? பரவாயில்லையே" என கூறினார் தன் அருள் விளையாட்டை மறைத்தபடி. சற்று நேரம் சென்ற பிறகு உள்ளே சென்று படுக்க வைக்கப்பட்டார் ஈஸ்வரன்ஜி.

பிறகு என்ன? முகவீக்கம் வடியத் தொடங்கியது. கண்பார்வை தெளிவடைந்தது. வலி மறையத் தொடங்கியது. இவை அனைத்தும் 17ஆம் தேதி மாலையில் இருந்து 20ஆம் தேதி மாலைக்குள் 4 நாட்களில் நிகழ்ந்த அதிசயம் ஆகும். 21ஆம் தேதி விபத்தை அறிந்த ஸ்ரீஜயேந்திர ஸரஸ்வதி ஸ்வாமிகள் தமது யாத்திரையை நிறுத்தி விட்டு காஞ்சி வந்து பாதிக்கப்பட்டவர்களை

கண்டு ஆறுதல் கூறினார். மஹாபெரியவர் டாக்டர்களை அழைத்து ஈஸ்வரனுக்கு எக்ஸ்ரே எடுத்துப் பார்க்கும்படி கூறினார். எக்ஸ்ரே எடுத்து பார்த்ததில் மருத்துவர்களுக்கு பெருத்த ஆச்சரியம்! முகத்தில் எலும்பு விரிசல் கண்ட இடமே தெரியவில்லை.

மேலும் ஈஸ்வரனை சென்னைக்கு அழைத்து சென்று ஸ்கேன் செய்து பார்க்கும்படி மஹான் சொல்ல, சென்னையில் ஈஸ்வரன்ஜியை பரிசோதித்த நரம்பியல் நிபுணர் திரு. கல்யாணராமன் 'எந்தவித பாதிப்பும் இல்லை, ஸ்கேன் செய்ய வேண்டாம்' என்று கூறிவிட்டார். முன்பு இருந்த மருத்துவக் குறிப்புகளை பார்த்துவிட்டு, நான்கு நாட்களுக்கு முன்பு இருந்த உடல் நிலைக்கும் இன்றைய உடல் நிலைக்கும் உள்ள வித்தியாசத்தை கண்டு ஆச்சரியமடைந்தார். ஈஸ்வரனுக்கு ஏற்பட்ட பாதிப்பிற்கு அவர் கைகால்களை அசைத்து தாமாகவே எழுந்து நடக்க சுமார் 2 மாதமாவது ஆகும் என்றும், ஈஸ்வரன் குணமடைந்தது மருத்துவத்தை மீறிய, அதற்கு எட்டாத அதிசயம் என்றும், தன் போன்ற மருத்துவர்களும் தம்மால் முடிந்த முயற்சிகளை செய்துவிட்டு முடிவை அந்த மஹானிடமே விட்டு விடுவதாகவும் அவர் அருளால் நடக்காத அதிசயம் எதுவும் எங்கும் என்றும் இல்லை' என்று அங்கிருந்தவர்களிடம் கூறி மனம் உருகினார். விஞ்ஞானத்திற்கும் அப்பாற்பட்டதுதான் மெய்ஞானம் என்பதை அனைவரும் உணர்ந்தனர்.

மருத்துவத்திற்கும் மசியாத நோய்களை தன் அருட்பார்வையாலேயே மாயமாக விரட்டிய நடமாடும் தெய்வத்தின் திருப்பாதங்களைப் பற்றி அருட்பார்வைக்கு ஆளாக வேண்டும்.

30

அலகிலா விளையாட்டு

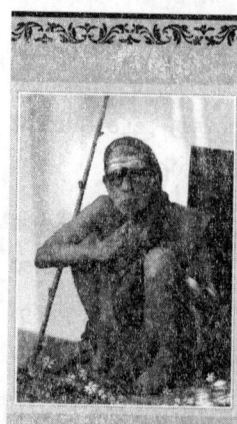

"ஒவ்வொரு சாஸ்திரத்தை ஏற்படுத்தியவருக்கும் ஆச்சாரியர் என்று பெயர். அவர் சாஸ்திர அர்த்தங்களை பிறருக்கு விளக்கிக் கூறி, தானும் அவைகளின்படி செயல்பட்டு மற்றவர்களையும் அந்த ஆசாரங்களில் நிலை நிற்கச் செய்பவர்."

ஒருசமயம் ஸ்ரீமடத்தில் ஸஹஸ்ர போஜனம் செய்ய ஏற்பாடு நடந்தது. ஒரேநாளில் 1000 அந்தணர்களுக்கு போஜனமளிக்க வேண்டும். ஒரே நாளில் அவ்வளவு பேர் கிடைக்காவிடில் பல நாட்களில் கிடைக்கும் அந்தணர்களை வைத்து அன்னமிட்டு 1000 எண்ணிக்கையை நிறைவு செய்வதுண்டு. ஆனால் போஜனத்திற்கு வரிக்கப்படும் அந்தணர்கள் கட்டாயம் வேதவித்துக்களாகவும், ஆசார, அனுஷ்டானம் உள்ளவர்களாகவும் இருக்க வேண்டும் என்பது சாஸ்திர விதி.

அப்படி நெறி வழுவாமல் நடக்கும் ஸஹஸ்ர போஜனத்திற்கு ஒருநாள் போதிய அந்தணர்கள் கிடைக்கவில்லை. அதனால் ஸ்ரீமடம் மேனேஜர் மஹாபெரியவாளை அணுகி விவரம் தெரிவிக்க, நிலைமையை உணர்ந்த மஹான் ஸ்ரீமடத்தில் கைங்கர்யம் செய்பவர்களில் சிலரை உபயோகித்துக் கொள்ளும்படி உத்தரவிட்டார். அதன்படி மேனேஜர், மடத்தில் உள்ள சிலரை அழைத்து மறுநாள் ஸஹஸ்ர போஜனத்திற்கு வரும்படி உத்தரவிட்டார். மறுநாள் குறிப்பிட்ட அனைவரும் ஸ்நானம் செய்து ஆசாரத்துடன் பெரியவாள் பூஜைக்கு வந்தனர். பூஜை முடிந்ததும் அனைவருக்கும் பெரியவாள் அபிஷேக தீர்த்தம் தருவார்.

ஒரு திரைக்கு பின்னால் ஸ்டூலில் பெரியவர் அமர்ந்து கொண்டு தீர்த்தம் தர, திரைக்கு மறுபுறம் வரிசையில் பக்தர்கள் நின்று கொண்டு சிறிய துவாரத்தின் வழியாக கையை நீட்டி தீர்த்தத்தை வாங்கிக் கொள்ள வேண்டும். ப்ரசாத விநியோகம் முதலில் ஸஹஸ்ர போஜனத்திற்கு வரிக்கப்பட்டவர்களுக்கு கொடுக்கப்பட்டது. அதில் வரிக்கப்பட்டவர்கள் ஒவ்வொருவராக வந்து கையை நீட்ட, ப்ரசாதம் வழங்கினார் மஹான். இந்த நிகழ்ச்சி நாயகனான தொண்டர் வந்து கையை நீட்ட, தீர்த்தத்தை அவர் கையில் விடாத பெரியவர் திரைக்கு உள்பக்கம் தன் அருகிலிருப்பவரிடம் "கைநீட்டுவது யார்", என்று வினவி "அவனை சாப்பிட உட்கார வேண்டாம் பரிமாற சொல்" என்று உத்தரவிட்டு தீர்த்தத்தை கையில் விட்டார். இந்த உத்தரவு தொண்டரை கலங்க வைத்தது.

'மேனேஜர், பெரியவர் சொல்லித்தானே மடத்தில் பணிபுரிபவர்களையே இன்று ஸஹஸ்ர போஜனத்திற்கு நியமித்தார். அதன்படி தானே தனக்கும் இன்று வாய்ப்பு

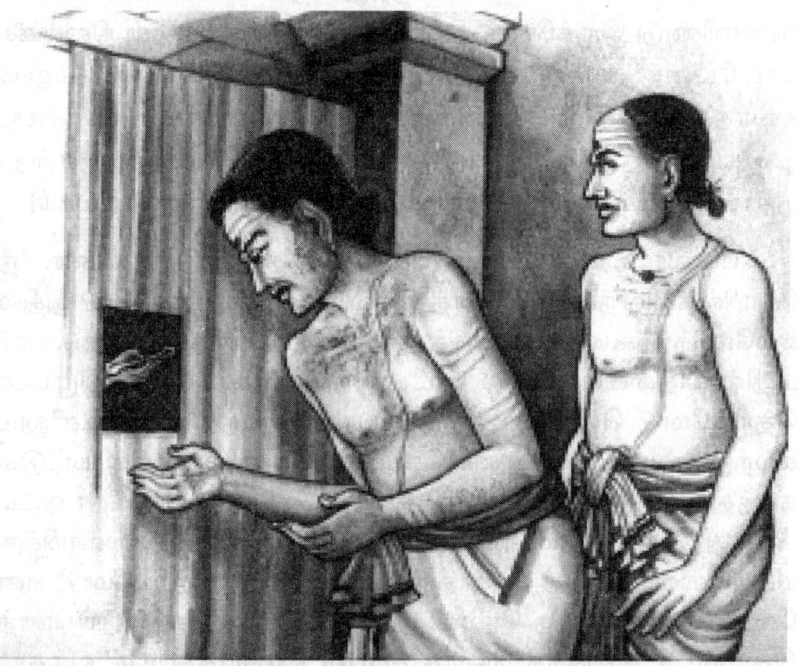

தரப்பட்டது.அப்படி இருக்க, சாப்பிட தயாராக வந்தவர்களில் தன்னை மட்டும் வேண்டாம் என்று பெரியவர் விலக்குவது எதனால்? தனக்கு என்ன தகுதி குறைவு?' என்பது போன்ற பல எண்ணங்கள் அவர் மனதில் எழுந்து வாட்ட, மனம் ஒடிந்து கண்ணீர் சொரிய நின்றார். எனினும் தன்னை சாப்பிட வேண்டாம் என்று சொன்னாலும், பரிமாறும் கைங்கர்ய பாக்கியத்தையாவது கொடுத்தாரே என்று மனதைத் தேற்றி கொண்டு பணியில் ஈடுபட்டார்.

ஸஹஸ்ர போஜனம் நடந்து முடிந்தது. தொண்டருக்கு மன உளைச்சல் அடங்கவில்லை. கண்ணீரும் வற்றவில்லை. ஒரு ஓரமாய் அமர்ந்து தன் நிலமையையும், தனக்கு ஏற்பட்ட அவமானத்தையும் எண்ணி எண்ணி வருந்தும் பொழுது மஹானின் அழைப்பு வந்தது.

மிகுந்த மனவருத்தத்துடன் வந்து நின்ற தொண்டரைப் பார்த்து "ரொம்ப அழுதியோ?" என்று வினவ, அன்பருக்கு மேலும் தாங்க முடியாமல் கண்ணீர் வந்தது. "நீ எங்கிட்ட கைங்கர்யம் பண்ணிண்டு இருக்கே, நீ நன்னா இருக்கணும்னு நான் நினைக்க மாட்டேனா" என்று மஹான் வினவியது அன்பரை மேலும் கரைத்தது. தன்னிடம் கைங்கர்யம் செய்பவர்கள் மட்டுமா, உலகமனைத்துமே நன்றாக இருக்க வேண்டும் என்று அனவரதமும் நினைக்கும் மஹாத்மா அல்லவா மஹாபெரியவர்!

மனவாட்டம் அடங்கும் முன்பே வந்தது அடுத்த வினா. "நீ கோயில் களில் நடக்கும் தேர்த் திருவிழா பார்த்திருக்கியோ? அதில் எல்லோரும் கூடி வடம் பிடித்து தேர் இழுப்பார்கள் இல்லையா? அதில் விதவையான சில பாட்டிமார்களும் கூட வடம் இழுப்பா தெரியுமோ? பொதுவா விதவையானவா எந்த விழாக்களிலும் கலந்துக்க மாட்டா. ஆனா கோயில் ரதோத்ஸவத்தில் மட்டும் கலந்துப்பா. ரத உத்ஸவத்தில் கலந்து கொண்டு யார் தேர் வடம் பிடித்து இழுத்தாலும் அவர்களுக்கு, சொந்த செலவில் ஸ்வாமிக்கு ரதோத்ஸவம் செய்த பலன் வந்துவிடும் என்று தெரியுமோ?" என கேட்க, எதற்கு இந்த கேள்வி நம்மிடம் கேட்க வேண்டும் எனத் தொண்டர் திகைக்க நேராக சம்பவ விஷயத்திற்கே வந்தார்

பெரியவா. "மடத்துல கைங்கர்யம் பண்றவாளயே ஸஹஸ்ர போஜனத்திற்கு உட்கார வைக்கும்படி சொன்னேன், உனக்கும் அழைப்பு வந்தது. ஆனால் நீ தீர்த்தம் வாங்க வந்த பொழுதுதான் தோணித்து, ஸஹஸ்ர போஜனத்தில் சாப்பிட உட்காருபவர்கள் கட்டாயம் வேதம் படித்து அனுஷ்டானங்களுடன் இருக்க வேண்டும் என்ற சட்டம். உன்னால் தவறாமல் சந்தியாவந்தனம் கூட செய்ய முடியரதோ இல்லையோ, செய்யக் கூடாதுங்கற எண்ணம் உனக்கில்லை. மடத்து வேலையா நீ வெளியே போக வேண்டி இருப்பதால் சில சமயம் தவறலாம். எனவே நீ சாப்பிட உட்கார்ந்தா உனக்கு தோஷம் வந்துடப் போதேன்னு நினைச்சேன், சும்மா இருந்த உனக்கு என்னால் பாபம் வந்துடக் கூடாதுன்னு ஞாபகம் வந்தது. அதனால் தான் உன்னை சாப்பிட உட்கார வேண்டாம் என்றேன். ஆனா சாப்பாடு போடற புண்ணியமாவது உனக்கு வரட்டுமேன்னு தான் உன்னை பரிமாறச் சொன்னேன். ரதோத்ஸவத்திற்கு சொன்னது தான் இதுக்கும். நீ ஸஹஸ்ர போஜனம் செய்பவர்களுக்கு பரிமாறினதாலே நீயே செலவழிச்சு ஸஹஸ்ர போஜனம் செய்த பலன் முழுக்க வந்துடுத்து, க்ஷேமமாய் இருப்பே" என்று அருளை வார்த்தை மழையாய் வர்ஷித்தார். இதைக் கேட்ட அடியவருக்கு தனக்கு பாபம் வரக் கூடாது என்ற கரிசனத்தோடு பரம புண்ணியமும் பைசா செலவில்லாமல் வரவேண்டும் என்று கருணை கொண்ட பெரியவரின் தாய் மனதை எண்ணி எண்ணி நெகிழ்ந்தார். இவ்வளவு நேரம் அவமானம் என்றெல்லாம் எண்ணி வாடிய மனது "எவ்வளவு பெரிய வெகுமானம் அருளியுள்ளார் இந்த மஹாமுனி" என எண்ணி மகிழ்ந்தது.

தன்னை சரண் அடைந்த அன்பர்களுக்கு வாரி வாரி அருளை வழங்குவது மட்டும் அவர் குணமல்ல. கடுகளவு பாபமும் அண்ட முடியாதபடி காத்து நிற்கும் அரண்தான் அந்த ஹரன்.

✤✤✤✤✤

31

அலகிலா விளையாட்டு

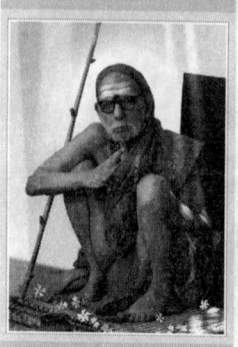

"பழுக்காத ஒரு மாங்காயைப் பறித்தால் அதிலிருந்தும், அதன் காம்பிலிருந்தும் (பிரிவால் கண்ணீர் விடுவதுபோல்) பால் சுரக்கிறது. அது பழுத்துவிட்டால் தானே காம்பிலிருந்து பிரிந்து விழுந்து விடுகிறது. (கண்ணீர் விடுவதில்லை) அதுபோல் மரணம் நம்மை அழைக்கும் போது வருத்தமின்றி இந்த உலகத்தை விட்டுச் செல்லும் திறனை வளர்த்துக் கொள்ளவேண்டும்."

சமயமறிந்து அருள் புரிவதில் காஞ்சி ஸ்ரீமஹாபெரியவருக்கு ஈடு இணை அவரே. அந்த அருள் விளையாட்டில் பங்கு கொண்டு ஆனந்தம் அடைந்தவர்களுள் பிரபல நரம்பியல் நிபுணர் டாக்டர் எஸ். கல்யாணராமனும் ஒருவர். அவரின் தந்தை பல் டாக்டர் வி. சுப்ரமணியம் அவர்களும் காஞ்சி ஸ்ரீமடத்துடன் நெருங்கிய தொடர்பு கொண்டு பல சாஸ்வதமான அரும்பணிகள் செய்தவர். தந்தையைப் போன்றே கல்யாணராமனும் கைங்கர்யங்கள் செய்யும் பரமபக்தர்.

ஒரு சமயம் கல்யாணராமன், பெரியவாள் மஹாராஷ்ட்ர மாநிலத்தில் முகாமிட்டிருக்கும் பொழுது அவரை தரிசனம் செய்யச் சென்றார். ஆனால் அங்கு சென்ற உடன்தான் மூன்று நாட்களாக ஊருக்கு வெளியே உள்ள ஒரு நதிக்கரையில் இருக்கும் மாந்தோப்பில் பெரியவர் தங்கி இருப்பது தெரியவந்தது. உடனே அங்கு சென்று தரிசனம் செய்தார். நகரின் நடுவில் எல்லா வசதிகளும் நிரம்பிய இடத்தில் தங்கியிருந்த மஹான் எதனால் அவற்றை விட்டு ஊருக்கு ஒதுக்குப் புறத்திலுள்ள மாந்தோப்பில் முகாமிட்டுள்ளார் என்பதை அறிய ஆவல்கொண்டு விசாரிக்க, உடன் இருந்தவர்கள் சொன்ன பதில் ஆச்சரியமாகவும் மனதை நெகிழ வைப்பதாகவும் இருந்தது.

நகரில் மஹான் இருந்த பொழுது தினமும் ஒரு வயதான மனிதர் வந்து தரிசனம் செய்வாராம். அந்த பக்தர் பெரியவரிடம் நெருங்கி வந்தது கிடையாது. எதுவும் விண்ணப்பிப்பதும் இல்லை, அமைதியாய் வந்து ஓர் ஓரத்தில் நின்று கொண்டு காதலாகி கசிந்து பக்தியுடன், கண்குளிர தரிசித்து விட்டு ஓசையின்றி சென்றுவிடுவார். இப்படி தினம் நடந்து கொண்டிருந்தது. இதை உடன் இருந்த எவரும் கவனிக்கவில்லை. சர்வஜ்ஞரான மாமுனி கவனிக்காமல் இருப்பாரா? ஒருநாள் அந்த அன்பர் வந்த பொழுது அவரை அருகில் அழைத்து "தினமும் வருகிறீர்களே! ஏதேனும் வேண்டுமா?" - என்று பரிவுடன் வினவினார். அதற்கு அந்த பக்தர் சொன்ன பதில் பெரும் வியப்பாய் இருந்தது. தான் இந்த ஊருக்கு தினக்கூலியாக பிழைப்பு தேடி வந்ததாகவும், தனது உண்மை உழைப்பால் படிப்படியாக உயர்ந்து மேஸ்திரியானதாகவும் பின்னர் சிறிய காண்ட்ராக்டராக ஆனதாகவும் நாளடைவில் தொழில் வளர்ந்து அதனால் பெரிய நில புலன் வீடுவாசல் முதலிய ஐஸ்வர்யங்கள் ஏற்பட்டதாகவும், ஊருக்கு வெளியில் தனக்கு பெரிய தோப்பு இருப்பதாகவும் ஆனால் இவை அனைத்தும் தனது உழைப்பால் மட்டுமின்றி தனது இஷ்டதெய்வத்திடம் செய்த ப்ரார்த்தனையின் பலனே, என்றும் கூறினார்.

சரி இப்படி வாரிவழங்கிய அந்த இஷ்ட தெய்வம் எது தெரியுமா? கலியுகக் கண்கண்ட தெய்வம் நம் காஞ்சி மஹாபெரியவரை விட்டால்

வேறு யார்! மனமுருகி வேண்டிய இஷ்டதெய்வமான காஞ்சி மாமுனிவர் தான் இருக்கும் ஊருக்கே வந்திருக்கும் பொழுது தினம் வந்து தரிசனம் செய்யாமல் இருப்பாரா அந்த அன்பர்? அளவிலா ஆனந்தத்துடன் தன் இடம் நாடிவந்த கருணைக் கடலை தரிசித்த பக்தர் மனதில் ஒரே ஓர் ஆசை என்னவெனில், அருளால் குசேலராயிருந்த ஒருவரை குபேரனாக்கிய அந்த மஹானை தனது இல்லத்திற்கு அழைத்து உபசரிக்க வேண்டும் என்பதே.

சரி, அதை தரிசனத்திற்கு வந்த முதல் நாளே அருகில் வந்து விண்ணப்பித்துக் கொண்டிருக்கலாமே எனில் அதற்கு தடையாக இருந்தது அவர் பிறந்த குலம். அவர் குலத்தில் நந்தனார். தாழ்த்தப்பட்ட குலத்தில் பிறந்த தனது இல்லத்திற்கு ஆசார அனுஷ்டானத்தின் சிகரமான காஞ்சி மஹான் வர சம்மதிப்பாரா!? தான் வாய் திறந்து விண்ணப்பித்து அந்த மஹான் வரவில்லை எனில் மனம் படும்பாடு சொல்லி மாளாது. ஏழேழ் பிறவியிலும் வாட்டும் அந்த குறை. மேலும் தனது இஷ்ட தெய்வம் தனக்காக தனது ஆசாரங்களை விடும்படி தர்ம சங்கடத்தில் விடுவதும் நியாயமில்லை என்ற எண்ணத்துடன் மௌனமாய் விலகி நின்று தரிசித்து மனதிற்குள் ப்ரார்த்தித்து விட்டுச் செல்கிறார். வாஞ்சித பலப்ரதனான காஞ்சி மஹான் பக்தரின் மனதை புரிந்து கொண்டு அவர் குறை தீர்த்து அருள் புரியவே, தானே அவரை அருகில் அழைத்து உரையாடினார்.

மஹானின் கரிசன மொழிக்கு பதிலாக விவரம் அனைத்தையும் கூறிய பக்தர், நேரில் தனது அவாவை வெளியிட தைரியம் வரவில்லை என்று கூறி கண்ணீர் பெருக்கி நின்றார். ஆனால் முழுமதியிலும் குளுமையாக அந்த சந்திரசேகரனார் சொன்ன பதில் "நான் இந்த ஊருக்கு வந்ததே உன்னைப் பார்க்கத்தான், உன் வீட்டுக்கு நான் மட்டும் வரப்போறதில்லை, என் படையோட வரப்போறேன்" என்று சொன்னதும் அந்த அன்பர் அடைந்த இன்பத்தை எழுத்தில் வடிக்க முடியுமா?

பிறப்பால் தாழ்ந்த குடியாய் இருந்தாலும் உழைப்பில், பக்தியில் உயர்ந்து இருந்த அந்த அன்பருக்காகவே, காதம் காதமாக வெகு தொலைவு நடந்து, அவர் இருந்த ஊருக்குச் சென்ற அந்த

கருணை மாமலையின் கருணையைத்தான் சொல்வதா! அல்லது தனது பக்தியால் விண்ணிலிருந்த தெய்வத்தை மண்ணிற்கே அழைத்த அந்த பக்தரின் பக்தியைத்தான் சொல்வதா!

நடமாடும் தெய்வம் தனது அவதாரகாலம் முழுவதும் நடையாய் நடந்தது இது போன்ற பக்தர்களுக்காகவே என்பதற்கு இன்றும் பல சாட்சியங்கள் உண்டு.

பெரியவரின் அருள் விளையாட்டில் தெரிந்தவர், தெரியாதவர் அனைவருக்கும் இடமுண்டு. அப்படி இதற்கு முன் தன்னை தரிசனம் செய்யாத ஒரு பக்தருக்கு ஆபத்பாந்தவனாய் மஹான் அருளியதை பார்ப்போம்.

கர்நாடகாவைச் சேர்ந்த மூத்த மருத்துவர் ஒருவர் காரில் தனது குடும்பத்துடன் பிரயாணம் செய்து கொண்டிருந்தார். பேய் மழை கொட்டிக் கொண்டிருந்ததால், எதிரில் வழிகூட சரியாக தெரியவில்லை. தட்டுத் தடுமாறி வண்டியை ஓட்டிச் சென்றவர் ஒரு வழியாக ஒரு சிறு கிராமத்தை கண்டார். அப்பொழுது இரவு 11 மணி இருக்கும். ஒரு வீட்டில் விளக்கு எரிவதையும் வீட்டு வாயிலில் சிலர் நின்று கொண்டு இருப்பதையும் கண்ட மருத்துவர் அவர்களிடம் சென்று "இங்கு அருகில் ஏதாவது தங்கும் விடுதி இருக்குமா?" என்று வினவினார். எதிரிலிருந்த மனிதர் "நீங்கள் மருத்துவரா? குடும்பத்துடன் வந்திருக்கிறீர்களா?" என்று கேட்க "ஆம்" என்று பதிலளித்தார். உடனே "உங்களுக்காகத்தான் நாங்கள் 2 மணி நேரத்திற்கும் மேலாகக் காத்துக் கொண்டு இருக்கிறோம். உள்ளே வாருங்கள். உணவு தயாராக உள்ளது. உணவு உண்டு ஓய்வு எடுத்துக் கொள்ளுங்கள்" என்று கூறக் கேட்டு அதிர்ச்சி அடைந்தார் மருத்துவர். "யார் இந்த மனிதர்? இவருக்கு எப்படி நம்மை பற்றி தெரியும். நாம் யாருக்கும் தகவல் அறிவிக்கவில்லையே! ஒருக்கால் நம்முடைய பழைய நோயாளிகளில் ஒருவரோ" என்று பலவாறு எண்ணி குழம்பியவாறு "என்னை உங்களுக்கு தெரியுமா?" என்று அவரிடமே கேட்டார். அந்த மனிதர் சொன்ன பதில் மேலும் அதிர்ச்சியை தந்தது.

"இன்று காலை காஞ்சி மஹாபெரியவர் இந்த ஊர் வழியாக அடுத்த ஊருக்கு போகப் போவதை அறிந்த நாங்கள் அவருக்கும், உடன்வரும் பரிவாரங்களுக்கும் உணவு தயார் செய்து வைத்துக் கொண்டு காத்திருந்தோம். அவர் எங்கள் ஊர் எல்லைக்குள் வந்ததும் இரவு எங்கள் வீட்டில் தங்கி உணவு உண்டு ஓய்வு எடுத்துச் செல்லுமாறு வேண்டினோம். ஆனால் அவரோ மழை வரும் முன்பே தாம் அடுத்த ஊர் செல்ல வேண்டும் என்றும், எனினும் இரவில் ஒரு மருத்துவர் தன் குடும்பத்துடன் காரில் வருவார். அவர்கள் களைத்து இருப்பார்கள். அவர்களுக்கு வயிறார உணவளித்து ஓய்வு எடுக்க உதவுங்கள் என்று கட்டளை இட்டுச் சென்றார். அவர் ஆணைப்படி உங்கள் வருகையை வழிமேல் விழி வைத்துப் பார்த்து நிற்கிறோம். நீங்களும் அவர் சொன்னபடி வந்து விட்டீர்கள்" என்று கூறினார்.

இதைக் கேட்ட மருத்துவருக்கு எப்படி இருந்திருக்கும் என்று கற்பனை செய்து கொள்ளலாம். இன்ப அதிர்ச்சியிலிருந்து மீள முடியாத மருத்துவர் குடும்பத்துடன் வயிறார உண்டு ஓய்வெடுத்து ஊர் சென்றார். அதுவரை நடமாடும் தெய்வத்தை தரிசனம் செய்திராத அந்த மருத்துவர் இதன் பிறகு அடிக்கடி மஹானை தரிசனம் செய்து பெரும் பக்தரானார்.

இந்திய ராணுவத்தில் பணிபுரிந்த ஒரு மருத்துவருக்கு ஏற்பட்ட அனுபவம் இதோ. ஜப்பானியப் படை பர்மாவை ஆக்கிரமிக்க அதை காத்து நின்ற இந்திய வீரர்களுக்கு உதவியாகப் போர்க்களம் சென்றார் இந்த மருத்துவர். அங்கு எதிர்பாராமல் குண்டு மருத்துவரை தாக்க அங்கேயே மயங்கி விழுந்தார். திரும்ப நினைவு வந்த பொழுது மருத்துவமனையில் இருப்பதை உணர்ந்து அருகிலிருந்த ராணுவ வீரரிடம் நடந்த விவரம் கேட்க அவர் சொன்ன பதில் ஆச்சரியம் தந்தது. "நீங்கள் குண்டடி பட்டு மயங்கி விழுந்தபோது அருகிலிருந்த நான் திகைத்து செய்வதறியாது நின்றேன். திடீரென காவி உடுத்திய ஒரு சாது என் எதிரில் தோன்றி 'ஏன் சும்மா நிக்கறே? அவரை உடனே தூக்கி உன் தோளில் சுமந்து கொண்டு அருகில் உள்ள மருத்துவமனைக்கு செல்' என்று கட்டளை இட்டார். அதன்படி உங்களைச் சுமந்து

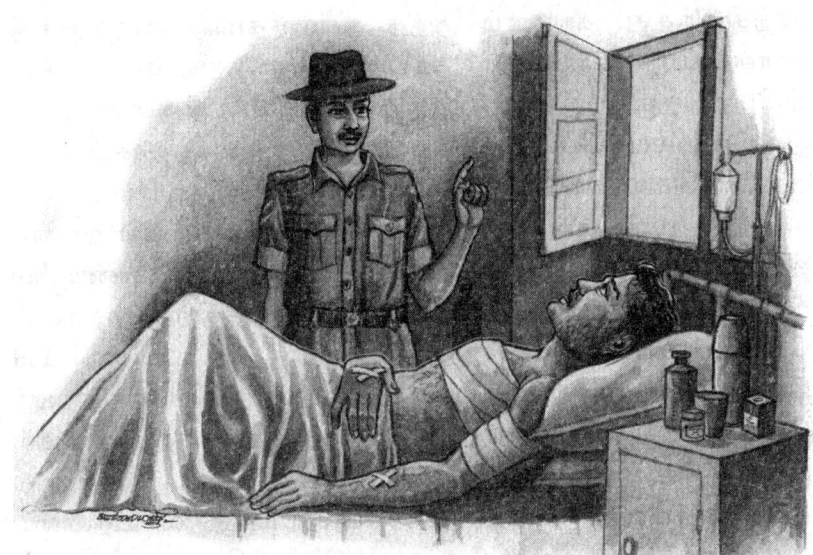

கொண்டு மூன்று மைல் தூரம் நடந்து இந்த மருத்துவமனைக்கு வந்து சிகிச்சைக்கு சேர்த்தேன்" என்று கூறினார். மருத்துவருக்கு அடிபட்ட அதிர்ச்சியைவிட அதிகமாக இருந்தது இந்த பதில்.

பிறகு குணமாகி போர் முடிந்தவுடன் ஊர் திரும்பிய மருத்துவர் காஞ்சி மஹானை தரிசித்து, 'போர்க் களத்தில் தான் அடிபட்டு விழுந்த விவரத்தை சொல்லிக் கொண்டிருக்கும் பொழுது இடைமறித்த மஹான் "நான் தான் அங்கு வந்தேனே" என்று கூறியதைக் கேட்ட மருத்துவர் மெழுகாய் உருகினார். 'தன்னைக் காக்க மஹான் போர்க்களம் வந்தது சத்தியமே. காவியுடை தரித்த சாது திடீரென தோன்றி ஆணை இட்டதாக அந்த ராணுவ வீரர் சொன்னது சரியே. இது மாயை அல்ல, என உணர்ந்த மருத்துவர் அடைந்த ஆச்சரியத்தை எழுத்தில் வடிக்க இயலாது. இந்த நிகழ்ச்சியை சொல்லும் பொழுதெல்லாம் அந்த மருத்துவர் நெகிழ்ந்து போவதைக் காணலாம்.

மஹானுக்கு பிக்ஷாவந்தனம் செய்ய மும்பையிலிருந்து, ஐந்து பக்தர்கள் காஞ்சிபுரம் வந்தனர். தரிசனம் முடிந்து திரும்பவும் மும்பைக்கு பயணமாகும் வழியில் குண்டக்கல் நிலையத்தில் காஃபி சாப்பிட விரும்பினர். இருவர் மட்டும் இறங்கி காஃபி வாங்கச் சென்றனர். காஃபியுடன் திரும்பி வந்த அவர்களுக்கு அதிர்ச்சிதான்

காத்திருந்தது. காரணம் அந்த நண்பர்களில் ஒருவருக்கு மாரடைப்பு ஏற்பட்டு காலமாகியிருந்ததுதான். பத்து நிமிடத்திற்குள் நிகழ்ந்த இந்தச் சம்பவம் அனைவரையும் நிலைகுலையச் செய்தது. செய்வதறியாது திகைத்த குழுவினர் உடனே Station Master இடம் சென்று சொல்ல, அவரும் உடனே சவத்தை வண்டியிலிருந்து இறக்கி நடைமேடையில் ஓரமாக கிடத்தச் செய்து விட்டு, குழுவிலிருந்த இருவரை அதே வண்டியில் மும்பை சென்று இறந்தவர் குடும்பத்திற்கு தகவல் தெரிவிக்கும்படியும், மற்ற இருவரிடம் இறந்தவர் உடலை Pack செய்து பின்னால் வரும் வண்டியில் ஏற்றிக்கொண்டு ஊர் செல்லும்படியும் சொன்னார். அதன்படி இருவர் அதே வண்டியில் மும்பை சென்றனர். மற்ற இருவரும் உடலை நடை மேடையில் வைத்துக் கொண்டு எப்படி Pack செய்வது, மருத்துவர் உதவியை எப்படி நாடுவது? என்று யோசனை செய்து கொண்டிருந்தனர். அப்போது அவர்கள் அருகில் வந்து விசாரித்த ஒரு ரயில்வே ஊழியர் தான் உதவி செய்வதாகவும் தனக்கு நேற்று இரவு ஒரு சன்யாசி கனவில் வந்து "எமது பக்தர்கள் ரயிலில் வருவார்கள், அவர்களுக்கு சமயத்தில் உதவி செய்" எனக் கட்டளை இட்டதாகவும் கூற, அதிர்ச்சி அடைந்தனர் இருவரும்.

அதன்படியே அந்த ஊழியர் உதவியுடன் இறந்தவர் உடலை Pack செய்து அடுத்து வந்த வண்டியில் ஏற்றிக் கொண்டு சென்றார்கள். இதிலும் ஓர் ஆச்சரியம் என்னவெனில் மரித்த உடலை Break Van ல் ஏற்றிச் செல்ல வேண்டுமானால், வேறு எந்த பொருளும் அந்த Van ல் இருக்கக் கூடாது. உடலை மட்டுமே தனியாக கொண்டு செல்ல வேண்டும். இப்படி காலி van எந்த வண்டியில் வருமோ அதில் தான் உடலை ஏற்றிச் செல்ல முடியும். ஆனால் அதிசயமாக முதலில் வந்த வண்டியிலேயே காலி இடம் இருந்தது தான் மஹானின் கருணை விளையாட்டிற்கு சாட்சி.

அனாதரட்சகனாய் ஆபத்பாந்தவனாய் அருள் செய்யும் கருணை மாமலை காஞ்சி மஹாபெரியவருக்கு ஈடு இணை நிச்சயமாக இல்லை.

✷✷✷✷✷

32. அலகிலா விளையாட்டு

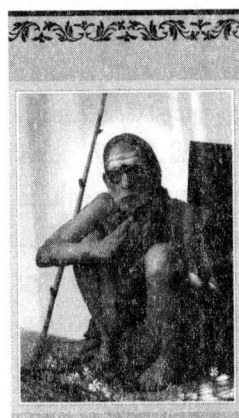

"நமக்கு விருப்பமான ஒன்றோ அல்லது ஒரு நபரோ நம்மை விட்டுப் பிரிய நேர்ந்தால் அல்லது நாம் அவர்களிடமிருந்து பிரிய நேர்ந்தாலோ துக்கப்படுகிறோம். ஆகவே ஒன்றின் மீது ஆசை வைத்த அதே நேரத்தில் துக்கத்திற்கான விதை அங்கு விதைக்கப்படுகிறதென்று தெரிகிறது. நாம் பற்றுதல் கொண்ட பொருள்களிடமிருந்து மரணம் நம்மைக் கட்டாயமாகப் பிரித்து எல்லோருக்கும் துக்கத்தைத்தான் விளைவிக்கிறது"

பிரம்ம ஞானி, அந்தணரையும், சண்டாளனையும், பசு, யானை, நாய் போன்ற விலங்குகளையும், எந்தவித வேறுபாடும் இன்றி சமமாகப் பார்ப்பார். அதாவது அனைத்திலும் பரமாத்ம ஸ்வரூபத்தையே காண்பார். விருப்பு வெறுப்பு நிறைந்த மனம் உடைய நம் போன்ற அஞ்ஞானிகளுக்குத் தான் 'உயர்ந்தவன், தாழ்ந்தவன், படித்தவன், படிக்காதவன், ஏழை, பணக்காரன், ஆண், பெண், மனிதன், விலங்கு' என்ற பாகுபாடு தெரியும், அதன் காரணமாக ஏற்றத் தாழ்வு பாராட்டுவோம். ஆனால் ஞானிக்கு அந்த நிலை இல்லை. காண்பது, காணப்படுவது அனைத்தும் பரப்ரம்மமாய் தெரிவதால் அனைத்தையும் ஒரே மாதிரி அன்பு ஒழுக நடத்துவார்.

இந்த உயர்ந்த நிலையை அடைந்த ப்ரம்மஞானியை நாம் நமது ஊனக் கண்களால் காண முடியுமா? விருப்பு வெறுப்பு மண்டிக்கிடக்கும் இந்த கலியுகத்தில், இதுபோன்ற ஞானியை பார்க்க முடியுமா? முடிந்தது. எங்கு? எப்படி? காஞ்சியில் ஸ்ரீமஹா பெரியவர் என்ற மனித வடிவில்தான்!

அப்படி பகவான் சொன்ன ப்ரம்ம ஞானியின் இலக்கணத்திற்கு வடிவமாய் திகழ்ந்த நடமாடும் தெய்வத்தின் சமநோக்கிற்கு எடுத்துக்காட்டுகள் சில இதோ:

ஒரு சமயம் பெரியவரின் அவதார புண்ணிய தினமான வைகாசி அனுஷத்தை வெகு விமரிசையாய் கொண்டாட ஆர்வம் கொண்டு சில பக்தர்கள் பெரியவாளிடம் வந்து அனுமதி கேட்டனர். வந்தவர்கள் படிப்பிலும், பொருளிலும், பதவியிலும் மிக உயர்ந்தவர்கள். தனக்கு விருப்பம் இல்லாவிட்டாலும் தன்னிடம் அன்பு வைத்துள்ள அடியவர்கள் மனம் வருந்தும்படி விட விரும்பாத பெரியவர் ஆடம்பரமாக பொருள் விரயம் செய்து கொண்டாடாமல் உலகத்திற்கு உபயோகமாக இருக்கும்படியாகக் கொண்டாட ஒரு வழி சொன்னார். அடியார்களிடம் தன் பிறந்த நாளன்று பெரிய அளவில் அன்னதானம் செய்ய வேண்டும் என்று கூறினார். வந்தவர்கள் உற்சாகமாக பல்லாயிரக்கணக்கான ஏழைகளுக்கு அன்னதானம் செய்ய ஏற்பாடு செய்வதாக கூறினார்கள். மாமுனி சிரித்துக் கொண்டே "நீங்கள் பல்லாயிரம் மனிதர்களுக்கு அன்னம் போட்டால் மட்டும் போதாது. ஒரே இலையில் ஐந்து பேருக்கு சாப்பாடு போட வேண்டும் முடியுமா?" என்றார். வந்தவர்களுக்கு ஆச்சரியமாய் இருந்தது. ஒரே இலையில் ஐந்து பேர் எப்படி சாப்பிட முடியும் என்று குழம்பி நிற்க, புதிரை அவிழ்த்து, ஓர் இலையில் ஐவர் விருந்துண்ணும் அதிசயத்தை சொன்னார் சொல்லின் செல்வர்.

'முதலில் இலை போட்டதும் உணவு உண்ண வேதம் கற்ற வித்வான்கள் வருவார்கள். அவர்கள் சாப்பிடும் போது வேண்டும் அளவிற்கு அதிகமாய் போட வேண்டும். எனினும் அவர்கள் வயிறு கொண்ட மட்டும் சாப்பிட்டு விட்டு மீதியை எறிந்து விடுவார்கள். அந்த இலைகளை எடுத்து வீதியில் குப்பைதொட்டியில் போட்டால் அங்கு இதற்காகவே எதிர்பார்த்து வரும் பசியால் வாடும் ஆதரவற்றவர்கள் காத்திருந்து இலைகளில் இருப்பவற்றை எடுத்து உண்பார்கள். முதலில் இலையில் உணவு போடும் பொழுதே அதிக அளவு பரிமாற உத்தரவு செய்தது இதற்காகத்தான். பிறகு இலைகளில் எஞ்சியவற்றை நாய்கள் வந்து உண்ணும். அவையும் வயிறு கொண்ட மட்டும் உண்டு சென்று விடும். பிறகு காக்கைகள் கூட்டம் வந்து மீதமுள்ளதை உண்ணும். மிச்சம் இருப்பதை ஈ, எறும்பு போன்ற அல்ப ஜந்துக்கள் உண்ணும், என்று ஒரே

இலையில் ஐந்து பேர் உண்ணும் அதிசயத்தை சொல்லி முடிக்க அனைவரும் அதிசயித்து நின்றனர். சரி, இதற்கும் கீதை ஸ்லோகத்திற்கும் என்ன சம்பந்தம்.?

தனது பிறந்த நாளில் வேத வித்வான்கள் முதல் ஈ, எறும்பு வரை அனைவருக்கும் விருந்து படைக்க வேண்டும் என்று மஹாஸ்வாமிகள் விரும்பினார் என்றால் அனைத்தையும் சமமாக பார்க்கும் மனோபாவம் இருந்ததால் தானே? அவர் பார்வையில் பண்டிதன் முதல் புழுபூச்சி வரை அனைத்தும் சமமாகவே கருதப்பட்டது, நடத்தப்பட்டது. இது ஒருதரம் நடந்த நிகழ்ச்சி அல்ல. தினம் தினம் நடக்கும் ஒன்று. அவர் எங்கு யாத்திரைக்கு போகும் போதும் ஒரு நாய் ஒன்றும் உடன் செல்லும். தினமும் தான் உண்ணும் பொழுது “பைரவருக்கு சாப்பாடு போட்டாச்சா” என்று கேட்க ஸ்வாமிகள் தவறியதே கிடையாது.

ஒருசமயம் குளத்தில் நீராடி, படியில் அமர்ந்து ஜபம் செய்யும் பொழுது அவரது “தண்டம்” என்ற துறவரசுச் செங்கோலை ஒரு நாய் வந்து முகர்ந்து தீண்ட, உடனே அருகில் இருந்த அடியார்கள் பதறி நாயை கல்லால் அடித்து துரத்த முயன்றனர். அவர்களை தடுத்த மஹான் “நீங்கள் அஜாக்கிரதையாக இருந்து விட்டு ஏன் நாயை அடிக்கப் போறேள்? அதோட குணம் எல்லாத்தையும் மோந்து பார்க்கறது. அதிலென்ன தப்பு. நாம்தான் ஜாக்கிரதையாக இருக்கணும்” என்று கூறிவிட்டு வேறு தண்டம் மாற்றிக் கொண்டார். ‘ஜீவராசிகள் தங்கள் பிறவி குணப்படிதான் இயங்கும் என்று உணர்த்தி, அவற்றின் மீது கோபம் கொள்ளக் கூடாது’ என்று கூறியது கீதையில் சொன்ன குணத்தால்தான்.

ஒரு சமயம் மடத்துக்குப் பின்புறம் உள்ள மாட்டுக் கொட்டகையில் உள்ள பசுக்களுடன் ஒரு புதிய பசுவும் வந்து வைக்கோல் தின்று கொண்டிருந்தது. அதைக் கண்ட கார்வார் என்ற நிர்வாகி அந்த மாட்டை விரட்டப் போக, எதிர்பாராதவிதமாய் அங்கு வந்த மஹான் “ஏன் தீனி திங்கற மாட்டை விரட்டற” என்று வினவினார். கார்வார் “அது மடத்து மாடு இல்ல... யாரோடதுன்னு தெரியல. அதுவா உள்ளே வந்து திங்கறது” என்று கூறினார். அதுகேட்ட கருணைமலை “மாடு பாவம் வாயில்லா ஜீவன். அதன்

எஜமான் யாருன்னும் தெரியல. அதை எங்க ஓட்டி விடறது? அதனால் அது நம்ம மாட்டுக் கொட்டாயிலேயே இருக்கட்டும். நம்ம மாடு மாதிரி அதையும் நன்னா கவனிச்சுக்கோ. நம்ம வீட்டு விருந்தாளி அது. அதை காக்க வேண்டியது நம் கடமை" என்று உத்தரவிட்டார். பிறகு என்ன! மஹானின் கடாக்ஷம் பெற்ற மாட்டிற்கு ராஜயோகம் தான், உபசாரம் தான்.

பின்னர் ஒருநாள் கார்வாருக்கு பெரியவரிடம் இருந்து அழைப்பு வந்தது. அவரிடம் மஹான் "புதுசா வந்த மாட்டுக்கு ஒழுங்கா தீனி எல்லாம் போடறயா? அது பால் கறக்கிறதா? பாலை என்ன பண்ணறே?" என வினவினார். கார்வார் "நன்னா கறக்கிறது" என்றார். உடனே தர்ம ஸ்வரூபமான காஞ்சி மஹான் சொன்னார், "மாடு திசை தெரியாம நம்மகிட்ட வந்துடுத்து. அப்படி தஞ்சம் வந்த ஜீவனை காக்க வேண்டியது நம் கடமை. ஆனால் அது நம் உடமை இல்லாததாலே அதன் பலனை நாம் அடையக் கூடாது (அதாவது மாட்டுக்கு தீனிதான் போடலாம் ஆனால் அது கொடுக்கும் பாலை எடுத்துக் கொள்ள நமக்கு உரிமை இல்லை. அது நியாயமும் இல்லை.) என்று கூறி அந்தப் பாலை அப்படியே அருகில் உள்ள சிவன் கோயிலில் அபிஷேகத்துக்கு கொடுத்து விடும்படி உத்தரவிட்டார். மஹானின்

தர்மநெறியைக் கண்டு மெய்மறந்து நின்றார் கார்வார். பிறர் உடமையை அபரிக்கத் துடிக்கும் இந்தக் கலியுகத்தில் இப்படியும் ஒரு தர்மதேவதை மனித வடிவில்! அதன் பிறகு அந்த உத்தரவுப் படியே சில நாள் செல்ல, மீண்டும் கார்வாரை அழைத்து "நீ இல்லாத சமயத்துல அந்த மாட்டுப் பால தெரியாம மடத்துல உபயோகம் செய்து விட்டா என்ன செய்யறது. எனவே அந்த மாட்டையே அந்த சிவன் கோயிலுக்கு தானமா கொடுத்துடு" என்றார். என்னே தர்ம நியாயத்தில் கவனம்! அதுதான் தர்மத்தை நன்கு நிலைநாட்ட வந்த அவதார லக்ஷணம்! அத்துடன் முடியவில்லை. மாடு கோயிலுக்கு தானம் செய்யப்பட்டது. ஆனால் கோயிலில் நிறைய மாடு இருந்ததால், நிர்வாகம் நன்கு கறக்கும் மாடுகளை வைத்துக் கொண்டு கறவை நின்ற மாடுகளை ஏலம்விட ஏற்பாடு செய்தது. அதை செவியுற்ற கருணை தெய்வம் தன் அடியார் ஒருவரை அழைத்து கோயிலில் ஏலம் விடும் மாடுகளை ஏலத்தில் வாங்கி பசுக் காப்பகத்தில் விடும்படி சொன்னது கருணையின் எல்லை. அதுதான் ஞானியின் சமதர் சனம். எந்த ஒரு ஜீவனும் துன்புறுவதை பெரியவர் சகிக்க மாட்டார்.

மடத்து யானைக் கொட்டகையில் ஒரு இரவு படமெடுத்தாடும் பாம்பை கண்டு பயந்துபோன காவலாளி கத்தினார். நல்ல உறக்கத்திலிருந்ததால் மற்றவர்கள் விழித்து எழவில்லை. ஆனால் மஹான் அங்கு விரைந்து சென்று பாம்பை அடிக்காமல் விரட்டி விட்டு யானையை வேறு இடம் மாற்றி கட்ட உத்தர விட்டார். "பாம்பு போயிடுத்தே... ஏன் யானையை இடம் மாத்தணும்" என்று பாகன் கேட்க, "பாம்பு போயிடுத்து. ஆனா பயம் போகலயே... அதனால்தான்" என்றார். இதே போல், எறும்பு, எலி, மூட்டைப்பூச்சி என்று அவர் கருணை மழை மொழிந்த வரலாறு நீண்ட புராணம்.

✤✤✤✤✤

"நாம் ஆழ்ந்த உறக்கத்தில் உள்ளபோது காலத்திலோ, தூரத்திலோ நம்மிடமிருந்து பிரிந்திருப்பவர்களின் கவலைகள் நம்மை பாதிப்பதில்லை. நம்முடைய சென்ற கால துக்கங்களும் பின்நோக்கில் அவ்வளவு கடுமையாகத் தெரிவதில்லை. நம்முடைய விழிப்பு நிலையிலும், நம்முடைய கவலைகளும், துக்கங்களும் நம்மை பாதிக்காமலிருக்க பழகிக்கொள்ள வேண்டும். தவத்தின் மூலமே இத்திறனை வளர்த்துக் கொள்ளமுடியும்."

33

அலகிலா விளையாட்டு

'தஸ்மாத் சாஸ்த்ரம் ப்ரமாணந்தே கார்யாகார்ய வ்யவஸ்த்திதௌ' 'அதாவது நாம் எதை செய்ய வேண்டும் எதை செய்யக் கூடாது' என்பதற்கு சாஸ்திரம்தான் ஆதாரம். அதில் சொல்லியபடியே நடக்க வேண்டும். நம் சௌகர்யம் போல் செய்யத் தொடங்கினால் எங்கும் குழப்பமும், போட்டியும்தான் மிஞ்சும், இப்படி கீதையில் உபதேசம் செய்த அதே கீதாசார்யன்தான் நம் ஜகதாசார்யரான காஞ்சி ஸ்ரீமஹா பெரியவாள். தாம சங்கடமான சூழ்நிலையில் தன்னை நாடிவரும் அடியவர்களுக்கு எப்படி எல்லாம் உறுதியுடன் தர்மத்தை வலியுறுத்துகிறார்! அருளும் செய்கிறார்! இதோ ஒரு நிகழ்ச்சி.

பெங்களூரில் வசிக்கும் திருமதி வனஜா சந்திரமௌளி, காஞ்சி மஹானிடம் அளவிலா பக்தி கொண்டவர். ஸ்ரீமடத்திற்கு எண்ணிலா கைங்கர்யம் செய்பவர். அவரது இரண்டு தம்பிகளுக்கும் திருமணம் நடக்க வேண்டிய காலம் வந்தது. சிறிய தம்பி C.A. படித்திருந்ததால் நிறைய ஜாதகங்கள் வந்த வண்ணமிருந்தன. பெரிய தம்பி இசைக்குழுவில் இருந்ததால், அந்த துறையில் நிரந்தர வருமானம் கிடைக்குமா என்ற பயத்தால், பெண் ஜாதகம் வருவதே

அரிதாக இருக்க, வந்த ஒரு சில ஜாதகங்களும் பொருத்தமில்லாததால் திருமணம் தடைப்பட்டுக் கொண்டே இருந்தது.

இதற்கிடையில் சிறிய தம்பிக்கு வெளிநாட்டில் வேலை வாய்ப்பு வந்தது. அங்கு சென்றால் திரும்பி தாயகம் வர மூன்று நான்கு வருடம் ஆகலாம் என்ற நிலையில் 'அண்ணனுக்குத்தான் திருமணம் தகையவில்லை. தம்பிக்காவது, சூழ்நிலை கருதி திருமணத்தை முடித்து வெளிநாடு அனுப்பலாம்' என்று உறவினர்கள் யோசனை கூறினார்கள். 'மூத்தவனிருக்க எப்படி இளையவனுக்கு திருமணம் செய்வது, இது சாஸ்த்திர விரோதமாகுமே' என்று குழம்பி, காஞ்சி மஹானிடம் சென்று சூழ்நிலையை விவரித்து அனுமதி கேட்டார் வனஜா. "பெரியவனுக்கு பண்ணிய பிறகே, சின்னவனுக்கு செய்யலாம்" என்றார் ஸ்வாமிகள். சரி இன்னும் சிறிது பொறுக்கலாம் என்றிருக்கையில், சிறியவன் வெளிநாடு போக வேண்டிய நாளும் நெருங்கிவிட்டது. செய்வது அறியாமல் குழம்பி மீண்டும் பெரியவாளிடம் சென்று சூழ்நிலையை விவரித்து "நீங்கள் உத்தரவு செய்தால் சின்னவனுக்கு கல்யாணம் முடித்து வெளிநாடு அனுப்பிவிட்டு, பிறகு பெரியவனுக்கு வரன் வரும்பொழுது செய்யலாமா? எனக்கு நல்ல முடிவு சொல்ல வேண்டும். எந்த நிலையிலும் உங்கள் திருவாக்கை மீறாமல் இருக்க அருள் செய்ய வேண்டும்" என்று வனஜா விண்ணப்பித்தார். நடமாடும் தெய்வமோ சற்றும் சளைக்காமல் "எவ்வளவு நிதானமானாலும் பெரியவனுக்குப் பிறகுதான் சின்னவனுக்கு கல்யாணம் பண்ணணும்" என்று கூற தலைசுற்றியது வனஜாவிற்கு.

"இறைவா, இது என்ன சோதனை, தர்மசங்கடம்" என அவர் செய்வதறியாது நிற்க, மீண்டும் குடும்பத்தினரின் வற்புறுத்தலால், இளைய தம்பிக்கு நிச்சயதார்த்தமாவது செய்து விடலாம் என்று எண்ணி நிச்சயதார்த்த தேதியும் குறித்தார்கள். எனினும் உள்ளுக்குள் மிகவும் பயமாகவே இருந்தது. குருநாதர் விருப்பத்திற்கு மாறாக, அவர் வாக்கை மீறி இதைச் செய்கிறோமோ

என்ற குற்ற உணர்வுவேறு. கால சூழ்நிலை இப்படி சோதனைக்கு உள்ளாக்குகிறதே என்ற வருத்தம். இப்படி மனப் போராட்டங்களுடன் நிம்மதியின்றி, தவியாய் தவித்து தினம் தினம் அந்த கருணை மாமலையை தியானித்தும் கண்ணீர்விட்டும் மனமுருக வேண்டியபடியிருக்க, இளையவனின் நிச்சயதார்த்த தேதியும் வந்தே விட்டது. அன்று காலை ஒரு Phone Call வந்தது. பேசியவர்கள், மூத்தவனின் ஜாதகம் தங்கள் வீட்டு பெண்ணிற்கு பொருந்தியிருப்பதால் வந்து பேசலாமா? நிச்சயம் செய்து கொள்ளலாமா? என்று கேட்டார்கள். வனஜா அடைந்த ஆச்சர்யமும், ஆனந்தமும் வார்த்தையால் விவரிக்க இயலாத காரியம். தன்னை நம்பும் அடியவர்களின் குறை தீர்க்க, அறநெறி வழுவாமல் இருக்க எந்த சூழ்நிலையிலும் காஞ்சி மாமுனிவர் அருளுவது போல் எந்த தெய்வமும் செய்யாது.

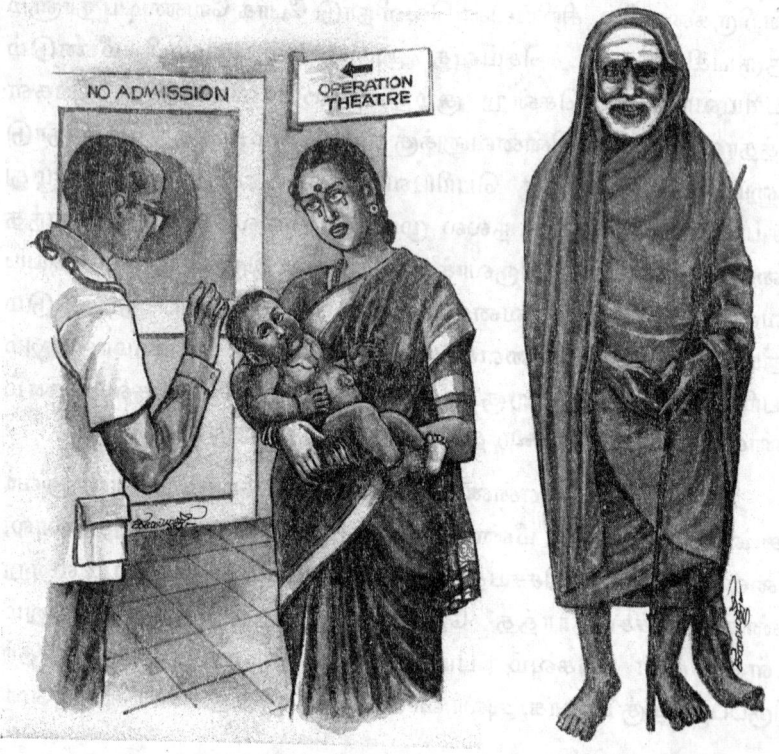

பிறகு கேட்கவும் வேண்டுமா? அதே தினம் முதலில் மூத்தவனுக்கும், பிறகு இளையவனுக்கும் நிச்சயம் செய்தனர். ஆனி மாதம் மூத்தவனுக்கும் ஆவணியில் இளையவனுக்கும் திருமணமாகி உடனேயே இளையவனும் வெளிநாடு சென்றார். இவ்வாறு தர்ம விதியும் மீறாமல், யாருக்கும் பாதகமும் இல்லாமல் காலம் பார்த்து அருள் செய்பவரே காலங்களுக்கு அப்பாற்பட்ட மஹானாகிய நம் காஞ்சி மாமுனிவர்.

வனஜாவிற்கு பிள்ளைக் குழந்தை பிறந்து 10 நாட்களில் ஒரு சொப்பனம். அதில் மஹா பெரியவரை தான் தரிசிப்பதாகவும் அப்பொழுது குழந்தையை அவர் பாதத்தில் கிடத்தி விட்டு வந்தனம் செய்து நிமிர்ந்த பொழுது, பெரியவாள் கையில் குழந்தையை வைத்திருப்பதை கண்டு வியப்புடன், "சின்ன குழந்தையானாலும் தொடமாட்டாரே! என்ன இப்படிக் கையிலேயே எடுத்து வைத்துக் கொண்டு உள்ளாரே! இது என்ன அதிசயம்!" என எண்ணிய அவளிடம் ஸ்வாமிகள் சிரித்துக் கொண்டே 'இந்தா' என்று குழந்தையைத் தர கனவு கலைந்தது. சந்தோஷத்தில் மிதந்தார் வனஜா.

குழந்தைக்கு இருபது நாள் ஆனபொழுது குழந்தையின் தொப்புள் பெரிதாகி கல்போல் இறுகியது, அழுதால் வெடித்து விடுமோ என்று பயம் கொள்ளும்படி இருந்தது. குழந்தை பால் குடித்தால் உடனே கக்கிவிடும். அடிக்கடி 'வீர்' என அலறும். சமாளிப்பதே கடினமாக இருந்தது. பச்சிளம் குழந்தை படும்பாட்டை கண்ணால் பார்க்கவும் மிகவும் கஷ்டமாக இருந்தது. இப்படியாக இருபது நாள் ஓடியது.

திடீரென ஒருநாள் குழந்தை வாந்தி எடுத்துவிட்டு அழுததில் உடல் முழுவதும் நீலமாகி கண் சொருகிப் போய் டாக்டரிடம் எடுத்துக் கொண்டு ஓட, அவர் உடனே ஆபரேஷன் செய்ய வேண்டும் என்று சொல்லி ஐம்பது நாள் குழந்தையின் தொப்புளை ஆபரேஷன் செய்தார். அதன் பிறகு படிப்படியாய் குழந்தை நிலைமை சீராகி மூன்று மாதத்தில் குணமாயிற்று.

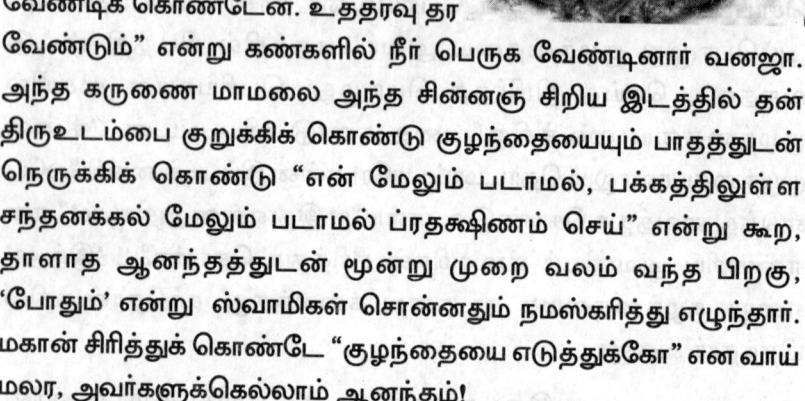

குழந்தையை எடுத்துக் கொண்டு முதலில் குல தெய்வம் போல் காக்கும் காஞ்சி மஹானின் சன்னிதி சென்று தரிசித்தனர், கனவில் கண்டபடி குழந்தையை அவர் திருப்பாதங்களில் கிடத்தி விட்டு "தெய்வமே. உங்களை ப்ரதக்ஷிணம் செய்து வணங்குவதாக வேண்டிக் கொண்டேன். உத்தரவு தர வேண்டும்" என்று கண்களில் நீர் பெருக வேண்டினார் வனஜா. அந்த கருணை மாமலை அந்த சின்னஞ் சிறிய இடத்தில் தன் திருஉடம்பை குறுக்கிக் கொண்டு குழந்தையையும் பாதத்துடன் நெருக்கிக் கொண்டு "என் மேலும் படாமல், பக்கத்திலுள்ள சந்தனக்கல் மேலும் படாமல் ப்ரதக்ஷிணம் செய்" என்று கூற, தாளாத ஆனந்தத்துடன் மூன்று முறை வலம் வந்த பிறகு, 'போதும்' என்று ஸ்வாமிகள் சொன்னதும் நமஸ்கரித்து எழுந்தார். மகான் சிரித்துக் கொண்டே "குழந்தையை எடுத்துக்கோ" என வாய் மலர, அவர்களுக்கெல்லாம் ஆனந்தம்!

வரவிருக்கும் ஆபத்தை முன்கூட்டியே கனவில் வந்து எச்சரித்து, காக்க வழியையும் காட்டி, குழந்தையை மீட்டுத் தந்த அந்தக் கருணைக்கு என்னதான் கைமாறு செய்ய முடியும்? அந்த குழந்தை வளர்ந்து இன்று ஒரு பெரிய நிறுவனத்தில் M.D. ஆக இருக்கிறான் என்றால் அது அதிசயம் தானே!

*****

34. அலகிலா விளையாட்டு

"ஈஸ்வரரின் ஆபிஸ் பெரிது நேரடி தொடர்பு கொள்வது கடினம். ஆனால் குருவின் ஆபிஸோ சிறியது. எளிதாக நேரடி தொடர்பு கிடைத்துவிடும். சீடனுக்காக ஈஸ்வரரிடம் வாதாடி அனுக்ரஹங்களை பெற்றுத் தந்துவிடுவார். எல்லா சொந்தங்களையும்விட பரம கருணையோடு நம்மை காப்பாற்றுவார். எனவே குரு மூலமாக ஈஸ்வரனை அடைவது எளிது."

ஸர்வாந்தர்யாமியாக எங்கும் எதிலும் நிறைந்த பரம்பொருள்தான், ஸகுண ப்ரம்மமாக காஞ்சியில் ஸ்ரீ மஹா பெரியவராக அவதரித்தது. இதற்கு சாட்சியாக பல நிகழ்ச்சிகளைக் காட்டலாம். அதில் சில...

நடமாடும் தெய்வத்தின் பக்தர் குழுவில் ஒருவர்தான் அந்நாளைய பிரபல சங்கீத மேதை சாத்தூர் A.G. சுப்ரமண்யம். இவர் மட்டுமின்றி குடும்பம் முழுவதுமே காஞ்சி மஹானின் பரமபக்தர்கள்.

ஒரு சமயம் திருச்சிக்கு வருகை தந்த காஞ்சி மாமுனிவருக்கு பாதபூஜை செய்ய விரும்பிய சாத்தூர் சுப்ரமண்யம், அதற்காக மஹானின் அனுமதி கிடைக்கப் பெற்றதும் குடும்பத்துடன் சேர்ந்து பூஜை செய்ய விருப்பம் கொண்டு போபாலில் இருந்த தன் தம்பிக்கும் வரச்சொல்லி கடிதம் எழுதினார். ஆனால் தம்பிக்கு திடீரென அலுவலகத்தில் அவசர வேலை வந்து விட்டதால் கிளம்பி வர முடியவில்லை. மிகவும் வருந்திய தம்பி தனக்குதான் அதிர்ஷ்டம் இல்லை தன் மனைவி மக்களுக்காவது கிடைக்கட்டும் என்று எண்ணி அவர்களை அனுப்பி வைக்க, பாதபூஜை வெகு சிறப்பாக முடிந்தது.

இந்த நிகழ்ச்சி நடந்து சில மாதங்களுக்குப் பிறகு, தம்பி தன் குடும்பத்துடன் திருச்சி வர,

அச்சமயம் இளையாத்தங்குடியில் பெரியவாள் முகாமிட்டிருந்ததை அறிந்து அனைவரும் தரிசிக்க புறப்பட்டனர். அச்சமயம் குளத்தங்கரையில் அமர்ந்திருந்த மஹான், தரிசனத்திற்கு வந்து கொண்டிருந்த தம்பியை கைஜாடை செய்து அருகே வரும்படி உத்தரவிட, அவரும் திகைப்புடன் விரைந்து சென்று மஹானை நெருங்கினார். "வா வா நமஸ்காரம் செய். என்னையே பாரு" என்று பரிவுடன் சொல்ல, அப்படியே வணங்கி எழுந்து கண்ணீர் பெருக கருணைமலையைப் பார்த்து மெய்மறந்து நின்றார்.

சிறிது நேரம் கழித்து பெரியவா. "என்ன குறை தீர்ந்ததா? இப்போ சந்தோஷம் தானே" என்று புன்சிரிப்புடன் வினவி "சரி, சந்தியாவந்தனம் செய்து விட்டு பூஜைக்கு வா" என்று உத்தரவிட்டார்.

இதை கவனித்துக் கொண்டிருந்த அன்னையார் தன் மகனிடம் "ஏன்டா உனக்கு என்ன குறை! பெரியவா ஏன் அப்படிக் கேட்டா?" என்று கேட்க, "பெரியவாளுக்கு பாத பூஜை செய்தபோது நான் வரமுடியாமல் போனதால் மனதுக்கு ரொம்ப வருத்தமாகவும் ஏக்கமாகவும் இருந்தது. பாத பூஜை நடந்த நாளன்று பெரியவா படத்திற்கு 108 நமஸ்காரம் செய்து அழுதேன். பெரியவாளை நேரில் தரிசிக்க முடியவில்லையே என்று மனதில் ஆறாத குறையாக இருந்தது. அதைத்தான் இன்று பெரியவா குறிப்பிட்டுச் சொல்லி அப்பொழுது பார்க்காத குறை தீர இப்பொழுது பார்க்கச் சொல்லி, எனக்கு அருள் செய்து என் குறையை போக்கி மனம் முழுதும் நிறைந்திருக்கும்படி செய்து விட்டார்" என்று உணர்ச்சி வசப்பட்டுச் சொல்ல, அதைக் கேட்ட அனைவரும் அதிசயத்தில் உறைந்து நின்றனர்.

என்றோ பல நாட்கள் முன்பு, எங்கோ தனிமையில் நடந்த நிகழ்ச்சியை ஸர்வஜ்ஞரான கருணாமூர்த்தி ஞாபகப்படுத்தி அருளும் செய்தார் என்றால், அவர் எங்கும் நிறைந்த பரம்பொருள் என்பதை சொல்லவும் வேண்டுமோ!

மற்றொரு சமயம் வீட்டில் "கோடி ராமநாம ஜபயஜ்ஞும்" செய்ய விருப்பம் கொண்ட சாத்தூராரின் அன்னையார் அதற்கான ஏற்பாடுகளைச் செய்தார். தினம் 2 மணிநேரம் ராமநாம ஜபயஜ்ஞும் நடைபெறும். அக்கம் பக்கம் உள்ள பக்தர்கள் கலந்து

கொள்வார்கள். ஆரம்பமாகி 7,8 நாட்கள் ஆயின. அன்றைய தின ஜபமும் ஆரம்பமானது. திடீரென ஒரு நடுத்தரவயது பெண்மணி அழத் தொடங்கிவிட்டாள். அவர் எப்போதும் ஜபத்தில் கலந்து கொள்பவர்தான். அவர் அழுவதைப் பார்த்த சாத்தூராரின் அன்னை "ஏன் அழுகிறாய், என்ன விஷயம்?" என்று கேட்க அந்த அம்மையாரும் கண்ணீர்மல்க தயங்கித் தயங்கி சொல்ல ஆரம்பித்தார்.

"ராம நாம ஜபயஜ்ஞம் தொடங்கியதிலிருந்து 7,8, நாட்களாக என்னால் இரவில் தூங்கவே முடியவில்லை. நவராத்திரி முடிந்த பிறகு கொலு பொம்மைகளை உள்ளே எடுத்து வைக்கும்பொழுது மஹாபெரியவா பொம்மை ஒன்று இருந்தது. அது சாயம் போயிருந்ததால் அதை உள்ளே வைக்கவில்லை. ஆனால் தூக்கி எறியவும் மனம் வரவில்லை. எனவே ஒரு மூலையில் வைத்திருந்தேன். ராம நாம ஜபயஜ்ஞம் ஆரம்பித்த இரவு பெரியவா பொம்மை "என்னை சாத்தூர் வீட்டுல கொண்டுவிடு" என்று சொல்லிக் கொண்டே இருந்தது. ஏதோ பிரமை என்று அலட்சியமாக இருந்துவிட்டேன். ஆனால் இப்போது 2,3 நாட்களாக விடாமல் தினம் அந்தப் பொம்மை இதையே திரும்ப சொல்லிக் கொண்டு இருக்கிறது. பகலிலும் அந்தக் குரல் கேட்டுக் கொண்டே இருக்கிறது. தூங்கவும் முடியவில்லை. வேலை செய்யவும்

முடியவில்லை. ஆனால் சாயம்போன பொம்மையைக் கொண்டு வந்து கொடுக்கவும் வெட்கமாக இருக்கிறது" என்று அவர் சொன்னதைக் கேட்டு திகைத்துப் போன தாயார் "அடி அசடே. இதற்கு ஏன் அழுகிறாய்? பெரியவா சாக்ஷாத் ராமர். அவரே இங்கு வர ஆசைப்படறார். அதற்கு நாங்கள் கொடுத்து வைத்திருக்கணும். பெரியவா இங்கு வந்து ராமநாம ஜபம் செய்யும் எல்லோருக்கும் அனுக்ரஹம் செய்ய ஆசைப்படறா. அவர் ஸந்நிதியில் நாம் ஜபம் செய்ய பாக்கியம் செய்திருக்கிறோம். உடனே பெரியவா பொம்மையை எடுத்து வா" என்று சொன்னார். அவரும் அவ்வாறே செய்ய சொப்பனம் வருவதும் நின்று விட்டது. குரு அருளால் ஜபயஜ்ஞமும் இனிதாக நிறைவேறியது.

இது மட்டுமா, இன்னும் தொடரும் இந்த அருள் விளையாட்டு. 35 ஆண்டு களுக்குமுன் திருச்சியில் கோடி ராம நாம ஜபயஜ்ஞம் செய்த உத்தமப் பாட்டியின் பேரன் (அதாவது பாத பூஜையில் கலந்து கொள்ள முடியவில்லையே என்று குறைப்பட்டு குரு அருளால் நிறைவடைந்த உத்தமரின் புதல்வர்) வளைகுடா நாட்டில் ஸோஹாரில் பணி புரிந்து வந்தார். இஸ்லாமிய நாடாகையால் வார விடுமுறை வெள்ளிக் கிழமைதான். அந்த விடுமுறைநாளில் நம் நாட்டு ஆஸ்தீகர்கள் கூடி, கூட்டு வழிபாடு செய்வது வழக்கம். முன்பு நடந்த ராமநாம ஜபயஜ்ஞத்தையும், அதில் மஹாபெரியவா வந்து அருளிய அதிசயத்தையும் அன்னையார் தன் மகனுக்கு எடுத்துச் சொல்லி "பாட்டி செய்தது போல் நாமும் ஜபயஜ்ஞம் செய்ய வேண்டும்" என்று சொன்னார். "ஸோஹாரில் அதற்கு ஏற்ற சூழ்நிலை இல்லையே! மற்றவர்கள் துணை இல்லாமல் எப்படி கோடி ராம நாம ஜபம் செய்ய முடியும்" என தனயன் கவலை தெரிவிக்க அன்னையாரும் "கட்டாயம் நமக்கு பெரியவா அனுக்ரஹம் பண்ணுவார்" என்று கூறினார். தொடர்ந்து வந்த வெள்ளிக்கிழமை 30 பேர்களை அழைத்து விஷ்ணு ஸஹஸ்ரநாமம் பாராயணம் செய்துவிட்டு, கோடி ராமநாம ஜப யஜ்ஞம் குறித்து அவர்களிடம் அறிவிக்க, வந்தவர்கள் மகிழ்ச்சியுடன் சம்மதம் தெரிவித்தனர்.

மறுநாள் சனிக்கிழமை காலை ஒரு ஃபோன்கால் வந்தது. அழைத்தவர் பெயர் ராமன். அவர், தான் இந்தியா திரும்பிப் போவதாகவும் அவர்கள் வீட்டில் பெரிய ராமர் படம் ஒன்று

இருப்பதாகவும் அந்தப் படத்தை 'நீங்கள் எடுத்துக் கொள்வீர்களா?' என்று கேட்க, அதிசயித்தனர் அன்னையும் மகனும். நேற்று தான் ராமநாம ஜபயஜ்ஞம் செய்ய உத்தேசித்திருந்தோம். மறுநாளே யாரோ முன்பின் அறியாதவர் ராமர் படம் தருவதாக சொல்லியிருக்கிறாரே என்ற வியப்பு அவர்களுக்கு. முன்பு பொம்மை வடிவில் வந்த மஹானே இன்று படம் வடிவில் வருவதாக உணர்ந்த அன்னை, "இதுவே குருவின் உத்திரவு" என்று மகிழ்ந்து "உடனே சென்று படத்தை கொண்டுவா. இன்றே ஜபயஜ்ஞம் தொடங்கட்டும்" என சொல்ல உடனே போன் செய்த அன்பர் வீட்டுக்குச் சென்றார். அந்த அன்பர் ராமர் படத்துடன் ஒரு காகிதப் பொட்டலத்தையும் தர அவற்றை வாங்கிக் கொண்டு வந்து அன்னையிடம் சேர்த்தார். ராமர் படத்தைக் கண்டு பரவசப்பட்டு நின்றவர்களுக்கு காகிதப் பொட்டலத்தைப் பிரித்ததும் மேலும் ஆச்சர்யம் காத்திருந்தது. அதில் ஸ்ரீபகவந்நாம போதேந்திரர் டாலர் இருந்தது-காமகோடி பீடத்தில் அமர்ந்து கோடி கோடியாய் ராமநாமம் ஜபம் செய்தவர் நாம சித்தாந்தத்திற்கே மூலகுருவான ஸ்ரீ போதேந்திரரும் 'ஸோஹாரில்' நடக்க இருக்கும் ராமநாம ஜபயஜ்ஞத்திற்கு வந்திருக்கிறார்!

இதன் பிறகு அன்பர்களின் மனம் எப்படி எப்படியிருக்கும் என்பதை எழுத தேவையில்லை. டிசம்பரில் ஆரம்பித்த ஜபயஜ்ஞம் மார்ச் மாதத்திலும் தொடர்ந்தது. ஸ்வாமி ஓம்காரானந்தர் அங்கு வர இருந்ததால் அதற்குள் ஜபயஜ்ஞத்தை நிறைவு செய்ய அன்பர்கள் நினைக்க, ஒரே வாரத்தில் மீதமிருந்த 30 லட்சமும் பூர்த்தியாகி இனிதே நிறைவடைந்தது எனில் குரு அருளும் அவர் சங்கல்பமுமின்றி சாத்தியமாகுமா? மேலும் அதிசயமாக இதில் முன்பின் தெரியாத பலர் வந்து கலந்து கொண்டதும் அலகிலா விளையாட்டில் ஒரு பகுதி.

பகவான் கீதையில், தான் யஜ்ஞங்களில் ஜபயஜ்ஞமாகவும், அஸ்திரம் தரித்தவர்களில் ராமனாகவும் இருப்பதாகச் சொல்கிறார். தர்மமே ராமனாக வந்தது உலகறிந்த விஷயம். அந்த தர்மமாகிய ராமனின் மறுஉருவான மஹா பெரியவரே ஜப யஜ்ஞமாகவும் இருந்து இஸ்லாமிய நாட்டிலும் ராமநாமம் ஒலிக்கச் செய்தது "ஈஸ்வர அல்லா தேரே நாம்" என்ற வாக்குப்படியோ!

“மௌனம் என்பது கடவுளை வணங்குவதற்கு ஒரு முக்கியமான முறை. மௌனம் என்றால் பேசாமலிருப்பது மட்டுமல்ல. மனதை எண்ணமற்ற நிலையில் வைத்துக் கொள்ளும் ஒரு செயல்முறை. எல்லாப் புலன்களையும் நம் கட்டுப்பாட்டில் வைத்துக்கொண்டு எந்த ஒரு அங்கமும் தானாகவேகூட அசையாமல் இருக்கவேண்டும். அத்தகைய மௌனம் நம் ஒவ்வொருவரின் இதயத்தில் இருக்கும் தெய்வீகமான பொறிகளை இயக்கி பரமாத்மாவை நாம் அனுபவிக்க உதவும்.”

35

அலகிலா விளையாட்டு

******

பிறவிப் பிணி என்ற பெரும் வியாதியையே போக்கும் வைத்தீஸ்வரன் சாக்ஷாத் ஸ்ரீமஹா பெரியவாளாய் நம் ஊனக் கண்களுக்கும் தெரியும்படி உலாவி குறைகள் அனைத்தையும் தீர்த்து வைத்தது, இன்றும் தீர்த்து வைத்துக் கொண்டு இருப்பது கண்கூடான சத்தியம். “அருமருந்தொரு தனிமருந்து அம்பலத்தே ஆடும் மருந்து” என்று புகழப்படும் அவரின் திருவிளையாட்டில் சில.

ஸ்ரீமஹா பெரியவாளிடம் பரிபூரண பக்தி கொண்டு வழிபட்டு வரும் குடும்பத்தில் பிறந்ததால் இயல்பாகவே ‘காதலாகி கசிந்து கண்ணீர் மல்க’ பக்தி செய்யும் அன்பர் ஒருவர், சென்னையில் தன் உறவினர் நீலகண்டன் என்பவர் வீட்டில் தங்கி இருந்தார். அந்த நீலகண்டனுக்கு திடீரென உடல் முழுவதும் எரிச்சல் கண்டு புண் பரவியது. நீலகண்டனால் உடல் எரிச்சலும் உபாதையும் தாங்க முடியவில்லை. உடலில் ஆடை உடுத்திக் கொள்வது கூட சிரமமாக இருந்தது. நிலைமை மோசமாகிக் கொண்டே போயிற்று. மருத்துவர்களின் சிகிச்சை, மருந்து ஒன்றும் பலன் தரவில்லை. எரிச்சல் தாங்காமல் அவர்

குழாய் அடியிலேயே போய் நின்று கொண்டிருக்க வேண்டிய நிலை ஏற்பட்டது. செய்வதறியாது தவித்த குடும்பத்தினர் இறுதியாக ஒரே புகலிடமான காஞ்சீபுரம் சென்று நடமாடும் தெய்வத்தின் பாத கமலத்தில் தஞ்சம் புகுவதென தீர்மானித்தனர்.

முதலில் குறிப்பிட்ட பக்தர், நீலகண்டனை மோட்டார் பைக்கில் வைத்துக் கொண்டு காஞ்சீபுரம் ஸ்ரீமடத்தில் மஹானை தரிசிக்க சென்றார். தங்கள் முறை வந்ததும் விவரம் சொல்லி முறையிட, குறையை கேட்ட கருணாமூர்த்தி, நீலகண்டனை அருள் கடாட்சம் செய்துவிட்டு அருகில் வைத்திருந்த ஒரு துளசிமாலையை எடுத்து ப்ரசாதமாக கொடுத்து கிளம்புவதற்கு உத்தரவு தந்தார். துளசிமாலை கைமாறிய அந்தக் கணம் முதலே நீலகண்டனின் தாங்க முடியாத எரிச்சல் எங்கோ மறைந்தது. அதைவிட அதிசயம் பக்தரோடு வண்டியில் சென்னை வந்து வீடு சேர்வதற்குள் அவர் உடலில் மண்டியிருந்த புண் யாவும் மாயமாய் மறைந்து, தேகம் பழைய பொலிவுடன் ஆகியிருந்தது. முன்னம் அப்பர் பெருமானை, சுண்ணாம்புக் காளவாயில் வைத்தபோது அதன் உஷ்ணம் தெரியாதபடி செய்து "மாசில் வீணையும், மாலை மதியமும், வீசு தென்றலும், வீங்கிளவேனிலும்" என்றெல்லாம்

பாடும்படி குளுமையாக்கிய இணையடி நிழல் அன்றோ ப்ரத்யக்ஷ பரமேஸ்வரனாகிய காஞ்சி மஹாபெரியவரின் கருணைக்கழல் நிழல்!

மற்றொரு சமயம் ஒரு வயதான பக்தர் வந்தார், 'தான் தீராத வயிற்று வலியால் மிகவும் அவதிப்படுவதாகவும் பலவித வைத்தியம் பார்த்து, மருந்து எல்லாம் கொடுத்தும் குணமாகவில்லை என்றும், பெரியவாளே கதி; காப்பாற்ற வேண்டும்' என்று கதறினார். கருணை மலையோ அமைதியாக அந்த அன்பரை ஒருமுறை ஏறெடுத்துப் பார்த்து விட்டு "உன்னிடம் சன்னியாசி அல்லது சாதுவின் உடைமை ஏதாவது இருக்கிறதா?" என்று வினவ, வந்த பக்தர் "அப்படி எதுவும் என் வசம் இல்லை" என்று பதில் கூற த்ரிகால ஞானியான காஞ்சிமுனிவரோ விடாமல் வற்புறுத்திக் கேட்டார். வந்தவர் நன்கு யோசித்து பிறகு, "பல வருடங்களுக்கு முன் ஒரு சன்யாசி யாத்திரை செய்யும் வழியில் என் வீடுவந்து ஒரு சிறு தொகையை கொடுத்து 'பத்திரமாக வைத்துக்கொள். திரும்பி வந்து வாங்கிக் கொள்கிறேன்' என்று சொல்லி சென்றார். ஆனால் அவர் திரும்ப வரவே இல்லை. அதனால் அந்த பணத்தை செலவு செய்து விட்டேன்" என்று தெரிவித்தார். இதைக் கேட்ட பெரியவாள் சிரித்துக் கொண்டே "உடனே அந்த சன்யாசி கொடுத்த தொகையுடன் மேலும் சிறிது தொகையை அபராதமாக சேர்த்து ஏதாவது ஒரு கோயில் உண்டியலில் போட்டு விடு" என்று ஆணையிட, அதன்படியே அன்பரும் செய்தார். மறைந்தது தீராத வயிற்று வலி. இதுபோன்ற வைத்தியம் மஹாஞானியான பெரியவாளை விட்டால் யாரால் செய்ய முடியும்? எந்த Test ல் இதற்கான காரணத்தையெல்லாம் கண்டு பிடிக்க முடியும்?

டெல்லியில் விஸ்வநாதன் என்ற பக்தர் ஒருநாள் காலை அலுவலகம் சென்று வருகைப் பதிவேட்டில் கையெழுத்திட பேனாவை திறந்த போது திடீரென கண்பார்வை மங்கியது. காரணம் புரியாத அன்பர், ஒருவேளை வெயிலில் வந்த களைப்பால் கண் பார்வை இருட்டி மறைந்திருக்கும் என நினைத்தார். ஆனால் நிலைமையோ வேறாகி பார்வை முழுவதும் மறைந்தது. உடனே அருகில் இருந்த மருத்துவமனைக்குச் சென்று காண்பித்தார். அவர்களும் இதற்கான காரணம் புரியாமல் திகைத்து, பலவாறாக சோதனை செய்து பார்த்தும் பலன் இல்லை. பிறகு சென்னை வந்து பிரபல கண்மருத்துவர் Dr. பத்ரிநாத்திடம் காட்டினார். அவர் சோதனை செய்துவிட்டு 'கண்ணில் திரவக் கசிவு ஏற்பட்டதுதான் பார்வை பறிபோனதற்கு காரணம். 'ஃபோட்டோ கொயாகு லேஷன்' என்ற முறையில் வைத்தியம் செய்து திரவத்தை அகற்றினால் பார்வை வரவாய்ப்பு உள்ளது. எனினும் வயதானபடியால் மீண்டும் திரவம் கசிய வாய்ப்பு உண்டு. இது போல் எப்பொழுது வேண்டுமானாலும் நடக்கலாம்", என்று நடைமுறை சாத்தியத்தைக் கூறினார். கவலையுற்ற அன்பர் காஞ்சி மஹானை சென்று தரிசித்து தன் குறையைச் சொல்லி கண்பார்வை அருள வேண்டினார். கருணைக்கடலும் அருட் கடாக்ஷம் புரிய, மேற்கொண்டு வைத்தியம் செய்யத் தேவையில்லாமல் கண்ணில் கசிந்த திரவம் வற்றி பார்வையும் மீண்டும் வந்தது.

இவற்றையெல்லாம் கேட்கக் கேட்க நம் கண்களில் ஆனந்தக் கண்ணீர்தான் பெருகும்.

✤✤✤✤✤

"பலவிதமான வழிபாட்டு முறைகளிலிருந்து நாம் கற்கவேண்டிய பாடம் என்னவென்றால், நம்முடைய க்ஷேமத்தின் பொறுப்பைக் கடவுளிடம் விட்டுவிட்டு நம்முடைய கடமையை நாம் செய்யவேண்டும். இது செயலின்மைக்கோ அல்லது சோம்பேறித்தனமாக இருப்பதற்கோ ஆன தத்துவம் அல்ல. நம்முடைய பணிகளை கடவுளுக்கு அர்ப்பணம் செய்து செயல் படுத்துவதற்கான தத்துவம்"

36

அலகிலா விளையாட்டு

"வேண்டுதல் வேண்டாமை இலான் அடிசேர்ந்தார்க்கு யாண்டும் இடும்பை யில" என்று உலகப் பொதுமறை சொல்வதுபோல் விருப்பு, வெறுப்பு அற்ற ப்ரம்மஞானியான ஸ்ரீகாஞ்சி மஹா பெரியவாளை சரணடைந்தவர்க்கு எத்தகைய குறையும் எளிதில் தீருவது உறுதி. யார் யார் எதை எதைக் கேட்டு வருகிறார்களோ அதையெல்லாம் கற்பகவ்ருக்ஷமாய் காமதேனுவாய் அப்படியே அருளும் மஹானின் கருணை மழையில் சில துளிகள்.

ஒரு சமயம் ஒரு வைஷ்ணவ மாது தினமும் பெரியவாளை தரிசிக்க வந்தார். மஹான் மௌனத்தில் இருந்ததால் அருகில் சென்று தன் குறையைச் சொல்ல இயலவில்லை. இப்படியாக 10 நாட்கள் சென்றன. 11ஆம் நாள் காலை, வாய் மலர்ந்த மஹான் தன் உதவியாளரிடம் "வெளியில் ஒரு வைஷ்ணவ மாது இருப்பாள். அவள் மஹா பதிவ்ரதை. தினம் விடியற்காலம் வீட்டு வாசலை பெருக்கி மெழுகி கோலமிட மட்டுமே வெளியே வருவாள். மற்ற நேரங்களில் வீட்டின் உள்ளேயே தான் இருப்பாள். யாரும் அவளை பார்க்க முடியாது. அவளுக்கு என்ன குறை, கஷ்டம் என்று தெரியவில்லை. 10 நாளாக என்னை பார்க்க வந்து கொண்டிருக்கிறாள். எனவே நீ உடனே அவளை இங்கு அழைத்து வா என்று கூறினார்.

உதவியாளரும் வெளியே சென்று மௌனமாய் காத்திருக்கும் மாதரசியை அழைத்து வந்தார். அந்த மாதரசி 'தன் பெண்ணை ஒரு பெரிய இடத்தில் திருமணம் செய்து கொடுத்ததாகவும், திருமணத்தின் பொழுது வைரத்தோடும், இரட்டை வடம் சங்கிலியும் தருவதாக கூறியதாகவும், ஆனால் அதைத் தர இயலாததால் மாப்பிள்ளை வீட்டார் தம்பதிகளை சேர்ந்து வாழ அனுமதிக்கவில்லை என்றும், 10 வருடம் ஆகியும் இன்னும் தன் மகள் கணவனுடன் சேர்ந்து வாழவில்லை எனவும் தெரிவித்தாள். பெரியவர்தான் அருள் செய்ய வேண்டும். பிரிந்து வாழும் தம்பதிகள் ஒன்று சேர வேண்டும்' என்று கூறி கண்ணீர் வடித்தாள்.

அமைதியாய் குறையை கேட்ட மஹான் "நான் 13 வயதில் சன்னியாசம் வாங்கிக் கொண்டேன். என்னிடம் காசுபணம் எதுவும் இல்லை, நான் என்ன உதவி செய்ய முடியும்?" என்று கேட்க, "பெரியவாள் மனதால் நினைத்து அனுக்ரஹம் செய்தாலே போதும்"

என்று கூறினாள். காஞ்சி மாமுனிவர் தன் உதவியாளரிடம் "வெளியே வேறுயாராவது தரிசனத்திற்கு வந்திருக்கிறார்களா பார்" என்று சொல்லி அனுப்பினார். வெளியே சென்று பார்த்த சமயம் ஒரு கார் வந்து நின்றது. அதிலிருந்து ஒரு அம்மாள் இறங்கிக் கொண்டிருந்தார். அவரை உதவியாளர் உள்ளே அழைத்து வந்தார். அந்த பக்தையும் தன் வந்தனங்களை மஹானிடம் சமர்ப்பித்து நிற்க, மஹான் அந்தப் பெண்மணியிடம் "உன்னிடம் நிறைய நகைகள் இருக்கோ?" என்று வினவினார். அவரும் தெய்வத்தின் அருளால் நிறைய இருப்பதாக கூற, "உடனே எனக்கு ஒரு வைரத்தோடும் இரட்டை வடம் சங்கிலியும் தருவாயா?" என்று கேட்டார். ஆச்சரியமுற்ற அவர் "எனக்கு அப்படி ஒரு பாக்கியத்தை பெரியவா அனுக்ரஹம் பண்ணினா அது என் ஜென்ம ஜென்மாந்த்ர புண்ணியம் " என்று கூறி, உணர்ச்சிப் பெருக்குடன் தன் காதில் அணிந்திருந்த மிக உயர்ந்த வைரத்தோட்டை எந்தவித தயக்கமும் இன்றி கழட்ட எத்தனிக்கையில், தடுத்த கருணைமலை உடனே ஸ்ரீமடம் மேனேஜரை அழைத்து 'கடைக்குச் சென்று சாதாரணத் தோடு ஒன்று வாங்கி வரும்படி' சொன்னார். புதிய தோடும் வந்தது. அதை அந்த பணக்கார மாதிடம் கொடுத்து "சுமங்கலிகள் ஒரு நொடி கூட காதில் அணிகலன் இல்லாமல் இருக்க கூடாது. எனவே உன் வைரத் தோட்டை கழட்டியதும் இந்த புதிய தோட்டை போட்டுக் கொள்" என்றார். மிகவும் மகிழ்ந்த அப்பெண் தன் வைரத் தோட்டையும், கழுத்தில் அணிந்திருந்த இரட்டை வடம் சங்கிலியையும் கழற்றி மஹானின் முன்பு சமர்ப்பித்து ஆனந்தத்தில் நின்றார். கோடீஸ்வரியின் உதாரகுணத்தையும் பக்தியையும் மெச்சி ஆசீர்வதித்த பிறகு அருகிலிருந்த பக்தையை காட்டி அவளுடைய குடும்ப பிரச்சனையும் சொல்லி அவளுக்காகத் தான் நகை கேட்டேன் என்றும் கூறிய மகான் "உன்கையாலேயே அந்த அம்மாவிடம் கொடு. மேலும் நீயே அந்த அம்மாவையும் அழைத்துக் கொண்டு அவரின் பெண் வீட்டிற்கு சென்று இதைக் கொடுத்து பிரிந்த தம்பதிகளை சேர்த்து வைக்க உதவி செய்" என்று சொல்லி "இந்த மாபெரும் கைங்கர்யம் செய்வதால் பார்வதி

பரமேஸ்வராளை சேர்த்து வைத்த புண்ணியம் உனக்கு வரும்" என்றும் வாழ்த்தினார். மங்கையர் இருவரும் மனம் மகிழ்ந்து மஹானின் கருணையை நினைந்து நெகிழ்ந்து, நிறைவுடன் சென்றனர்.

ஒரு சமயம் ஒரு புத்தக பதிப்பாளர் வீட்டு மாதரசி வந்து மஹானை தரிசித்து தாங்கள் பிரசுரம் செய்திருந்த இரு புத்தகங்களை சமர்ப்பித்தார். மகிழ்ந்த மஹான் அந்த புத்தகத்தை பற்றி விமர்சித்து 'மிகவும் தரமான புத்தகம், நன்கு வியாபாரம் ஆகிறதா' என்று வினவினார். சிறிது நேரம் மகானிடம் பேசிக் கொண்டிருந்துவிட்டு ஊருக்கு கிளம்ப யத்தனித்த மாதிற்கு அதிர்ச்சி ஏற்பட்டது. காரணம் பர்ஸை காணவில்லை. ஊர் திரும்ப காசில்லாத சங்கடம். இந்த பரிதாப நிலையில் செய்வதறியாது நின்றார். அதே தருணம் ஸ்ரீ பெரியவாளின் உதவியாளர் ஓடிவந்து "உங்களை அழைத்து வரும்படி உத்தரவு" என்று கூற அவரும் உள்ளே சென்று தரிசிக்க கருணைமலை அந்த மாதிடம் ஒரு தொகையை கொடுத்து "எனக்கு இந்தப் பணத்திற்கு இரண்டு புத்தகம் அனுப்பி வை" என்று கூறினார். வந்த மங்கை வெண்ணெயாய் உருகியே விட்டார். என்னே சமயோஜித அருள்! வேண்டுவோருக்கு வேண்டியதை உடனே அருளும் காமதேனுவே காஞ்சி ஸ்ரீ மஹாபெரியவாள் உருவில் இருப்பதைக் கண்டு, அந்த மஹானை தரிசிக்கும் பாக்கியம், அவரை சரணடையும் பெரும் பேறு தனக்குக் கிட்டியதை எண்ணி மகிழ்ந்தார்.

✺✺✺✺✺

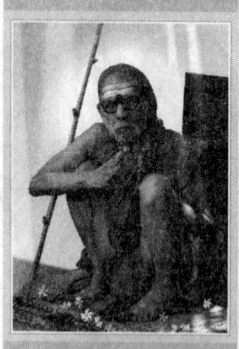

"நம்முடைய கர்மாக்களை கடவுளுக்கு அர்ப்பணம் செய்வதன் மூலம் சித்த சுத்தி ஏற்பட்டு, வாழ்க்கையின் ஒரே குறிக்கோளான கடவுளை அறிவதற்கு வழி காணலாம்."

37

அலகிலா விளையாட்டு

ஸ்ரீ மஹாபெரியவரின் மஹிமை, எண்ணி எண்ணி வியக்க வைக்கும் பெருமை உடையது. தரிசனத்திற்கு எதிரில் வந்து நிற்கும் பக்தர்களை கண்ணால் பார்த்த உடனேயே அவர்கள் முற்பிறவி, இப்பிறவி, மறுபிறவிகளையும் அவற்றில் நடந்த, நடக்கப்போகும் நிகழ்ச்சிகளையும் அறிந்து கொண்டு அதற்கு ஏற்ப அருள் செய்வது அவரது சிறப்பு. அத்தகைய அருள் லீலைகளில் சில இதோ!

மாமுனிவர் சென்னையில் முகாமிட்டிருந்த சமயம், திருவல்லிக்கேணியிலிருந்த பக்தர் ஒருவர் பெரியவாளை தரிசிக்க விரும்பினார். எட்டாவது படித்துக் கொண்டிருக்கும் தனது மகன் ராமசுப்ரமணியனையும் கூட அழைத்துச் செல்ல எண்ணினார். ஆனால் அவனோ நாளை தனக்கு பரீட்சை இருப்பதாக சொல்லி வர மறுத்தான். கடிந்து கொண்ட தந்தை, மகனை வற்புறுத்தி அழைத்துக் கொண்டு நடமாடும் தெய்வத்தின் முகாமிற்கு வந்து சேர்ந்தார். மாமுனி தன்னை தரிசித்து வணங்கி நின்றவரிடம் "பிள்ளைக்கு இன்னும் ப்ரம்மோபதேசம் செய்யவில்லையா" என்று வினவினார். "இன்னும் வேளை வரவில்லை" என்றார் தந்தை. உடனே மஹான் "வந்தாச்சு

வேளை வந்தாச்சு. நாளைக்கே மயிலாப்பூர் சங்கரமடத்துலபோய் பையனுக்கு பூணூல் போட்டுடு” என்று உத்தரவிட, அதிர்ச்சி அடைந்தார் தந்தை. மகனுக்கு பூணூல் கல்யாணத்தை விமரிசையாக நடத்த கனவு கண்டிருந்த தந்தைக்கு திடுமென தர்மோபநயனத்தில் அதைச் செய்ய மனம் வரவில்லை. எனவே ஸ்ரீமடம் மேனேஜரிடம் சென்று தன் கருத்தைக் கூற, மேனேஜர் “பெரியவா சொன்னா அதுல ஏதோ காரணம் இருக்கும். எனவே தட்டாமல் வீட்டிற்குப் போய் மனைவியை அழைத்துக்கொண்டு மாலையே மயிலாப்பூர் சங்கரமடம் வாருங்கள்” என்றார்.

மறுநாள் பையனுக்கு பரீட்சை இருப்பதை தந்தை கூற “கவலை வேண்டாம். பரீட்சை மதியம் இருப்பதால் காலை பூணூலை முடித்துக்கொண்டு மதியம் போய் பரீட்சை எழுத மடத்திலேயே வாகனம் ஏற்பாடு செய்வார்கள்” என்று அவர் சொன்னார். வேறு வழியின்றி தந்தை உடன்பட, மறுநாள் காலை மிகவும் வைதீகமாக எந்தவித ஆடம்பரமும் இன்றி ப்ரம்மோபதேசம் நடந்தது. மதியம் பரீட்சையும் எழுதி முடிந்த பின் மகனை அழைத்துக்கொண்டு மஹானை தரிசிக்கச் சென்றார் தந்தை. ப்ரம்மோபதேசம் ஆகி வந்து வணங்கிய குழந்தைக்கு மஹான் ஆசி வழங்கி வழிஅனுப்பி வைத்தார். அடுத்த பதினைந்தாவது மாதம் தந்தையார் காலமானார்.

தந்தையின் உடலை தகனம் செய்து விட்டு வீடு வந்த மகனை அருகில் அழைத்து மார்பில் தவழ்ந்த பூணூலைத் தொட்டுப் பார்த்தபடி “உனக்கு ப்ரம்மோப தேசம் நடந்ததுக்கு மொதநாள் ஸ்ரீ பெரியவாளைப் பார்க்க அப்பாவோட போயிருந்தியே. அங்கே என்ன நடந்ததுன்னு சொல்லுடா” என்று கதறிய தாய்க்கு, நடந்த விவரத்தை மகன் சொல்ல “அப்பா அத்யாயம் முடியப் போறது நமக்குத்தாண்டா தெரியல. நடமாடும் தெய்வம் பார்த்த உடனே தெரிஞ்சுண்டுடுத்து, ‘வந்தாச்சு வேளை வந்தாச்சுன்னு’ சொன்னார் இல்லையா? அதுக்கு என்ன அர்த்தம்? அப்பாவுக்கு போக வேண்டிய வேளை வந்துடுத்து. உனக்கு கர்மா செய்ய வேண்டிய வேளை வந்துடுத்துன்னு அர்த்தம்டா. அன்னிக்கு மட்டும் பெரியவா பிடிவாதமா உனக்கு பூணூல் போட்டு வைக்கலேன்னா, உனக்கு உபநயனம் முறையா நடக்காமலேயே போயிருக்கும். இன்னிக்கு உங்கப்பாவை நீ தகனம் பண்றதுக்கு முன்னால சுடுகாட்டிலேயே காட்டுப் பூணூலா போட்டிருப்பா. ஆயுசுக்கும் உன் உடம்புல அந்த காட்டுப் பூணூல்தான் ஊஞ்சலாடிண்டு இருந்திருக்கும், அப்படி ஆகாம இருக்கத்தான் அந்த பேசும் தெய்வம் அப்படி அன்னிக்கு சொன்னது போல இருக்கு” என்று கண்கள் அருவியாய் பெருக்கினாள் தாய். அதைக் கேட்ட மகனின் நிலை எப்படி இருந்திருக்கும்! கணவன் மறைந்த துக்க நிலையிலும், கருணைத் தெய்வம் செய்த அருளே தாயின் நினைவில் நின்று உள்ளத்தை உருக்கியதைக் கண்டு அனைவரும் சிலையாக நின்றனர்.

ஒரு குக்கிராமத்தில் முகாமிட்டிருந்த மஹானை தரிசிக்க ஒரு மிராசுதாரும் அவரது உதவியாளரும் வந்திருந்தனர். வந்த பக்தர்கள் அனைவரிடமும் அன்பொழுகப் பேசி அருள் செய்யும் கருணைத் தெய்வம் காஞ்சி மாமுனி, அன்று வித்தியாசமாக உடன் வந்த உதவியாளரிடம் மட்டுமே கொள்ளைப் பேச்சு பேசினார். அழைத்து வந்த எஜமானரை ஒரு வார்த்தை கூட விசாரிக்கவில்லை. இது மிராசுதாருக்கு வருத்தமாக இருந்தது, காரணமும் புரியவில்லை. தன்னிடம் பேசாமல் இருக்குமளவிற்கு தான் தவறு செய்ததாகவும் தெரியவில்லை. எனினும் யார் காரணம் கேட்க முடியும்? வருத்தம் வாட்டவே விடைபெற்றுச் சென்றார்.

முகாமிட்டிருந்த இடத்திலிருந்து ரயில் நிலையம் தள்ளி இருந்ததால் மடத்து வண்டியில் அவர்களைக் கொண்டு விடும்படி, உடனிருந்த தொண்டருக்கு உத்தரவிட்டார் ஞான மாமலை. ரயில் நிலையம் சென்று வழியனுப்பிவிட்டு வந்த தொண்டரை அழைத்து "வண்டியில் போகும் பொழுது மிராசுதார் என்ன பேசினார், தன்னைப் பத்தி என்ன சொன்னார்" என்று கேட்க, "அவர் ரொம்ப குறைபட்டுக் கொண்டார். பெரியவா அவரிடம் பேசாதது அவருக்கு ரொம்ப வருத்தமாய் இருந்தது. வழியெல்லாம் பெரியவாளைப் பற்றியே பேசிக் கொண்டிருந்தார். எப்பொழுதும் தன்னிடம் அன்பாக உறவாடும் பெரியவா இன்று பேசாத காரணம் புரியவில்லை என்று அதே சிந்தனையாகவே இருந்தார்" என்று கூறினார் தொண்டர். உடனே ஞானக்கடல் "எல்லாம் முடிஞ்சு போனப்புறம் பேச என்ன இருக்கு?" என்று கூறிவிட்டு நகர்ந்து விட்டார்.

மறுநாள் மாலை தந்தி வந்தது. அதில் மிராசுதார் இறைவனடி சேர்ந்து விட்டதாக தெரிவிக்கப்பட்டிருந்தது. அதிர்ச்சி அடைந்த மடத்து சிப்பந்திகள் அனைவரும் மேலும் பிரமிக்கும்படி பெரியவா கூறினார். "நான் அவனோட நேத்திக்கு பேசாததற்கு காரணம் கடைசியா அவனுக்கு என் நினைவாகவே இருக்கட்டும் என்றுதான். நான் பேசாததாலேயே அவன் என் நினைவாக இருந்தான்" என்று கூறிய பிறகுதான் உண்மை அவர்களுக்கு தெரிந்தது "எல்லாம் முடிஞ்சுபோனப்புறம் பேச என்ன இருக்கு" என்று அவர் சொன்னதன் பொருள்.

பகவான் கீதையில் "கடைசி நேரத்தில் தன் நினைவாகவே இருந்து உயிர் பிரிந்தால் தன்னையே வந்து அடைவதாக" சொல்கிறார் அல்லவா அதனால் தான், தன் பக்தன் கடைசியில் தன் நினைவாக இருந்து தன்னையே அடைந்து பிறவிப் பெருங்கடலை தாண்டட்டும் என்று அருள் செய்தார் போலும் நமது கீதாசார்யரான பெரியவா. பிறக்கும் பொழுதும், வாழும் பொழுதும் இறக்கும் பொழுதும், எப்பொழுதும் பார்த்துப் பார்த்து அருள் செய்யும் கருணைக் கடல் காஞ்சி மாமுனிவர்.

✤✤✤✤✤

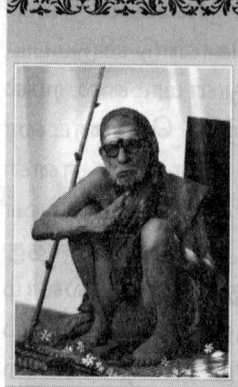

"தன்னலமற்ற சேவை உணர்வு, தியாகம் செய்வதற்குத் தயாராக இருப்பது, கடவுளிடம் பக்தி, எல்லோரிடமும் அன்பு, நல்லெண்ணம் இவைகள் மேன்மையடைந்த மனதில் தோன்றுபவை, இதற்குப் பண்பாடு என்று பெயர். சங்கீதம், சித்திரக்கலை போன்றவை. அப்பண்பாட்டின் வெளித்தோற்றங்கள்."

38

அலகிலா விளையாட்டு

பகவான், பக்தர்கள் அர்ப்பணம் செய்யும் பொருளை பார்க்காமல், அர்ப்பணம் செய்யும் மனோபாவத்தை மட்டுமே பார்ப்பதாக சொல்கிறார். அதேபோல் ஸ்ரீமஹாப்பெரியவாளும் பக்திபாவத்தைப் பார்த்தே நாம் ஸமர்ப்பிக்கும் பொருள்களை ஏற்றுக் கொண்டு அருள் செய்வார். இதை உணர்த்தும் நிகழ்ச்சிகள் சிலவற்றைப் பார்ப்போம்.

ஸ்ரீமஹாபெரியவாளின் பக்தர் குழாமில் முதன்மையானவர் ப்ரம்மஸ்ரீ ப்ரதோஷம் மாமா. அன்னாரின் மாமனார் அகத்தியான் பள்ளி வி.ஆர். சுப்ரமண்ய ஐயர். அவர் வீட்டின் முன்பு ஒரு சிறிய விநாயகர் ஆலயம் இருந்தது. அந்த விநாயகருக்கு தினமும் அபிஷேகம், ஆராதனை செய்து நைவேத்திய ப்ரசாதத்தை அருகில் உள்ள குழந்தைகளுக்கு வினியோகம் செய்வது அவர் வழக்கம்.

ஒருமுறை அவருடைய பெண், மாப்பிள்ளை மற்றும் சிலர் பெரியவாள் தரிசனத்திற்கு அவர் முகாமிட்டிருந்த தேனம்பாக்கத்திற்கு புறப்பட, விஷயமறிந்த சுப்ரமண்ய ஐயர் பிள்ளையாருக்கு நைவேத்யம் செய்த அவல் பொரியை ஒரு பொட்டலமாகக் கட்டி அவர்களிடம் கொடுத்து

ப்ரத்யக்ஷ கணபதியான பெரியவாளிடம் ஸமர்ப்பிக்கும்படி அன்புடன் தந்தார். ஆனால் வாங்கிக் கொண்டவர்கள் கவனக் குறைவுடன் அந்தப் பொட்டலத்தை கீழே வைக்க கணேசன் என்ற குழந்தை தெரியாமல் அதை தட்டிவிட அவல் பொரி, கீழே சிதறி விழுந்தது. அவசரத்தில் அதைத் திரட்டிக் கொண்டு சென்றனர். அதை அறிந்த சுப்ரமண்யம் மிகவும் வருந்தினார். தெரியாமல், கவனக்குறைவால் நடந்த தவறுக்கு மானசீகமாக மஹானிடம் மன்னிப்பும் வேண்டினார்.

தரிசனத்திற்குச் சென்றவர்களுக்கு, கூடியிருந்த பெருங்கூட்டத்தைப் பார்த்து மலைப்பாக இருந்தது. இந்த கூட்டத்தில் எப்படி அருகில் சென்று தரிசிக்க முடியும்? நமக்கு எங்கே அந்த பாக்கியம் கிடைக்கப் போகிறது என்று ஓரத்தில் நின்றனர்.

ஸர்வ வியாபியான காஞ்சி மாமுனியோ அன்று தரிசனம் கொடுத்துக் கொண்டிருந்த இடம் எது தெரியுமா? அங்குள்ள விநாயகர் சன்னதி. தனக்கு சமர்ப்பிக்கப்பட்ட பழங்கள் அனைத்தையும் விநாயகர் முன்பாக வைக்கச் சொல்லியிருந்தார்கள். திடீரென, மகாமுனி அப்படி வைக்கப்பட்டிருந்த பழத் தட்டுகளை காட்டி 'கைத்தலம் நிறைகனி அப்பமொடு அவல் பொரி' என்ற பாடலை சொல்லி பிள்ளையாருக்கு பழமெல்லாம் வைச்சிருக்கு. அவல், பொரி யாராவது கொண்டு வந்திருக்காளோ? என்று ஏதுமறியாதது போல் கேட்டார். அவல் பொரியுடன் ஓரத்தில் நின்றவர்களுக்கு மின்சாரம் பாய்ந்தது போலிருந்தது. மெய் சிலிர்க்க அதிசயித்து, வள்ளலின் கருணையை வியந்து கூட்டத்தை விலக்கிக் கொண்டு அருகில் வந்து அவல் பொரியை ஸமர்ப்பித்து கண்ணார தரிசித்து மனம் குளிர்ந்தனர். தரப்படும் வஸ்து எதுவாக இருப்பினும், மனோபாவமே தனக்கு முக்கியம் என்ற கீதை வாக்குக்கு நிதர்சன விளக்கம் தந்த மஹானையும், சுப்ரமண்ய ஐயரின் பக்தி பாவத்தையும் நினைத்தால் முன்னர், குசேலரின் அவலை ஸ்ரீகிருஷ்ணபகவான் வலிய வாங்கி ஏற்றுக் கொண்ட நிகழ்ச்சிதான் நினைவிற்கு வரும்.

அவல் பொரி வேண்டுமானால் நிலத்தில் சிதறி அசுத்தமாகியிருக்கலாம், ஆனால் கொடுத்தனுப்பிய பக்தரின் தூய்மையான பக்தி, வேறு இடத்தில் சிந்தாமல் சிதறாமல் நடமாடும் தெய்வத்திடம் மட்டுமே இருந்ததல்லவா!

இதே போல் லம்போட்டி என்ற இடத்தில் முகாமிட்டிருந்த மஹானை தரிசிக்க கணபதி அண்ட் கோ விஸ்வநாதய்யரும், பாலகிருஷ்ண ஜோஷி என்ற பக்தரும் சென்றிருந்தனர். விஸ்வநாதய்யர் ஜோஷியிடம் பெரியவாளுக்கு நல்ல பழங்கள் வாங்கிக் கொண்டு வரச் சொன்னார். ஜோஷியோ மாங்காயை வாங்கி வர, ஐயர் "என்ன ஓய், பெரியவாளுக்கு பழம் வாங்கிண்டு வரச் சொன்னா காயா வாங்கிண்டு வந்திருக்கிறீர்" என்று கிண்டல் செய்தார். பிறகு இருவரும் சன்னிதி சென்றடைந்தனர். உள்ளே பிக்ஷைக்கு அமர்ந்து கொண்டிருந்த மஹான் கைங்கர்யபரரிடம் "மாங்காய் இருக்கோ" எனக் கேட்க, தொண்டர் வெளியே ஓடி வந்து மாங்காயைத் தேட, பிறகு என்ன? ஜோஷி அடைந்த ஆனந்தத்தை விவரிக்கவும் வேண்டுமா?

பக்தன் கனிக்குப் பதில் காயாக, அனர்த்தமாய் வாங்கி வந்தாலும், அதற்கும் அர்த்தம் தந்து விடும் அதிசய தெய்வம் தான் நம் காஞ்சி மாமுனிவர்.

✤✤✤✤✤

"பண்பாடுடைய ஒருவன் உலகத்துக்கே உறவினனாகிறான் அவன் எல்லோருக்கும் நண்பன். ஒருவருக்கும் எதிரி அல்ல. அவனுக்கு மூவுலகமும் தாய் நாடாகும்."

39

அலகிலா விளையாட்டு

தர்மமே ஸ்ரீராமன் என்ற உருவில் வந்ததாக வால்மீகி முனிவர் கூறுவார். அந்த ராமனின் மறு உருவே ஸ்ரீமஹா பெரியவாள். அணுபிசகாமல் தர்மவழியில் நடந்து காட்டியதில் அவருக்கு ஈடு, இணை அவரே. ஒப்பாரும், மிக்காரும் இல்லாத துறவரசன் அவர். அறவழியை அவர் நடத்திக் காட்டியதில் சில நிகழ்ச்சிகளைப் பார்க்கலாம்.

ஸ்ரீமஹா பெரியவரின் அடியார் குழாம் கடல் போல் விரிந்தது. அதில் ஒரு முத்தாய் விளங்குபவர் திரு சுந்தர்ராமன். வேளச்சேரியில் வசிக்கும் இவர் கண்ணால் கண்ட நிகழ்ச்சி இது.

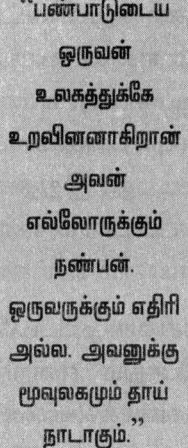

ஒரு சமயம், தேனம்பாக்கத்தில் மஹான் இருந்த காலத்தில் அமெரிக்காவில் வசிக்கும் பக்தர் ஒருவர் தரிசனத்திற்கு வந்தார். அவர் எப்பொழுதும் பெரியவரின் எண்ணமாகவே வாழும் பழுத்த பக்தர். அவர் வருவதற்கு முன்னமே "தாயினும் சாலப்பரிந்து பால் நினைந்தூட்டும்" என்ற வாக்கியத்திற்கேற்ப மாமுனிவர், தன் உதவியாளரிடம் அறுசுவை உணவு தயாரித்து வைக்க உத்தரவிட்டார். அவ்வாறே தயார் செய்யப்பட்டது. அமெரிக்க பக்தர் வந்தார். வந்தவர் ஒரு விரதத்துடன் இருந்தார். அது என்னவெனில் தன் இல்லம்

விட்டு கிளம்பியது முதல் காஞ்சி வந்து நடமாடும் தெய்வத்தை தரிசிக்கும் வரை நீர் கூட அருந்தக் கூடாது என்ற விரதம் தான். தான் மேற்கொண்ட விரதப்படியே ஞானமலையின் சந்நிதி வந்து கண்ணார சேவித்து நின்றார்.

தரிசனம் தந்த தெய்வம் கரிசனத்துடன் கேட்டது, "என்ன! பாத்தாச்சு, இப்பவாவது அன்ன பானம் பண்ணலாமா? உடனே உள்ளே போய் சாப்பிட்டுவிட்டு வா. பிறகு விவரமெல்லாம் பேசிக்கலாம்" என்றது. அறுசுவை உணவு தயாரிக்கச் சொன்னது இதற்குத் தான்! வந்த அடியார் வயிறார உண்டு, மனம் நிறைந்து மஹான் முன்பு வந்தார். கருணைமலை தன் அருகில் இருந்த தொண்டரிடம், "இவர் என்கிட்ட ரொம்ப ப்ரியம் வச்சிருக்கார். என்னைப் பாக்காம தீர்த்த பானம் பண்ணல. அதனால அவர்கிட்ட இருந்து ஏதாவது வாங்கி நானும் சாப்பிடணும் என்ன வாங்கி சாப்பிடலாம்?" என்று கேட்க அனைவருக்கும் ஆச்சர்யம்! கூடை கூடையாய் வரும் பழங்களையும், பொருள்களையும் பார்க்கக்கூட தயங்கும் துறவரசனா இப்படி வலிய விரும்பிக் கேட்பது? இதுதான் சபரியும், குசேலரும் செய்த பக்தியோ? என்ன சாப்பிடலாம் என்ற கேள்விக்கு ஒருவரும் பதில் தராததால், தானே தீர்மானம் செய்தார்.

"இவரோட போய் எள்ளுப் புண்ணாக்கு வாங்கி வா. அப்படியே ஒரு கட்டு தையல் இலையும் வாங்கிவா, அதுபோதும்" என்றார். கேட்ட தொண்டர் திடுக்கிட்டார். "ஐயோ, புண்ணாக்கெல்லாம் சாப்பிடக் கூடாது, வேண்டாம்" என்றார்.

ஆனால் தீராத விளையாட்டுத் தெய்வமோ "இல்ல இல்ல. புண்ணாக்குதான் வேணும். உடனே போய் வாங்கிவா" என்று ஏவ, வேறு வழியின்றி குழப்பத்துடன் பக்தரும் தொண்டரும் சென்று எள்ளுப் புண்ணாக்கும் இலைக்கட்டும் வாங்கி வந்து மஹான் முன் வைத்து "என்ன நடக்கும்" என்று ஆவலாய் பார்த்துக் கொண்டிருந்தனர்.

"புண்ணாக்கு வாங்கிண்டு வான்னு சொன்னதும், இத நான் சாப்பிடப் போறேன்னு நினைச்சு பயந்துட்டியா?" என்று கேட்ட மாமுனி, விளக்கமும் கொடுத்தார். "இத நேர கொண்டு போய்

கொட்டகையில் உள்ள பசு மாட்டுக்கு வை. அது இந்த புண்ணாக்கை தின்னுட்டு பால் கொடுக்கும். அந்த பாலை நான் குடிப்பேன். இவர் போட்ட தீனியை சாப்பிட்டு, அதனால் மாடு பால் சுரந்து அந்த பாலை நான் குடிச்சா இவர் கொடுத்த பாலுக்கு சமம் தானே? அதனால்தான் புண்ணாக்கு வாங்கி வரச் சொன்னேன். தையல் இலை ஏன் கேட்டேன்? இவர் எப்பப்பாரு என் நினைப்பாவே இருக்கார். நானும் அவரையே நினைக்கணும். இலைக் கட்டை கொண்டு போய் கொட்டாயில் வை. தினம் காலையில் தேக சுத்திக்கு கொட்டாய்க்கு போறபோது இந்த இலையை எடுத்துப்பேன். இலையைப் பாத்தாலே இவர் ஞாபகம் வந்துடும். காலையிலேயே இவரை நெனச்சுப்பேன். அதனால்தான் இந்த இரண்டும் கேட்டேன்" என்றது கருணைக் கடல்.

இந்த தெய்வத்தின் குரலைக் கேட்ட பக்தருக்கும் அருகில் இருந்தவர்களுக்கும் எப்படி இருந்திருக்கும்? நீங்கள்தான் மனக்கண்ணில் கற்பனை செய்து கொள்ள வேண்டும். சரி! வந்த மேல்நாட்டு அடியவரின் பக்திக்கு மெச்சி அவரிடம் ஏதாவது வாங்கிச் சாப்பிட வேண்டுமானால் பழமோ, கற்கண்டோ ஏதோ ஒன்று வாங்கி வரச் சொல்லி வாயில் போட்டுக் கொள்ளலாமே அதை விட்டு, சுற்றி வளைத்து புண்ணாக்கு வாங்கி

பசுவிற்குப் போட்டு, அது பால்கறந்து அதைச் சாப்பிட வேண்டுமா என்றால் அங்குதானே இருக்கிறது தர்மசூட்சுமம்.

வந்த பக்தர் கடல் கடந்து சென்று பணம் ஈட்டுகிறார். தர்மபிரபுவான முனிவர், அவர் தரும் பொருளை நேராக ஏற்பாரா? அதனால் அவருடைய பணத்தால் பசுவிற்கு தீனிபோட வைத்தார். அதிலும் ஒரு சூட்சுமம். பசுவிற்கு உணவு தருவதால் கோசம்ரட்சண புண்யமும் பக்தருக்கு வருகிறது. பசுவிடம் சென்று வெளிவரும் எந்தப் பொருளும் அதி பவித்ரம். வந்த பக்தருக்கு அடித்தது இரட்டை யோகம். ஒன்று சகல தேவதா சொரூபமான கோமாதாவிற்கும் உணவிட்ட புண்ணியம், சர்வ லோக ஜகன் மாதா காமாட்சியின் மறு உருவான மஹா பெரியவாளுக்கும் உணவிட்ட புண்ணியம். இந்த இரட்டைப் புண்ணிய பலன் தான், தினம் தினம் அந்த மஹானின் நினைவில் நிறை இலையாய் வந்ததோ! பக்தி என்றால் இப்படி அல்லவா இருக்க வேண்டும். எந்த குலம், கோத்திரமாக இருந்தாலும், எந்த ஊரில் இருந்தாலும் நிஜமான பக்தர்கள் குறைவில்லாமல் இருப்பார்கள் என்பதற்கு சாட்சி இதுவே.

திருச்சிராப்பள்ளியில் மாமுனிவர் தங்கியிருந்த சமயம், சீதாலட்சுமி ராமஸ்வாமி கல்லூரியின் தலைவர் மஹானிடம் வந்து தங்கள் கல்லூரியில் பெரியவரின் பொற்பாதம் பட வேண்டும், குழந்தைகளுக்கு ஆசி வழங்க வேண்டும் என்று விண்ணப்பித்தார்.

மோன குரு பதில் ஏதும் சொல்லவில்லை. அவரும் தொடர்ந்து விண்ணப்பித்தவாறே இருந்தார். ஒருநாள் அவரிடம் "நாளை காலை உன் காலேஜுக்கு வரேன். நீயும் உன் மனைவியும் ஒரு பசு மாடு, கன்றுக்குட்டியோட காத்திருங்கோ" என்றார்.

பக்தருக்கு அளவிலா மகிழ்ச்சி. அப்படியே தயாராக இருக்க மஹானும் வந்தார். பூர்ணகும்ப வரவேற்பை அங்கீகரித்தார். பக்தரிடம், "என் பாதம் எங்கெல்லாம் படணும்னு உனக்கு ஆசையோ அங்கெல்லாம் பசுமாடு கன்றுக் குட்டியை புடிச்சிண்டு நீ முன்னாலே போ. நான் பின்னாலேயே வரேன்" என்றார்.

அப்படியே எல்லா இடமும் சென்று வந்த பின், வெளியே வந்து "திருப்தியா உனக்கு" என்று கேட்க அவர் என்ன பதில் சொல்வார்! கண்கள் கடலாக, மனம் உருகி கருணைக்கு நன்றி தெரிவிப்பதற்காக சாஷ்டாங்க நமஸ்காரம் செய்தார். ஸ்ரீமடம் திரும்பிய மஹான் மாலை அடியார்களிடம் பேசிக் கொண்டிருக்கும் பொழுது காலையில் காலேஜுக்கு போன பேச்சும் வர, ஒருவர் "பெரியவா ஏன் காலேஜுல பசு மாட்டு பின்னாலயே போனா" என்று கேட்டார்.

சிரித்த மஹான் "அவன் எங்கிட்ட ரொம்ப பக்தியாயிருக்கான். நான் வந்தா அவன் காலேஜுக்கு ச்ரேயஸ்னு நினைச்சு கூப்பிட்டான். ஆனால் அந்த காலேஜோ ஸ்த்ரீகள் படிக்கற காலேஜ். அவா எல்லா நாளும் காலேஜுக்கு வருவா. மாதம் விலக வேண்டிய நாளும் வரலாம். அதனால் என் ஆசாரத்துக்கு அங்க போய் எப்படி மிதிக்கிறது? அதனால தான் யோஜனை செய்தேன். அவன் ஆசையும் நிறைவேறணும், என் ஆசாரமும் கெடக் கூடாது. அதுக்கு ஒரே வழி, எந்த தீட்டாக இருந்தாலும் அந்த இடத்துல கோ பாத தூளி பட்டுட்டா, அந்த இடம் பரிசுத்தமாயிடறதா சாஸ்த்ரத்துல இருப்பதால, பசு மாட்ட முன்னால விட்டுட்டு அது பின்னாலேயே நானும் போயிட்டு வந்தேன்" என்று சொன்னதைக் கேட்ட அனைவரும் பிரமிப்பிலிருந்து மீளவே இல்லை.

இப்படியும் தர்ம சூட்சுமமா? இப்படியும் அறம் வழுவா துறவு வாழ்க்கையா? நினைத்து நினைத்து நாமெல்லாம் ஆச்சர்யப்படலாம். வழிகாட்டி, குரு, ஆசார்யர் என்றால் இவரன்றோ! காலம் மாறிப்போச்சு, மாறிப் போச்சு என்று காலத்தின் மேல் பழிபோட்டு பழிபாவங்களுக்கு அஞ்சாதவர்கள் நிறைந்த இந்தப் பூமியில், இப்படியும் ஒரு அறநெறிச் செம்மலா! அன்பையும் அறத்தையும் அழகாக இணைக்கும் சாமர்த்தியம் காஞ்சி மஹாபெரியவரை தவிர வேறு யாருக்கு இருக்கும்?

✺✺✺✺✺

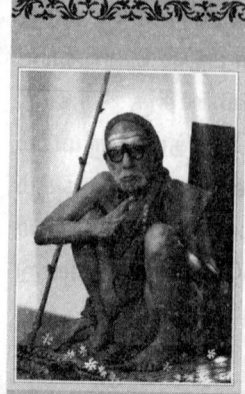

"நம்முடைய தினசரி அலுவல்களில், நம்முடைய கடமைகள் யாவை, எது தருமம் போன்ற கேள்விகள் எழுந்து அவைகளுக்கு விடைபெற வேண்டியிருக்கிறது. நம்முடைய தருமம் எது? அதற்கு மூலம் எது? தருமம் என்பது வாழ்க்கைக்கான ஒழுக்கம். தரும வழியில் செயல்பட வேதங்கள் விதித்திருக்கும் வழியில் செல்ல வேண்டும். வேதமே எல்லா தருமத்திற்கும் ஆதாரம்."

40

அலகிலா விளையாட்டு

குருவிடம் கள்ளமிலா பக்தி செய்பவர் வீடுதேடி தெய்வமே வரும் என்று துக்காராம் போன்ற மகான்கள் சொல்கிறார்கள். இது சத்தியம் என்பதை நிரூபிக்கும் நிகழ்ச்சி இது.

கர்நூலில் வசிக்கும் கீதா என்ற பெண்மணிக்கு நடமாடும் தெய்வம் காஞ்சி ஸ்ரீமஹா பெரியவரிடம் அளவிலா பக்தி. அவரது பக்திப் பெருக்கு, பாமர உலகிற்கு பைத்தியக்காரத்தனமாகக் கூடப் பட்டதுண்டு. அத்தகைய பக்தைக்கு உதவ தெய்வமே வந்த சம்பவத்தைப் பார்க்கலாம்.

கீதா, தன் உறவினர்களுடன் காஞ்சி பெரியவாளை தரிசிக்க வந்தார். வந்த இடத்தில் இன்னும் சிறிது நாட்கள் அங்கேயே தங்கி இருந்து தினமும் பெரியவாளை தரிசிக்க விருப்பம் கொண்டார். உடன் வந்தவர்கள் "உன்னை விட்டுவிட்டு போகச் சொல்கிறாயா மொழி தெரியாத இடத்தில் எப்படி தனியாக இருப்பாய், எங்கு தங்குவாய்?" என கடிந்து கொள்ள அருகில் தரிசனம் செய்து கொண்டிருந்த செல்லம்மா என்ற மாதரசி அந்த உறவினரிடம் "நீங்கள் கவலைப்படாமல் ஊர் செல்லலாம். நான் இந்தப் பெண்ணை பார்த்துக் கொள்கிறேன்'' என்று சொன்னார். மகிழ்ச்சி கொண்ட கீதாவும் "தான்

செல்லம்மாவுடனே இருப்பதாகவும் மற்றவர்கள் ஊர் செல்லலாம்" என்று சொல்ல உறவினர்கள் சென்று விட்டார்கள். பார்த்துக் கொள்வதாக வாக்களித்த செல்லம்மா கீதாவிடம் கடிந்து கொண்டார். "உனக்குப் பைத்தியமா? என்னை உனக்கு முன்பின் தெரியாது. அப்படியிருக்க வயசு வந்த இளம் மங்கையான நீ எப்படி என் வீட்டில் இருக்க சம்மதிக்கலாம். எவரையும் இப்படித்தான் குருட்டுத்தனமாக நம்புவதா?" என்று கேட்டார். கீதா சிறிதும் சலனமின்றி " பெரியவா பொறுப்பு. நான் ஏன் யோசிக்க வேண்டும்'' என்று பதில் கூறினார். பெரியவாளின் பேரில் அவ்வளவு திடமான நம்பிக்கை.

ஆச்சரியமடைந்த செல்லம்மா "நானே மிகத் தைரியசாலி. என்னைவிட நீ தைரியமாக இருக்கிறாய்'' என்று கீதாவிடம் கூறி 10 நாட்கள் முன்பு நடந்ததை கூற அவருக்கு ஆச்சரியமாக இருந்தது. 10 நாட்கள் முன் பெரியவாள் செல்லம்மாவிடம் "நான் ஒருத்தரை உன் வீட்டுக்கு அனுப்பறேன். நீ பத்திரமா பாத்துக்கறயா?" என்று கூற பெரியவர் ஆணைப்படி நடக்க காத்திருப்பதாகச் சொன்னார். பெரியவா குறும்பாக " நான் ஒருத்தரை அனுப்பறேன்னு சொன்னேன். நீ யார் என்ன என்று விசாரிக்காமல் ஒத்துக் கொண்டால் எப்படி?'' என்று வினவ செல்லம்மா "பெரியவா சொல்வதைக் கேட்பதுதான் என் பழக்கம் அதில் ஆராய்ச்சி, எதுவும் தேவையில்லை'' என்றதும், தன்னிடம் அவ்வளவு உறுதியான நம்பிக்கையா? என்று மகிழ்ந்தார் பெரியவா. "நான்தான் என் வீட்டுக்கு வரப்போவது யார் என்று யோசிக்காமல் பெரியவா சொன்னார் என்று அப்படியே நம்பினால் நீயும் அதே போல் இருக்கிறாய்'' என்றார் மனநிறைவோடு.

செல்லம்மா வீடு வந்து தங்கிய கீதா ஒருநாள் நடுஇரவு ஒரு மணிக்கு விழித்துக் கொண்டாள். நேரம் ஆகிவிட்டதாக நினைத்து குளித்து பெரியவாளை விஸ்வரூப தரிசனம் செய்ய ஆவலாய் ஸ்ரீமடம் செல்வதற்காகப் புறப்பட்டார். வீதியில் நடந்து வந்து கொண்டிருந்த போது, ஊரே நிசப்தமாய் இருப்பதைக் கவனித்த அவர் மனதில் ஏதோ சற்று சந்தேகம் வந்தது. எனினும் வீதியில்

நடக்கத் தொடங்கியதும் முன்னால் ஒரு மாது நடந்து செல்ல, தனக்கு முன் யாரோ பெரியவாளை தரிசனம் செய்யச் செல்வதாக எண்ணிய கீதா தனக்கு துணை கிடைத்ததாக மகிழ்ந்து அவரை நெருங்கினார். ஆனால் முன்னால் சென்ற மாதின் விழியும் உருவமும் ஏதோ அமானுஷ்யமாக இருப்பதை உணர்ந்து தயங்கி சற்று பின்வாங்கி மெதுவாக நடந்தார். ஸ்ரீமடம் அருகில் அந்த மாது மறைந்து விட்டாள். இதைக் கண்ட கீதாவிற்கு இப்பொழுதுதான் ஆச்சரியம் மேலிட்டது! உடன் வந்த மாதுவைப் பற்றி கேள்வி எழுந்தது! எனினும் அதிசயமாய் அந்த நடுநிசியில் ஸ்ரீமடம் கதவு திறந்திருக்க உள்ளே சென்றால் அதைவிட அதிசயமாய் பெரியவர் கண் உறங்காமலே உட்கார்ந்து கொண்டிருக்க, அவரை தரிசனம் செய்தார். பிறகு மஹான் உத்தரவு தந்தபின் வெளியே வந்தாள். இப்பொழுது தான் கீதாவிற்கு தனியாக வீடு செல்ல பயமாக இருந்தது.

அந்த சமயத்தில் ஸ்ரீமடத்திலிருந்து காவலர் வந்து "என்னம்மா வயசுப் பொண்ணு இப்படி நடுராத்திரியில் தனியாவா வருவ. வா நான் உன் வீடுவரை கொண்டு விடறேன்'' என்று வலிய வந்து உதவினார். வீட்டுக்கு வந்ததும் கீதாவிற்கு உடன் வந்த மாதைப் பற்றிய எண்ணம் வந்தது. வந்தது யார்? மனம் சமாதானமாக வில்லை. வந்தது யாராய் இருக்கும் என்ற ஆவலில் ஸ்ரீமஹா பெரியவாளிடமே சென்று கேட்டுவிடலாம் என்று எண்ணினார். பொழுது விடிந்ததும் ஸ்ரீமடம் சென்று மஹான் சன்னதியில் நின்ற கீதா கேட்காமலேயே நடமாடும் தெய்வம் வாய்மலர்ந்து ''காமாக்ஷி தரிசனம் காமாக்ஷி தரிசனம்'' என்று கூறிவிட்டு காமாக்ஷி அம்மன் மீது ச்யாமா சாஸ்திரிகள் பாடிய பாடலையும் பாடிக்காட்டினார். ஆச்சரியமடைந்தார் கீதா. 'சர்வ சாதாரணமான தனக்கு துணையாக வழிகாட்ட ஸர்வேஸ்வரியா வந்தது! அன்னையா தரிசனம் தந்தது!' என்று அதிசயித்து பரவசப்பட்டார்.

பக்தர்கள் வீடுதேடி தெய்வம் வருவது மட்டுமல்ல. அவர்களுக்கு உதவி புரியவும் தயங்குவதில்லை என்பது தெரிகிறது.

*****

41

அலகிலா விளையாட்டு

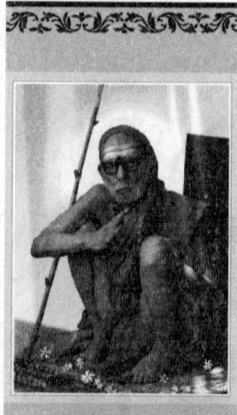

அன்னை அபிராமியின் அருளைப் பாடும் அபிராமி பட்டர் ''அணுகாதவர்க்கு பிணியே, பிணிக்கு மருந்தே'' என்று புகழ்கிறார். யாருக்கு நல்ல நேரமோ அவர்கள் தான் இறைவன் சன்னதியை அடைவார்கள். அப்படி தெய்வ சன்னதியை அடைந்து விட்டால், கஷ்டங்கள் தானே விலகிவிடும். அப்புறம் விதிவசத்தால் துன்பம் வந்தால், சிறிய பாதிப்புடன் சென்றுவிடும். இதற்காக நாம் 'Special' ஆக ப்ரார்த்தனை செய்ய வேண்டும் என்பதுகூடத் தேவை இல்லை. அந்த திருச்சன்னதியை நாடி ஓடினால் போதும். அப்படி நிகழ்ந்த கண்கண்ட அபிராமியான காஞ்சி மாமுனிவரின் அருளில் சில :

ஸ்ரீகாஞ்சி மஹாபெரியவரின் அருட்கடலில் மூழ்கிய அடியவர்களில் திரு. G.சந்திரமௌளி அய்யரும் ஒருவர். இவரது அன்னையார் திருமதி லலிதாம்பாளும் தந்தையார் திரு, கங்காதரய்யர் அவர்களும் காஞ்சி மஹானின் ஆத்மபந்துவாக பக்தி செய்தனர். அதனால் சந்திரமௌலி அவர்களுக்கும் இயல்பாக அதே பக்தி நிறைந்திருக்க, நடமாடும் தெய்வம் இளையாத்தங்குடி என்ற தலத்தில்

''ஒருநாள் ஒரு பாலத்தின் ஒரு வளைவின் கீழ்நின்று மற்ற வளைவுகளைப் பார்த்தால் அவை தான் நின்று கொண்டிருக்கு மிடத்திலுள்ள வளைவைவிட சிறியவைகளாக தெரியும். ஆனால் பாலத்தின் எல்லா வளைவுகளும் ஒரே அளவானவை என்று நமக்குத் தெரியும்.

அதுபோல ஒரு தேவதையிடம் பக்தி கொண்ட ஒருவனுக்கு மற்ற தேவதைகள் கீழானவைபோல் தோன்றும். ஆனால் எல்லா தெய்வங்களுமே கடவுளின் விதவிதமான தோற்றங்களே.

எழுந்தருளி இருக்கும் போது தரிசனம் செய்யச் சென்றார். பெரியவாள் செய்த பூஜையை கண்ணாரத் தரிசித்துவிட்டு, பெரியவாளை தரிசித்து வணங்கி எழ, குருநாதர் வாய்மலர்ந்து சந்திர மௌளியைப் பார்த்து ''நீ எங்கே போகப் போற'' என்று கேட்டார். அவர், 'தான் சென்னை செல்லப் போவதாகக் கூற, ''நீ மெட்ராஸ் போக வேண்டாம், நேரே கும்பகோணம் போ'' என்றும் ''இப்போதே புறப்பட்டுச் செல்'' என்றும் உத்தரவிட்டார்.

சந்திரமௌளி அருகிலிருந்த குளத்தில் மாலை சந்தியாவந்தனத்தை முடித்துக் கொண்டு ஸ்ரீமடத்திலிருந்த சாம்பமூர்த்தி சாஸ்திரிகளிடம் பெரியவர் சொன்ன விஷயத்தை தெரிவித்தார். சாஸ்திரிகள் ''எதற்காக உங்களை கும்பகோணம் போகச் சொல்கிறார் என்று தெரியவில்லையே'' என்று யோசித்து அவரைக் கூட்டிக் கொண்டு பெரியவாள் இருந்த இடத்திற்கு சென்றார். பெரியவாள் இருவரையும் பார்த்ததும் ''சாம்பு. இவனை உடனே கும்பகோணம் அனுப்ப ஏற்பாடு செய்'' என்று உத்தரவிட்டார். சாஸ்திரிகள் சந்திரமௌளியை எப்படி அனுப்புவது. எந்த வண்டி கிடைக்கும் என்று தவித்துக் கொண்டிருக்கையில் எங்கிருந்தோ ஒருவர் பெரியவா தரிசனத்திற்கு காரில் வந்து இறங்கினார். சாம்பமூர்த்தி வந்தவரை அணுகி, விவரம் சொல்லி 'திருமயம் ஸ்டேஷன் வரை காரைத் தர இயலுமா' என்று கேட்க, வந்தவர் உடனே சம்மதித்தார். சந்திரமௌளி திருமயம் வந்து இரவு 9.00 மணி ரயிலேறி திருச்சி வழியாக மறுநாள் காலை கும்பகோணம் வந்தடைந்தார்.

கும்பகோணத்தில்தான் சந்திரமௌளியின் தாயார் லலிதாம்பாள் இருக்கிறார். வீட்டிற்கு வந்த சந்திர மௌளிக்கு அதிர்ச்சி. காரணம் தாயார் முதல்நாள் மாலை அடுப்பில் வெல்லப்பாகு வைக்கும் பொழுது தவறி, கைவிரல் முதல் மணிக்கட்டு வரை கொட்டி விபத்து நடந்திருக்கிறது. சந்திரமௌலி உடனடியாக தனது தாயாரை மருத்துவரிடம் அழைத்துச் சென்று தகுந்த வைத்தியம் செய்தார். அலுவலகத்திற்கும் விடுப்பு தெரிவித்து விட்டு தாயாருடன் இருந்து உதவி செய்து நன்கு புண்

ஆறி இயல்பு நிலை வந்த உடன் சென்னை வந்தடைந்தார்.

சந்திரமௌளியை உடனே குடந்தை செல்ல உத்தரவிட்டபொழுது யாருக்கும் காரணம் விளங்கவில்லை. இப்பொழுதுதான் புரிந்தது. எதற்காக குமபகோணம் செல்ல உத்தரவிட்டார் என்று. ஸர்வவ்யாபகனான பரம்பொருளுக்குத் தெரியாதா ஈரேழு உலகிலும் நடப்பது?

சந்திரமௌளியின் தாய்க்கு அருள் செய்த மஹான் அவரது தந்தைக்கும் அருள் செய்தார். அதையும் பார்க்கலாம்.

ஸ்ரீபெரியவாள் சென்னை ஸம்ஸ்க்ருத கல்லூரியில் முகாமிட்டிருந்தார். சங்கர ஜயந்தி விழா நடந்து கொண்டிருந்தது. கும்பகோணத்திலிருந்த மௌளியின் தகப்பனாருக்கு உடல்நிலை சரியில்லாமல் போக, மருத்துவர்கள் அறிவுரைப்படி அவரை சென்னை அழைத்து வந்து பொதுமருத்துவமனையில் சேர்த்து சிகிச்சை அளிக்கப்பட்டு வந்தது. ஒரு வாரம் சென்ற பிறகு மருத்துவர்கள் இனி அவரை மருத்துவமனையில் வைத்திருப்பது ப்ரயோஜனம் இல்லை என்றும் வீட்டிற்கு அழைத்துக் கொண்டு போய்விடலாம் என்றும் சொல்லி உயிருக்கு காலக்கெடு குறித்து விட்டனர்.

அதனால் செய்வதறியாது தவித்த சந்திரமௌலியும் அவர் தாயாரும் நடமாடும் தெய்வத்தின் சன்னதியை நெருங்க, பெரும் கூட்டத்தின் நடுவிலிருந்தாலும் இவர்களைக் கண்டதும் ''ஆஸ்பத்திரியிலிருந்து அவனை அழைத்துக் கொண்டு போகும்படி சொல்லிவிட்டாளோ?'' என்று வினவி, காத்திருக்கும்படி சைகை செய்தார். வந்த அடியவர்கள் அனைவருக்கும் ப்ரசாதம் கொடுத்து அனுப்பிவிட்டு கடைசியாக எஞ்சியிருந்த இவர்கள் இருவரையும் அருகில் அழைத்தார். அவர்களிடம் விவரம் கேட்டு விட்டு ''அவன் இங்கு இருக்கக் கூடாது, சாயங்காலத்திற்குள் கும்பகோணம் அழைத்துப் போய்விடு'' என்று சொல்லிவிட்டு, ஒரு சாத்துக்குடி பழத்தை எடுத்து இடது கையில் வைத்துக் கொண்டு வலது கையில் பிடி குங்குமத்தை எடுத்து பழத்தின்மேல் வைத்து சில நிமிடங்கள்

அழுத்தி பிடித்தபடியே இருந்தார். பிறகு லலிதாம்பாளை அழைத்து மடியைப் பிடிக்கச் சொல்லி பழம், குங்குமத்தை போட்டு, "நீ குங்குமம் இட்டுக் கொண்டு, பிள்ளைக்கும் இட்டுவிடு" என்று உத்தரவிட்டார். அதன்படியே செய்த இருவரும் வீட்டுக்குச்  சென்று, மதியம் எழும்பூரிலிருந்து புறப்படும் ரயிலில் முதல் வகுப்பில் டிக்கெட் வாங்கிக் கொண்டு இரவு கும்பகோணம் சென்றடைந்தார்கள்.

மறுநாள் குடும்ப டாக்டரிடம் விவரம் சொல்ல, அவரும் வீட்டுக்கு வந்து கங்காதரனை பரிசோதித்து வைத்தியம் செய்தார். 6 மாதம் மருத்துவ சிகிச்சை தொடர கங்காதரன் பூரண குணமடைந்தார். அதன்பிறகு 10 வருட காலம் நல்லபடியாக இருந்தார். காலகாலனான காஞ்சி மஹானின் அருளிருந்தால் எமனும் அஞ்சி ஓட மாட்டானா?

இப்படி 10 வருடகாலம் தந்தைக்கு உயிர்ப்பிச்சை தந்தது மட்டுமல்ல, நடமாடும் தெய்வத்தின் திருக்கரத்தால் பழமும் குங்குமமும் ப்ரசாதமாக பெற்ற லலிதாம்பாள் தீர்க்க சுமங்கலியாகவே கணவருக்கு முன் காலமானதும் அதிசயமல்ல, ப்ரம்ம ஞானி நினைத்தால், அருள் செய்தால் எதுவும் நடக்கும் என்பதே நிஜம். மேலும் குருநாதர் லலிதாம்பாளிடம் ஸ்ரீலலிதாஸஹஸ்ர நாமத்தை தினம் மாலையில் விளக்கேற்றி வைத்த பிறகு மறக்காமல் சொல்லும்படி உபதேசித்தார். அப் பாராயண பலனாய் அந்த அம்மாள் தீர்க்க சௌமாங்கல்யத்தோடு,

கடைசி மூச்சு வரை சுயநினைவுடன், மாலை சுமங்கலிகளுக்கு வெற்றிலை பாக்கு மங்கள திரவியம் கொடுத்துவிட்டு ஸ்ரீலலிதா ஸஹஸ்ர நாம பாராயணம் செய்துவிட்டு, பொழுது விடிந்ததும் அருகிலிருந்த காளஹஸ்தீஸ்வரர் கோயிலில் தனுர்மாத பூஜையில் தீபாராதனைக்கு மணி அடிக்கும் ஓசை கேட்டபடியே "சம்போ மஹாதேவ மஹா தேவ சம்போ" என்று இருமுறை கூறி உயிர்விட்டார், சாக்ஷாத் ப்ரத்யக்ஷ பரமேஸ்வரனான பெரியவாளின் அருள் அன்றி இந்த பாக்கியத்தை வேறு யாரால் தரமுடியும்?

42. அலகிலா விளையாட்டு

"கல்யாணங்களில் சொல்லப்படும் மந்திரங்களின் அர்த்தம் தெரியாததால் இளைஞர்களும், பெண்களும் அதுபற்றி அசட்டையாக இருக்கின்றனர். மந்திரங்களின் அர்த்தங்களை விஷயம் தெரிந்த ஒருவர் கல்யாணத்திற்கு முன்பே விளக்கிச் சொல்லி விட்டால், மணமக்கள் புரிந்து கொண்டு அக்கறையுடன் சடங்குகளைச் செய்வார்கள். இதே முறையை உபநயனம் மற்றும் இதர காரியங்களுக்கும் கையாளலாம்."

காஞ்சி மாமுனிவர் ஸ்ரீமஹா பெரியவரின் பக்தர் குழுவில் ஒருவர், புதுக்கோட்டை மாதுஸ்ரீ ராதா ராமமூர்த்தி. பெரியவரிடம் எல்லையில்லாத பக்தி கொண்டவர். அடிக்கடி பெரியவாளைத் தரிசனம் செய்வார். கவிதைகள் புனைந்து அவரிடம் பாமாலை சமர்ப்பிக்கும் வழக்கமுள்ளவர். அக்கருணைத் தெய்வம் பாமாலை, பூமாலை அனைத்தையும் மகிழ்வுடன் ஏற்று அருள்வது வழக்கம். அந்த மாதரசிக்குக் கிடைத்த அருள் அனுபவங்கள் பல. அவற்றில் சில இதோ:

ஒருமுறை சதாராவில் மஹான் முகாமிட்டிருந்த பொழுது, புதுக்கோட்டையிலிருந்து பக்தைகள் ராஜம்மாள் தலைமையில், 'சுவாசினி பிக்ஷா வந்தனம்' செய்யச் சென்றனர். மஹானுக்கு விதவிதமான அலங்காரப் பொருட்களும் ஸமர்ப்பிக்கப் பட்டன. வெட்டிவேரினால் நாகாபரணம் போல் கிரீடம் செய்து, சந்தன மணிகள் கோர்த்து அலங்கரித்து மஹானுக்குச் சமர்ப்பித்தனர்.

பெரியவர் அந்தச் சமயத்தில் ஒரு சிவலிங்கத்தின் அருகில் அமர்ந்திருந்தார்.

நாகாபரண கிரீடத்தை வாங்கிய பெரியவர் அந்தச் சிவலிங்கத்தின் உச்சியில் அதை வைக்கச் சொல்லி ஒரு தொண்டரிடம் கொடுத்தார். அவரும் அப்படியே செய்தார். ப்ரத்யக்ஷ பரமேஸ்வரனாய் அந்த கிரீடத்தை அணிந்து காட்சி கொடுக்கும் மஹா பெரியவர் கோலத்தைக் கண்ணாரச் சேவிக்க விரும்பி, அப்பக்தைகள் ஆர்வத்தோடு இருந்தனர். மஹானோ, அதைச் சிவலிங்கத்தின் தலையில் வைத்தது அவர்களுக்கு ஏமாற்றமாயிருந்தது.

ஆவல் மேலிட, ராஜம்மாள் மாமி ''அதைப் பெரியவா அணிந்து கொள்ளணும்'' என்று கேட்டுக் கொண்டார். உடனே பெரியவர் பளிச்சென்று ''நான்வேறு இவர் வேறு இல்லை. இருவரும் ஒன்றுதான்'' என்று ஒரு தெய்வீகச் சிரிப்புச் சிரித்தார்.

அந்தக்கணம் அனைவரும் பிரமிக்கும்படி, ஒரு ஒளியாக பெரியவர் காட்சி தந்தார். அதைக் கண்ட அனைவரும் மிகவும் உணர்ச்சி வசப்பட்டு, தாங்கள் கைலாயத்திலேயே இருப்பது போல் உணர்ந்தனர்.

தன் உண்மை ஸ்வரூபத்தைப் பலசமயங்களில் பக்குவமடைந்த பல பக்தர்களுக்கு வெளிப்படுத்தி உள்ளார், மஹா பெரியவர்.

தனது தெய்வாம்சத்தைச் சிலசமயம் வெளிப்படுத்தினாலும், பலசமயம் சாதாரண மானுடனாக நாடகமாடுவதே அவர் வழக்கம். பக்தர்களை ஆனந்தக்கடலில் அமிழ்த்த சாதாரண விஷயம் கூட அவருக்குப் போதும்.

ஒரு சமயம் பெரியவர், மிகவும் சுவாரஸ்யமாகச் சமையல் செய்வது பற்றிப் பேசிக் கொண்டிருந்தார். பிறகு, எதிரில் இருந்த ஆடவர்களைப் பார்த்து, ''இங்கு யாருக்கெல்லாம் சமையல் செய்யத் தெரியும்?'' என்று கேட்டார்.

சிலர் ''எனக்குத் தெரியும்'' என்றார்கள்.

உடனே பெரியவர், ''சரி அப்படியானால் குழம்பு எப்படிச் செய்வாய்?'' என்று கேள்வி எழுப்பினார்.

ஒருவர் ''புளியைக் கரைத்து அடுப்பில் வைத்து, சாம்பார் பொடி, உப்பு, பெருங்காயம் போட்டுக் கொதிக்க விட்டு பிறகு வெந்த பருப்பைப் கொட்டித் தாளித்து, சிறிது மாவு கரைத்துச் சேர்த்தால் சாம்பார் ரெடி" என்றார்.

மற்றவர்களும் தங்கள் முறை வந்த பொழுது சற்றேறக் குறைய இதே வழிமுறையைச் சொன்னார்கள். அதையெல்லாம் பொறுமையாகக் கேட்டுக் கொண்ட மஹான், சிரித்துக் கொண்டே ''நீங்கள்ளாம் பெரிய ஞானிகள்தான்'' என்றார்.

அனைவருக்கும் ஆச்சர்யம்! 'என்ன, சாம்பார் வைக்கத் தெரிந்துவிட்டால் பெரிய ஞானி ஆகிவிடலாமா?' என்று புரியாமல் விழித்தனர்.

பெரியவர் உடனே "தான் என்ற எண்ணத்தை விட்டவர்கள் ஞானிதானே! நீங்கள் ஒருவர் கூட குழம்புக்குத் 'தான்' (காய்) போடுவது பற்றிச் சொல்லவே இல்லையே!'' என்றார்.

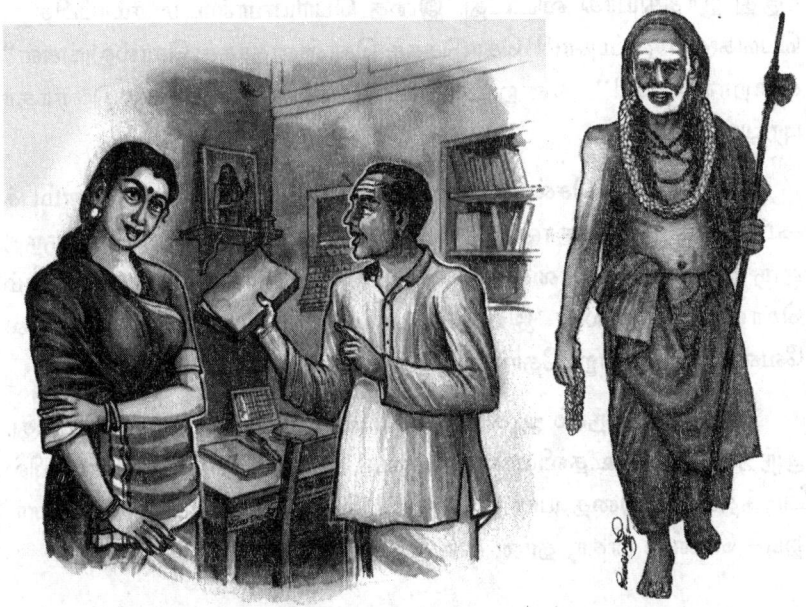

அனைவருக்கும் சிரிப்புத் தாங்கவில்லை. எல்லோருமே சொல்லும்போது 'தான்' போடுவதை விட்டு விட்டனர்.

"மறந்தே விட்டோம். பெரியவர் முன்னால் நாங்கள் எங்களையே மறந்து விடுவோம் என்பது 'தான்' நிஜம். அதனால் பெரியவர் கேட்டதால் ஏதோ ஒரு பதிலைச் சொன்னோம்'' என்றனர்.

நிஜம் 'தான்'. தெய்வம் நேரில் வந்து நம் ஊனக்கண்ணுக்கு விருந்தாகக் காட்சி கொடுத்து, அளவளாவி உறவாடினால், தன்னையே இழந்து 'தான்', 'தனது' என்ற உணர்வும் அற்றுப் ப்ரம்மானந்த நிலையில் லயித்திருப்பது இயல்புதானே!

இப்படி சாதாரண குழம்பின் வழியாகவே குழப்பமின்றி ப்ரம்மானந்தத்தை அருளும் பெருந் தெய்வம் தான் நம் காஞ்சி மாமுனிவர்.

ஒரு முறை ராதா காஞ்சிபுரம் கிளம்பிக் கொண்டிருந்தார். பெங்களூரிலிருந்து வந்திருந்த அவரது நாத்தனார் கணவர், தான் தினம் தவறாமல் எழுதும் ஸ்ரீ ராமஜெயம் நோட்டைக் கொடுத்து ''இது பூர்த்தியாகி விட்டது. இதை பெரியவாளிடம் சமர்ப்பித்து, பெங்களூர் குப்புசாமி கொடுக்கச் சொன்னதாகச் சொல்லுங்கள்'' என்றார். ''சரி'' என்று சொல்லி வாங்கிக்கொண்டு ராதா புறப்பட்டார்.

காஞ்சிபுரம் சென்று ஸ்ரீமடத்தை அடைந்த பிறகு ரொம்பக் கூட்டமாக இருந்ததால், ஸ்ரீ ராமஜெயம் நோட்டை அங்கு இருந்த ஒரு பழத் தட்டில் வைத்து விட்டார். ஆனால், விவரம் எதுவும் சொல்லவில்லை. 'இதைப்போய்ப் பெரியதாகச் சொல்ல வேண்டுமா' என்று தோன்றியதால் , சொல்லவில்லை.

ஒருமணி நேரம் ஆகியிருக்கும். கூட்டம் குறைந்து விட்டது. அந்தச் சமயம் உதவியாளர் ஒருவர், அந்த நோட்டைக் கையில் பிடித்தபடி, ''இதை யார் இங்கு வைத்தார்கள்?'' என்று கேட்டார். ஓடிச் சென்று ராதா, தான் வைத்ததாகச் சொன்னார்.

மஹா பெரியவர் ''பெங்களூர்க்காரா கொடுத்தாளா?'' என்று கேட்க, அதிர்ச்சியுற்ற மாமி, ''ஆமாம்'' என்றார். 'கொடுத்தவா பேரு என்ன?' என்ற தெய்வத்தின் குரலைக் கேட்டதும், 'சுரீர்' என்று மின்சாரம் பாய்ந்தது போலிருந்தது ராதாமாமிக்கு.

''என் நாத்தனார் கணவர் குப்புசாமி அய்யர் கொடுத்தனுப்பினார்'' என்று சொன்னார். குறுநகை செய்து அதை ஏற்றுக்கொண்டு அருளியது பெருந்தெய்வம்.

ஸ்ரீ ராமஜெயம் நோட்டை சாதாரணமாக எடுத்துக் கொண்ட மாமிக்கு, அவர் வாயாலேயே விஷயத்தை வரவழைத்து, தனக்கு பக்தர்கள் தருவது எதுவும் சாதாரணமல்ல, மிக உயர்ந்தது என்று புரியவைத்த நிகழ்ச்சி இது.

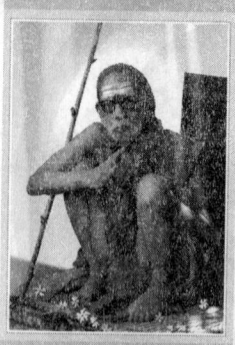

''வேதங்கள் நம்முடைய மதத்தின் வேர்கள். பண்டிகைகளும், விருந்துகளும், மற்றவைகளும் அம்மரத்தில் பூக்களும், கனிகளும் போல, அவைகளுக்கும் வேதம் என்ற வேர் தேவைப்படுகிறது. மண்ணில் புதைத்திருந்தாலும் அந்த வேர்கள் மரத்தின் பூக்களையும் கனிகளையும் போல மணத்துடனும் எப்போதும் புதுமையாகவும் இருக்கின்றன. வேத அத்யயனமும் வேதத்தை தினசரி சாஸ்திர சடங்குகளில் உபயோகப்படுத்துவதும் நமக்கு மிக முக்கியம்.''

43

அலகிலா விளையாட்டு

ஒரு சமயம் உள்ளே நிர்வாகிகளுடன் ஏதோ முக்கிய ஆலோசனை செய்து கொண்டிருந்தார் மஹாபெரியவர். அந்தச் சமயம் ஒரு பாட்டி தரிசனத்திற்கு வந்து வரிசையில் காத்திருந்தார். வெகு நேரம் ஆகியும் தரிசனம் கிடைக்கவில்லை. வெகு நேரம் காத்திருக்க முடியாததால் ''சங்கரா உன்னைப் பார்ப்பேனோ, பார்க்காமலேயே போயிடுவேனோ என்று தவிச்சிண்டு இருந்தேன். உன்னைத் தேடி உன் ஊருக்கு வர எனக்கு சக்தியில்லை, ஆனால் நீயோ என் ஊரைத் தேடி இங்கு வந்திருக்காய். இப்பவும் உன்னை தரிசனம் பண்ண முடியாதபடி நிறுத்தி வச்சுட்டாயே'' என்று புலம்பிக் கொண்டிருந்தாள். இதைக் கண்ட சாம்பமூர்த்தி சாஸ்திரிகள் என்ற தொண்டர், உள்ளே சென்று பெரியவாளிடம் ''வெளியே ஒரு பாட்டி தள்ளாமல் தரிசனத்திற்குத் தவிச்சுண்டு இருக்கா'' என்று கூற உடனே ஆலோசனையை நிறுத்திவிட்டு ஓடோடி வந்து "பாட்டி இதோ வந்துட்டேன் பாரு, நீ வந்திருக்கிறது தெரியாம உள்ளே கார்யமா இருந்துட்டேன். தெரிஞ்சவுடனே வந்துட்டேன்'' என்று அமுதமாய் திருவாய் மலர, "வந்துட்டியா சங்கரா, என்னப்பா'' என்று

பரவசம் மேலிட முகத்தைத் தூக்கி பெரியவாளின் ஜோதி உருவைப் பார்த்தார். ''ஓடிவந்து எதிர்க்க நின்றும் இந்த ஊனக் கண்ணுக்குப் பார்க்கச் சக்தியில்லையே, மங்கலாத்தான இருக்கு, நீதான் நல்ல பார்வையை குடுத்து காட்சி தரணும்'' என்று உணர்ச்சிவசப்பட, உடனே பந்தலுக்கு வெளியே வெயிலில் வந்து நின்று, பாட்டியை அழைத்து வரச்சொல்லி பலகோணங்களில் நின்று காட்சி தர, கண்ணாரக் கண்ட பாட்டி ''நன்னா தெரியறது'' என்று ஆனந்த தரிசனம் செய்தாள். ''என்ன பாத்துட்டயா? நான் போகலாமா'' என்று பக்தையிடம் உத்தரவு கேட்க '' இந்த அநாமதேயத்துக்கும் இரங்கி ஓடிவந்து காட்சி கொடுத்தாயே கருணா மூர்த்தி; உன்னைப் பாக்கணும் பாக்கணும்னு உயிரை வச்சுண்டிருந்தேன். பாத்துட்டேன், என்னை எடுத்துக்கோப்பா'' என்று கதற ''அதுக்கான சமயம் வரச்சே எடுத்துக்கலாம். போய் பகவத ஸ்மரணையாகவே இரு, மறுபடி என்னை பார்க்கணும்னு ஓடிவராதே. உன்னை விட்டு நான் எங்கேயும் போகமாட்டேன். உன் கூடவேதான் இருப்பேன்'' என்று பிரியா பெருவரம் தந்ததைக் கண்ட அனைவரும் உருகினர்.

✤✤✤✤✤

44. அலகிலா விளையாட்டு

"இந்து மதத்தில் தோன்றிய மஹான்கள் தங்களுடைய உபதேசங்களால் மக்களை உயர்நிலைக்குக் கொண்டு வருவதாகவோ அல்லது அவர்களை உய்விப்பதாகவோ சொல்லிக் கொள்ளவில்லை.

அவர்களுடைய பரிசுத்தமும், கொள்கைகளும் அதன்படி அவர்கள் நடத்திய வாழ்க்கையும் அவரை அண்டியவர்களுக்கு ஆன்மீகக் கல்வியாக அமைந்தது. தான் பரிசுத்தமாக இல்லாத ஒருவர் மற்றவர்கள் அவ்வாறு இருக்க வேண்டுமென்று உபதேசம் செய்ய முடியாது."

உலகில் அன்பும், அறமும் வளர்ந்து மக்கள் இன்பமாக இருக்க வேண்டியே இறைவன் பல அவதாரங்கள் செய்கிறார். அதில் நம் கண்முன் நிகழ்ந்த அவதாரம் ஸ்ரீ காஞ்சி மஹா பெரியவர் அவதாரம். நடமாடும் தெய்வமான அவர் பாதம் படாத இடம் மிகக் குறைவே. அவர் பாதம் நோக நடந்து சென்றது கூட அந்த அந்த இடத்திலுள்ள ஏழை எளியவர்களையும் மகிழ்வித்து அருள் செய்யவே. அந்த வகையில் 1965ஆம் வருடம் சென்னை எண்ணூருக்கு வடக்கில் சுமார் 10 கி.மீ தூரத்திலுள்ள காட்டுப்பள்ளி என்ற கிராமமும் தவமலையின் திருப்பாதம் பட தவம் செய்திருந்தது.

இந்தக் கிராமம் ஒரு சிறு தீவு போன்றது. பாமர ஜனங்கள் உள்ள பவித்ர பூமி. தவம் செய்ய ஏற்ற அமைதி தவழும் இடம். அங்கு சென்னை மயிலையில் வசித்த சண்முக சுந்தர முதலியாருக்குச் சொந்தமான பெரிய எஸ்டேட் இருந்தது. சண்முக சுந்தர முதலியார் பல சாஸ்வத தர்மங்களை செய்த தர்மாத்மா. மிகச் சிறந்த குரு பக்தர். காஞ்சி மஹானிடம் அளவிலா பக்தி கொண்டவர். இன்றும் அவர் பிள்ளை மற்றும் குடும்பத்தினர் அதே பக்தியுடன் தொண்டு செய்து வருவது சிறப்பு.

நடமாடும் தெய்வம் தனது காசியாத்திரையின் பொழுது முதலில் இந்த காட்டுப்பள்ளிக்கு விஜயம் செய்துள்ளார். மறுமுறை வியாச பூஜை மற்றும் சாதுர்மாஸ்யவ்ரதம், நவராத்திரி என்று சுமார் நாலரை மாதம் அங்கு தங்கி இருந்தது முதலியார் செய்த தவப்பயனாகும். முதலியாருக்கு உற்ற உறுதுணையாய் இருந்து எஸ்டேட் நிர்வாகத்தை கவனித்தவர் கிருஷ்ணானந்தம் எனும் அன்பர்.

ஒரு சமயம் முதலியார் மற்றும் கிருஷ்ணானந்தத்திற்கு மிகவும் வேண்டியவரான ஒரு இஸ்லாமிய நண்பர் (பெயர் அஜீஸ்) தீராத வயிற்று வலியால் அவதிப்படுவதாகவும் மஹாபெரியவரின் மகிமை அறிந்த அந்த நண்பர் ஸ்வாமிகளை தரிசிக்க விரும்புவதாகவும் தெரிவிக்க, அவர்கள் இருவரும், ஸ்வாமிகளின் உத்தரவு பெற்று அவரை அழைத்து வந்தனர். பெரியவரும் அவரை அன்புடன் விசாரித்து, அவர் குடும்ப விவரம் முதலியவற்றை தெரிந்து கொண்டார். அவரின் வயிற்றுவலி பற்றிக்

கேட்டறிந்து ஆசீர்வதித்து அனுப்பினார். பிறகு அந்த இஸ்லாமிய நண்பர், முதலியாரிடம் தனது வயிற்று வலி பூரணமாகக் குணமாகி ஆரோக்கியமாக இருப்பதாகக் கூறினார்.

இதை கேட்ட கிருஷ்ணானந்தம், தீராத வயிற்று வலியால் துடித்த தமது மனைவியையும் பெரியவாளிடம் அழைத்து வந்து குணமாக ப்ரார்த்தனை செய்தார். நடமாடும் தெய்வமோ அவரை ஒருவாரம் காட்டுப்பள்ளி முகாமிலேயே தங்கும்படி உத்தரவிட்டார். ஒருநாள் முதலியாரின் மைத்துனரை அழைத்து குளத்தங்கரைக்கு பக்கத்தில் ஒரு சிறிய குளியலறை அமைக்கும்படி உத்தரவிட்டார். அதன்படி தட்டியால் அறை அமைக்கப்பட்டது. ஸ்வாமிகள் தன்னை தரிசனம் செய்ய வந்த ஒருவயதான பெண்மணியிடம் கிருஷ்ணானந்தத்தின் மனைவியை அந்த அறைக்கு அழைத்துச் சென்று சந்திர மௌலீஸ்வரருக்கு அபிஷேகம் செய்த தீர்த்தத்தை அவள் தலையில் ஊற்றும்படி உத்தரவு செய்தார். அதன்படி செய்ததும் அந்த மாதரசியும் புத்துணர்ச்சி பெற்று வயிற்றுவலி நீங்கப்பெற்று நலம் அடைந்தார்.

சூளூர்பேட்டையில் முகாம் செய்திருந்த மஹானை தரிசிக்க, தான் வாங்கி இருந்த புதிய காரில் கிருஷ்ணானந்தத்துடன் முதலியார் சென்றார். தரிசனம் செய்ததும் உடனே சென்னை திரும்ப உத்தேசித்திருந்தார்கள். காலை 9 மணிக்குள் மஹானை தரிசனம் செய்துவிட்டு புறப்பட உத்தரவு கேட்டார்கள். பெரியவர் "இப்பொழுது போக வேண்டாம், பிற்பகல் போகலாம்" என்று நிறுத்தி விட்டார். முதலியாருக்கோ சென்னையில் அவசர வேலை இருந்ததால் தவிப்பு. எனினும் குரு ஆணையை மீறமுடியாததால் அருகிலுள்ள கோவில்களுக்குச் சென்று தரிசனம் செய்துவிட்டு திரும்பிவந்து பகல் 3 மணிக்கு மஹானிடம் உத்தரவு கேட்டார். அவர் ப்ரசாதம் கொடுத்து விட்டு "நீயே வண்டியை ஓட்டுகிறாயா, ஜாக்கிரதையாகப் போய்வா" என அறிவுரையும் வழங்கினார். சிறு தூறல் வேறு ஆரம்பமானதால் வண்டியை சற்று வேகமாகவே முதலியார் ஓட்டி வந்தார். ஏனாவூர் இரயில்வே கேட் அருகே ஒரு

திருப்பத்தில் வண்டி கட்டுப்பாடு தவறி, ஒரு இரும்புக்கம்பத்தில் மோதி நின்றது. உள்ளிருந்த முதலியார் மற்றும் கிருஷ்ணானந்தத்திற்கு அடிபட்டது. வண்டி ஒரு அடிகூட நகரவில்லை. பிறகு தனக்கும் நண்பருக்கும் ஏதோ முதலுதவி செய்து கொண்டு முதலியார் முதலில் வீட்டுக்கு வந்துவிட்டார். நண்பர் ஒரு லாரியில் வண்டியை கட்டி இழுத்துக் கொண்டு ஊர்வந்து சேர்ந்தார். இருவரும் தலைக்கு வந்தது தலைப்பாகையுடன் போன திருப்தியில் இருந்தனர். பெரியவாள் மறுதினம் மாலை முதலியாரும் நண்பரும் சௌகர்யமாக வீடு போய்ச் சேர்ந்தனரா என்று ஃபோன் செய்து விசாரிக்கும் படி மடத்தில் கூற, அவர்களும் விசாரித்து நடந்ததை கூறினார்கள். நடமாடும் தெய்வம் புன்னகைத்து ஆசி வழங்கியது. பிறகு விசாரித்த அன்பர் சொன்னார் "காலையிலேயே புறப்பட்டிருந்தால் பெரிய ஆபத்து வந்திருக்கும். பெரியவா விதிப்படி நடப்பதைத் தடுக்க மாட்டார். எனினும் கஷ்டம் குறைவாக இருக்கட்டும் என்றே பிற்பகல் போக அனுமதித்தார்" என்று கூற இருவரும் மஹானின் கருணையை எண்ணி மகிழ்ந்தனர்.

காட்டுப்பள்ளியில் சுவாமிகள் தங்கியிருந்த காலத்தில் அங்கு வந்து ஜனங்கள் பெற்ற அனுபவம் மிக தெய்வீகமானது. அங்குசெல்ல தரை வழிகிடையாது 2 மணி நேரம் நாட்டுப் படகில் நீர்வழியாகச் சென்று முகாமை அடைய வேண்டும். அதுவே ஒரு இனிய அனுபவமாகும்.

ஒருமுறை கப்பலில் வேலை பார்க்கும் தலைமை சிப்பந்தி ஒருவர் மஹானைத் தரிசிக்க படகில் வந்தார். அவர் தரிசனம் செய்துவிட்டு மாலை 6 மணிக்கு கப்பலுக்கு திரும்பிச் செல்ல வேண்டியிருந்தது. ஆனால் பெரியவரோ மாலை 4 மணிக்குத்தான் தரிசனம் கொடுக்க வந்தார். கப்பல் சிப்பந்தி மறுபடியும் படகில் எண்ணூர் வரை சென்று அங்கிருந்து துறைமுகத்தில் நின்றிருக்கும் கப்பலைப் பிடிக்க நேரம் இருக்காதே என்று தவித்தார். பெரியவரோ அவரிடம் நிதானமாக ஊர், பெயர் முதலியவற்றை விசாரித்து 'அவர்கள் வம்சம் வங்காளத்தில் அஷ்ட வசுக்களின் வம்சம்' என்பது போன்ற அரிய விவரங்களை கூறிக் கொண்டிருந்தார். கப்பல்

விஷயமாக பல நுணுக்கமான செய்திகளைக் கூறிக் கொண்டே வருகையில் " நீ ஆறு மணிக்கு கப்பலுக்குப் போகாவிட்டால் உனக்கு தண்டனை உண்டா?" என்று சிரித்துக் கொண்டே வினவினார். அச்சமயம் பரமபக்தரான திரு ராமேசன் I.A.S. தரிசனத்திற்கு வர அவரிடம் மஹான் விவரம் கேட்டு அருளிய பின் "நீ எப்படி வந்தாய்" என வினவ, அவர் காரில் வந்திருப்பதாகக் கூறினார். உடனே கப்பல் அதிகாரியை அவருக்கு அறிமுகம் செய்து "இவர் 6 மணிக்கு PORT-ல் இருக்கணும். நீ காரில் கொண்டு விடு" என்று உத்தரவிட்டார். கப்பல் அதிகாரி நிம்மதியும் ஆனந்தமும் மேலிட மஹானின் கருணையை நினைத்து கசிந்து உருகினார்.

ஸ்ரீ மஹாபெரியவாள் அக்கிராமத்திலிருக்கும் ஹரிஜன மக்களுக்கும் தரிசனம் கொடுக்க விரும்பி, மாட்டுக் கொட்டகையில் உள்ள தண்ணீர் தொட்டிமேல் ஏறி நின்று தன் திருமுகத்தை விளக்கொளியில் திருப்பித் திருப்பி காட்டி தரிசனம் தந்து, ஒவ்வொருவராக அழைத்து நலம் விசாரித்து பிரசாதம் வழங்கியது இன்றும் அம்மக்கள் மறவாத நிகழ்ச்சி.

ஒருமுறை முதலியார் வியாசபூஜையன்று பிக்ஷாவந்தனம் செய்த பொழுது வீட்டிலிருந்த தங்கக் கிண்ணத்தில் தேன் ஊற்றி தேங்காயை மேலே வைத்து ஸ்ரீமடம் சம்பிரதாயப்படி மஹானிடம் சமர்ப்பித்தார். அவர் குறும்பாக, முதலியாரிடம் "கோல்டு கண்ட்ரோல் ஆக்ட் உள்ளதால் வீட்டில் தங்க நகைகள் தவிர வேறு இருக்க வேண்டாம் என்று மடத்துக்கு தங்கக் கிண்ணத்தை தருகிறாயா?" என வினவிய மஹான், அப்போது இந்திய பாகிஸ்தான் யுத்தம் நடைபெற்றுக் கொண்டிருந்ததால் பாரத நாட்டிற்கு வெற்றி வேண்டி யாகம் செய்து அதே தங்கக் கிண்ணத்தில் தேன் ப்ரசாதத்தை நிறைத்து அப்போது முதலமைச்சராயிருந்த பக்தவத்சலத்திடம் சேர்த்து, எல்லை வீரர்களுக்குப் ப்ரசாதம் வழங்கும்படி செய்தார். அந்த அருள்ப்ரசாத மஹிமையால் இந்தியாவுக்கு வெற்றியும் கிட்டியது.

காட்டுப்பள்ளியில் முகாமிட்டிருந்தபோது 'மடத்து நாதஸ்வர கலைஞர்கள் எங்கு தங்குவார்கள்' என்று பெரியவர் கேட்க, அதற்கு

முதலியார் "மறுநாள் கொட்டகை போட்டுத் தருவதாக" சொன்னார். பெரியவாள் அருகிலிருந்த ஒரு வீட்டைக்காட்டி "ஏன் அங்கு தங்கக் கூடாதா?" என வினவினார். அதற்கு முதலியார் "இடமிருக்கிறது ஆனால் அந்த வீட்டுக்காரர். தெய்வ நம்பிக்கை இல்லாதவர்" என்று சொன்னார். உடனே பெரியவாள் வித்வான்களை அழைத்து "அந்த வீட்டிற்கே போங்கள், இடம் தருவார்" என்று சொன்னார். அவர்கள் தயங்கியபடி அங்கு செல்ல அந்த வீட்டுக்காரரோ அன்போடு அவர்களை வரவேற்று தங்க இடமளித்து உணவும் அளித்தது முதலியார் முதல் அனைவரையும் ஆச்சர்யத்தில் ஆழ்த்தியது.

அன்பே சிவமான பெரியவரைக் கண்டால் கரையாத கல்லும் தான் உண்டோ? கண்டவர் எவர்தான் மயங்கவில்லை? ஏன், கேட்டாலே போதும் அவர் மஹிமையை. கரையா மனமும் கரையும். இன்றும் காட்டுப்பள்ளியில் அந்த புனித இடம், அதே பழமையுடன் திருவொற்றியூர் விசு என்ற பக்தரின் முயற்சியாலும் முதலியாரின் மகனான பிரேம்குமாரின் அன்பாலும் பாதுகாக்கப்பட்டு வருகிறது.

45

அலகிலா விளையாட்டு

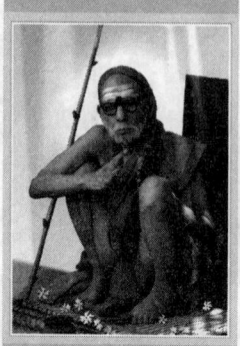

ஞானிகள் அருள் செய்ய நேரம் காலம், இடம் முதலான எதுவும் தடையாக இருக்க முடியாது. சில சமயம் அவர்கள் கனவில் வந்தும் கூட விளையாட முடியும். அப்படி நிகழ்ந்த சில அதிசயங்களை பார்க்கலாம்.

குஜராத்தில் வசித்து வந்த ஒரு தம்பதியர் சிறந்த பக்தர்கள். ஒருநாள் விடியற்காலை எழுந்த அந்த பெண்மணி தன் கணவரை எழுப்பி, ஒரு பிரபல குஜராத்தி தினசரி பத்திரிகையின் பெயரைச் சொல்லி, உடனே கடைக்குச் சென்று அதை வாங்கி வரும்படி வற்புறுத்தினாள். பத்திரிகை படிக்கும் வழக்கமில்லாதவள் இன்று அதிசயமாக கேட்பதால் காரணம் புரியாமல் கணவர், "எதற்காக அந்தப் பத்திரிகையை வாங்கி வரச் சொல்கிறாய்?" என்று கேட்க அவளோ "முதலில் பத்திரிகையை வாங்கி வாருங்கள் பிறகு விவரம் சொல்கிறேன்" என்றாள்.

வேறு வழியின்றி அவர் பத்திரிகையை வாங்கி வந்தார். பரபரப்புடன் அதை வாங்கிப் பிரித்துப் பார்த்த அவள், ஒரு பக்கத்தில் வந்திருந்த முழுப்பக்க விளம்பரத்தையும், அதில் உள்ள புகைப்படத்தில் இருந்த உருவத்தையும் காட்டி, "இவர்தான்... இவர்தான்..." என கூச்சலிட்டு கணவரிடம்

"ஒரு மதத்தின் வலிமை அதை அனுசரிப்பவர்களின் எண்ணிக்கையைப் பொறுத்ததல்ல. இந்து மத கொள்கைகளின்படி வாழ்ந்து காட்டுபவனே இந்து மதத்திற்கு சிறந்த பிரசாரகனாகிறான். அப்படிப்பட்டவர் களால்தான் நம் மதம் இன்று தழைத்திருக்கிறது."

"இவரை உடனே நேரில் போய் பார்க்க வேண்டும். எங்கு இருக்கிறார் என்று விலாசம் கேட்டு வாங்கி, அவரை சென்றுபார்க்க ஏற்பாடு செய்யுங்கள்" என்று உணர்ச்சிவசப்பட்டவளாய் சொன்னாள்.

ஆச்சரியமடைந்த அவர் "ஏன், எதற்கு, என்ன நிகழ்ந்தது?" என்று மனைவியிடம் கேட்டார். அவள் "பின்னிரவில் நான் ஒரு கனவு கண்டேன். நான் வீட்டுவாயிலில் இருக்க, ஒரு சந்நியாசி காவி உடையுடன் அங்கு வந்து நின்றார். அவரைப் பார்த்து நான் பிரமித்து நினறேன். அவரோ 'உள்ளே வரும்படி அழைக்க மாட்டாயா?' என்று வினவினார். அவரை உள்ளே வரும்படி அழைத்து, ஆசனத்தில் அமருமாறு கேட்டுக் கொண்டேன். ஆசனத்தில் அமர்ந்த அவர் 'நீ தான் என்னை வந்து பார்க்கவில்லை, நானாவது உன்னைப் பார்க்கலாம் என்று வந்தேன்' என்று கூறினார். "ஸ்வாமி இது என்ன குற்றச்சாட்டு? நீங்கள் யார்... எங்கு இருக்கிறீர்கள்... என்றே எனக்குத் தெரியாது. அப்படியிருக்க வந்து பார்க்கவில்லை என்று எப்படி குற்றம் சொல்லலாம்?" என்று கேட்டேன். நான் யாரென்று தெரிய வேண்டுமா?... நாளை காலை (ஒரு குறிப்பிட்ட தினசரி பத்திரிகையின் பெயரைச் சொல்லி) தினசரி பத்திரிகையை வாங்கிப் பார் என்று சொன்னார். உடனே நான் கண்ட கனவு கலைந்து விட்டது. கனவில் வந்தவர் யாரென்று தெரிந்து கொள்ளும் ஆவலினால்தான் உங்களை அந்த தினசரிப் பத்திரிகையை வாங்கி வரச் சொன்னேன்" என்றாள்.

பத்திரிகையில் வந்திருந்த விளம்பரத்தில், மஹா பெரியவாள் ராமேஸ்வரத்தில் அக்னி தீர்த்தக் கரையில் ஆதிசங்கரருக்கு பெரிய மண்டபம் எழுப்பி, அதில் சங்கரர் திரு உருவச் சிலையை ப்ரதிஷ்டை செய்து கும்பாபிஷேகம் செய்ய இருக்கும் விவரம் இருந்தது. மேலும் மஹா பெரியவர் நின்று கொண்டிருக்கும் படமும் வந்திருந்தது. அந்தப் படத்தைப் பார்த்து விட்டுத்தான் அந்த மாதரசி 'தன் கனவில் வந்தவர் இவரே' என்று தன் கணவரிடம் கூறி, உடனே அவரை பார்க்க ஏற்பாடு செய்யும்படி வேண்டினாள்.

இவை அனைத்தையும் கேட்ட பிறகு கணவர் மெதுவாக "எனக்கும் இதே போல் கனவு வந்தது. ஆனால் நான் அதை பெரிதாக எடுத்துக் கொள்ளவில்லை" என்றார். இதைக் கேட்டு மேலும் ஆச்சர்யம் அடைந்த அவள், 'இதை கனவு என்று அசட்டை செய்யக் கூடாது. உடனே பிரயாணத்திற்கு ஏற்பாடு செய்யும்படி கூறினாள். பிறகு இருவரும் சென்னை வந்து விசாரித்துக் கொண்டு இளையாத்தங்குடியில் முகாமிட்டிருந்த பெரியவாளை தரிசிக்கச் சென்றனர். ஆனால் அவர்கள் சென்ற நேரம் மதியம் ஆகிவிட, பெரியவாள் பூஜை முடிந்து, பிக்ஷை முடிந்து ஓய்வெடுக்கச் சென்று விட்டார். வந்த தம்பதிகள் அங்கிருந்தவர்களிடம் "வீட்டிலிருந்து புறப்பட்டது முதல் உணவு அருந்தவில்லை. பெரியவாளை தரிசனம் செய்த பிறகே உணவு உட்கொள்ள சங்கல்பம்" என்று தெரிவித்தார்கள்.

இந்த விஷயம் நடமாடும் தெய்வம் காதிற்கு எட்ட, உடனே எழுந்து அங்கு வந்தார். மஹானைப் பார்த்த தம்பதிகள் உணர்ச்சி வசப்பட்டனர். கனவில் கண்ட திருஉருவை நேரில் கண்டதும் எப்படி இருக்கும் உணர்ச்சி! மெல்ல அவர்களிடம் குசலம் விசாரித்துவிட்டு, எல்லா விவரமும் கேட்டறிந்து கொண்ட மஹான் "நான் கனவில் வந்து அழைத்தேனா?" என்று ஒன்றும் அறியாதவர்போல் நாடகமாடி விட்டு, "சரி என்றைக்கு கனவு வந்தது... என்ன கனவு கண்டாய்?" என்று கேட்டார். அவர்களால் கனவுகண்ட நாளை சரியாக நினைவு படுத்திக் கூற இயலவில்லை. ஆனால் மஹாப்பிரபுவோ மெல்ல மெல்ல புதிரை அவிழ்ப்பது போல் "பௌர்ணமியாய் இருக்குமோ" என்று வினவினார். உடனே அந்த மாதரசி "ஆமாம்" என்றாள். முதலில் ஞாபகம் வராதவருக்கு பெரியவா குறிப்பு கொடுத்ததும் எப்படி ஞாபகம் வந்திருக்கும்! அதற்கு விடை அவளே மொழிந்தாள். "கனவுகண்ட நாள் பௌர்ணமியாகத்தான் இருக்க வேண்டும். காரணம் நாங்கள் நண்பர் ஒருவர் வீட்டில் நடந்த சத்யநாராயண பூஜைக்குச் சென்றிருந்தோம்" என்று உறுதி செய்தாள்.

இதிலிருந்து தெரிவது என்ன? கனவில் சென்று அழைத்து அருள் செய்வது மட்டுமின்றி, நாள் முதற்கொண்டு சுட்டிக் காட்டியதால், அது வெறும் கனவல்ல, நிஜமே என்று புரிகிறது. அது மட்டுமா? கனவில் வைத்தியம் செய்து நோயையும் குணமாக்குவார். அதையும் பார்க்கலாம்.

மோகன் என்ற பக்தர் அதிகமாக ஆன்மீக வாசனை இல்லாதவர். அவர் இளைஞராய் இருந்த சமயம் அவருடைய முகத்தில் பருக்கள் வர, அதை எப்படி சரி செய்வது என்று யோசனை செய்தார். ஆராய்ச்சி குணம் மிகுந்த அந்த இளைஞர் தாமே இதற்கு மருந்து கண்டுபிடிக்கும் ஆசையால், ஒரு குறிப்பிட்ட ரசாயன திரவத்தில் கற்பூரத்தைக் கலந்து முகத்தில் தடவிக் கொண்டார். வந்தது பேராபத்து. அதை தடவிய இடமெல்லாம் பழுத்துவிட்டது. ஒரே எரிச்சல். தாங்க முடியாத துன்பம். செய்வதறியாது கஷ்டப்பட்டார். ஒருநாள் அவர் கனவில் ஒரு பெரியவர் நெற்றியில் பெரிய குங்குமப் பொட்டுடன் வந்து "கவலைப்படாதே. நீ ரொம்ப கவலையுடன் உனது முக அவலத்தை நினைத்து வருந்துகிறாய். ஒருமாத காலத்திற்கு

விடியற்காலையிலேயே எழுந்து கிணற்று நீரில் குளித்துவிட்டு, அருகில் உள்ள நாகேஸ்வரர் கோயிலில் மூன்று முறை ப்ரதக்ஷிணம் செய்து சிவதரிசனம் செய். ஒரு மாதத்தில் எல்லாம் சரியாகி விடும்" என்று கூறி மறைந்தார்.

அந்த இளைஞர் கோடை காலத்தில் கூட வெந்நீரில் குளிக்கும் பழக்கம் உள்ளவர். காலையில் தாமதமாக எழுந்திருக்கும் பழக்கம் கொண்டவர். கோயில் குளம் என்று சென்று வழிபடும் பழக்கமில்லாதவர். இப்படிப்பட்டவருக்கு இப்படி ஒரு உத்திரவு! தான் கண்ட கனவை நினைத்து வியந்து போனார் அந்த இளைஞர். எனினும் முகம் சரியாக வேண்டும் என்ற தாபத்தால், மறுநாள் முதல் அதன்படி செய்யத் தொடங்கினார். ஒரு மாதம் சென்றது. 31 ஆம் நாள் காலையில் எழுந்து கண்ணாடியில் முகத்தைப் பார்த்த இளைஞருக்கு ஆச்சரியமாக இருந்தது. காரணம் முகம் பழைய பொலிவுடன் மாறியிருந்ததுதான்.

சரி. கனவில் வந்து சொன்ன முதியவர் யார் என்பது தெரிய வேண்டாமா? அதை அந்த இளைஞரே எப்பொழுது உணர்ந்தார் தெரியுமா? பரம ஆச்சரியம்! 40 ஆண்டுகள் கழித்துதான் தெரிந்து கொண்டார். அவருடைய நண்பர் திரு. மீனாட்சி சுந்தரம் என்பவர் மஹாபெரியவர் பக்தர். அவரது பூஜை அறையில் 40 வருடங்களுக்கு முன்பு கனவில் வந்த அதே குங்குமப் பொட்டுடன் உடைய படம்! இதை உணர்ந்த மோகன் மிகவும் ஆச்சரியப்பட்டுப்போனார்!

கனவிலும் நினைவிலும் வந்து அருள் செய்யும் நடமாடும் தெய்வம் மஹா பெரியவர்.

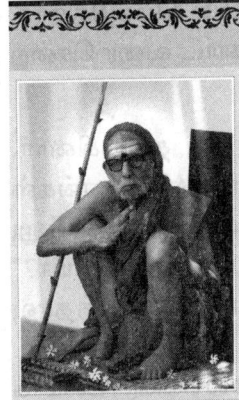

“நமக்கு சம்பந்தப்பட்டவைகளையும் நாம் செய்யும் அனைத்துக் காரியங்களையும் கடவுளுக்கு அர்ப்பணித்து விட்டால், நாம் மகிழ்ச்சியாலோ, துக்கத்தினாலோ பாதிக்கப்படாமல் மனதில் சம நிலையை அடைய முடியும்.”

46

அலகிலா விளையாட்டு

அன்பே சிவம்! அந்த சிவமே ‘ஸ்ரீ காஞ்சி மஹா பெரியவர்’. இதில் நிஜபக்தர்கள் எவருக்கும் சந்தேகம் இருக்காது. பக்தர்களுக்கு மட்டுமல்ல, பக்தி இல்லாதவர்களுக்கும் அருள் செய்து அனைவரையும், பக்தர்களாக்குவதே ஆண்டவன் அருள் விளையாட்டு. இப்படி தனித்தனியாக பக்தர்களுக்கு செய்த அருளே உலகிற்கு எப்படி பேரருளாக விளைந்தது என்பதைப் பார்க்கலாம்.

நடமாடும் தெய்வம் மஹாபெரியவரின் பக்தர் குழாமில் தலைசிறந்தவர்களுள் தேவகோட்டை S.M. கணபதி ஸ்தபதி குறிப்பிடத்தக்கவர்.

ஒரு சமயம் தமது சொந்த ஊரில் நடைபெற்ற கோயில் திருவிழாவில் கலந்து கொள்ளச் சென்ற ஸ்தபதி, அங்கு நிலவிய கோஷ்டிப் பூசலைக் கண்டு மனம் கலங்கினார். ஆலயத்தில் ப்ரசாதம் யாருக்கு முதலில் தரப்பட வேண்டும் என்ற சர்ச்சையில் தலை தூக்கிய கிளர்ச்சி, போலீஸ் தலையிடும் அளவுக்கு முற்றியிருந்தது. கோர்ட் வரை சென்றது. அப்பொழுது தேனம்பாக்கத்தில் இருந்த ஸ்ரீ காஞ்சி மஹானிடம் ஸ்தபதி சென்று வணங்கி முறையிட்டார். “எல்லாம் சரியாகி நன்றாக நடக்கும்” என ஆசீர்வதித்தார் மஹான் “ஒரு ஸஹஸ்ர லிங்கம் வடிக்கப்பட வேண்டும்” என்று மற்றொரு பெரிய

திருப்பணி செய்வது குறித்தும் ஸ்தபதியிடம் மொழிந்தார். பெரியவாளின் திருவாக்கின் பலத்தாலேயே கோர்ட் வரை சென்ற பிரச்சனை உடனே சுமுகமாக முடிந்தது.

ஸஹஸ்ரலிங்கம் என்றவுடன் ஸ்தபதி சற்று தயங்கினார். காரணம் கேட்ட மஹானிடம் "என்ன காரணத்தாலோ எங்கள் பரம்பரை சம்பிரதாயத்தில் ஸஹஸ்ரலிங்கம் வடிப்பதில்லை" என்று கூறினார். "அப்படியானால் உன்னால் செய்ய முடியாது என்கிறாயா?" என்று கேட்க, கணபதி ஸ்தபதி "மஹாபெரியவா உத்தரவு எதுவானாலும் சிரமேற்கொண்டு நிறைவேற்ற காத்திருக்கிறேன். ஆனால் சில பிரார்த்தனைகளை நிறைவேற்றினால் எனக்கு பலமாக இருக்கும்" என்று சொன்னார். "ப்ரார்த்தனை என்ன?" என்று வினவ "ஸஹஸ்ரலிங்கம் முழுவதும் வடிக்கும் வரை பெரியவா அருகிலேயே இருக்க வேண்டும். திருப்பணி தொடங்குவதிலிருந்து முடியும் வரை வேதபாராயணம் நடைபெற வேண்டும். உளி ஓசையும், வேத கோஷமும் இணைந்து ஒலிக்க வேண்டும். அனைத்திற்கும் மேலாய் மஹான் உள்ளிருந்து உறுதுணையாய் வழி நடத்த வேண்டும்" என்று கூறினார். மஹான் அன்புடன் அவரின் கோரிக்கையை ஏற்று அருள் புரிந்தார்.

ஸஹஸ்ரலிங்கம் அளவு எப்படியிருக்க வேண்டும் என்பதற்கு திருச்சி ஸ்ரீமாத்ரு பூதேஸ்வரர் ஆலயம் சென்று அங்கு உள்ள ஸஹஸ்ரலிங்கத்தின் அளவு எடுத்து வரும்படி ஸ்தபதியிடம் கூறினார். அங்கு சென்று அர்ச்சகர்களிடம் இதை ஸ்தபதி தெரிவிக்க, முதலில் தயங்கியவர்கள் மஹானின் விருப்பம் என்றதும் முழுமனதுடன் அளவு எடுத்துத் தந்தனர். தேவையான கல் ப்ரம்மாண்ட வடிவில் லாரியில் ஏற்றி காஞ்சிபுரம் தேனம்பாக்கம் கொண்டு வரப்பட்டது. அத்தருணம் அடைமழை பெய்ய, லாரியிலிருந்து கல்லை கீழே இறக்குவது மிகவும் கடினமாக இருந்தது. நேரம் இரவு 11 மணி. கடப்பாரைகள் வளையும் அளவுக்கு நெம்பியும் கல்லை இறக்க முடியவில்லை. மறுநாள் அனுஷ புண்ணியதினம். காலை 6 மணிக்கு வேலை துவங்குவதற்காக சுபமுகூர்த்தம் நிர்ணயிக்கப்பட்டு இருந்தது. அங்கிருந்த அனைவரும் செய்வதறியாது குழம்பியிருக்க ஸ்தபதிக்கு அசரீரி கேட்பது போல் பல ஆண்டுகளுக்கு முன்

பெரியவா சிவராத்திரி பற்றி உபன்யாசத்தில் சொன்னது "பகவான் பரமேஸ்வரன் நள்ளிரவு 12 மணிக்கு லிங்கோத்பவராய் அவதரித்தார்" என்ற விஷயம் நினைவிற்கு வந்தது. உடனே மனக்குழப்பம் தெளிந்தது. "கவலைப்பட வேண்டாம். சரியான நேரத்தில் எல்லாம் சரியாக நடக்கும். மஹானின் அருள் கூடவே உள்ளது. விநாயகருக்கு உடனே சிதறு தேங்காய் உடைக்க வேண்டும். வாங்கி வாங்க" என்று அங்கிருந்தவர்களிடம் தெரிவித்தார். நள்ளிரவில் சிரமப்பட்டு தேங்காய் வாங்கி வந்து உடைக்க, மழை நின்றது. சரியாக கடிகாரம் 12 மணி அடித்தபோது கல் கீழே இறங்கியது.

உடனே மஹானும் அங்கு வந்து தன் கமண்டல தீர்த்தத்தால் அந்தக் கல்லை புனிதப்படுத்தினார். கல் உரிய இடத்தில் வைக்கப்படும்போது பொழுது விடிந்து விட்டது. சரியாக காலை 6 மணிக்கு திருப்பணி தொடங்க அனைவரும் தயாராக இருந்தபோது, வேத பாராயணம் செய்ய ஏற்பாடு செய்யப்பட்டிருந்த பண்டிதர்கள் வரவில்லை. மீண்டும் சோதனையா? முகூர்த்தம் தப்பிவிடுமே என்று கவலைப்படும் போது, சற்றும் எதிர்பாராத விதமாய் இரண்டு பெரிய வேன்களில் 40 வேத வித்துக்கள் வந்து இறங்கினார்கள். ஏற்பாடு

செய்யப்பட்டிருந்த வேத பண்டிதர்கள் வராதிருக்க எங்கிருந்தோ இவர்கள் எப்படி சரியான சமயத்திற்கு வந்தார்கள்! அதுதான் அலகிலா அருள் விளையாட்டு! யாத்திரை செல்லும் அந்த பண்டிதர்கள், வழியில் மஹானை தரிசிக்கவே வந்தனர். எனினும் இது எதிர்பாராது. தானே நிகழ்ந்த நிகழ்ச்சியல்ல! ஞானியின் அருட்பின்னல்! உடனே திருப்பணி கோலாகலமாய் துவங்கியது. காலநேமியான நடமாடும் தெய்வம் குறித்த காலம் தப்புமா? தப்ப முடியுமா? சிலை வடிப்பதிலேயே இவ்வளவு சோதனை, பிறகு சாதனை எனில் அந்த ஸஹஸ்ரலிங்கம், எங்கு எழுந்தருளியது? அலஹாபாத்தில் மோக்ஷ நதிகள் மூன்றும் ஒன்றுகூடும் த்ரிவேணி சங்கமத்தில் காமகோடி ஆலயத்தில் தான் இந்த அற்புத ஸஹஸ்ரலிங்கம் எழுந்தருளியுள்ளது.

த்ரிவேணி சங்கமத்தில் இப்படி ஒரு அற்புத ஆலயம் எழும்ப காரணம் என்ன?

இப்பொழுது காமகோடி ஆலயம் உள்ள இடத்தில்தான் 2500 ஆண்டுகளுக்கு முன் பகவான் ஆதிசங்கரர், குமாரில பட்டர் என்ற பூர்வமீமாம்ச அவதார புருஷரை சந்தித்தது! ஞான மார்க்கத்தை ஒப்பாத கர்ம மார்க்கத்தைச் சேர்ந்தவரான குமாரில பட்டர், அந்திம காலத்தில் தனது தவறுக்கு ப்ராயச்சித்தமாக 'துஷாக்னி ப்ரவேசம்' என்று எரியும் உமிக்கருக்கில் தன் உடலைக் கொடுத்து வருத்திக் கொண்டிருந்தார். கருணைக் கடலான சங்கரர் விரைந்து அங்கு சென்று, தனது தரிசனத்தினாலேயே குமாரில பட்டருக்கு ஞானத்தையும் மோக்ஷத்தையும் அருளிய இடம்தான், இன்று திரிகால ஞானியான காஞ்சி பெரியவரின் அருட்சங்கல்பத்தால் ஆலயமாக உள்ளது. அந்த ஆலயத்திலும் சமய ஒற்றுமையை பறைசாற்றும் விதமாக, மூன்று தளங்களில் முதல் தளத்தில் சாக்தமாக அன்னை காமாக்ஷியும் இரண்டாம் தளத்தில் வைஷ்ணவமாக திருப்பதி பாலாஜியும் மூன்றாம் தளத்தில்தான் சைவமாக மேற்கூறிய ஸஹஸ்ரலிங்கமும் ப்ரதிஷ்டை செய்யப்பட்டு திரிவேணி சங்கமத்தில் மும்மத சங்கம ஆலயமாகத் திகழ்கிறது. வேதத்தின் கர்ம மார்க்கமும், ஞானமார்க்கமும், சங்கரர் - குமாரில பட்டர் சங்கமித்த இடத்தில் அந்த ஆலயம் அற்புதமாக

அமைந்துள்ளது. என்னே காஞ்சி மாமுனிவரின் அமானுஷ்ய சங்கல்பம்!

மஹானின் அருட் பெருக்கு அத்துடன் முடிந்ததா? இல்லை! அது வற்றாத ஜீவ நதி!

மத்திய அரசில் மிக உயர்ந்த பதவிகளை வகித்தவர் திரு. C.S. ராமச்சந்திரன் என்ற அதிகாரி. அவர் காஞ்சி மாமுனிவரின் பரமபக்தர். மஹானின் பல தெய்வீக சங்கல்பங்கள் செயல் வடிவம் பெறக் காரணமானவர். உத்திரப்பிரதேச அரசிடம், ஆலயத் திருப்பணியின் புனிதம்- அவசியம் பற்றி எடுத்தியம்பி அந்த ஆலயத்திற்கு நிலம் வாங்குவதிலிருந்து கூடவே பாடுபட்ட உத்தமர். ஆலயத் திருப்பணி துவங்கி அஸ்திவாரம் முடிவுபெறும் தருணம் திரு.C.S. ராமச்சந்திரன் பணிகாலம் முடிந்து ஓய்வு பெறும் அரசாணை தரப்பட்டது. 'இந்த திருப்பணியில் பலரது ஒத்துழைப்பும் மற்றும் அரசாங்கத்தின் ஒத்துழைப்பும் மிக அவசியமாக இருக்கும் தருவாயில் தாம் ஓய்வு பெற்றுவிட்டால் திருப்பணி எப்படி நடக்குமோ? யார் யார் உதவுவார்களோ? எவ்வளவு காலதாமதம் ஆகுமோ? பதவியில் இல்லாத தமது வார்த்தைக்கு எப்படி மதிப்பிருக்குமோ?' என்று பலவாறாக கவலை கொண்ட திரு. ராமச்சந்திரன், ஸ்தபதியிடம் தம் மனக்கவலையை வெளியிட்டார். ஸ்தபதியோ கலவையில் இருந்த நடமாடும் தெய்வத்திடம் விண்ணப்பிக்க, ஸ்ரீ மஹாபெரியவரோ "எல்லாம் சொல்லி முடித்து விட்டாயா? ஏற்கனவே அனுக்ரஹம் பண்ணியாகிவிட்டது. நிம்மதியாய் போய்வா" என்று அபயம் தந்தார். சென்னை வந்த ஸ்தபதியிடம் ராமச்சந்திரன் ஒரு தந்தியை காண்பித்தார். அதில் கண்ட வாசகம் ஸ்தபதியை அதிசயத்தில் ஆழ்த்தியது. தந்தியிலிருந்த செய்தி 'இவ்வாலய திருப்பணிச் செலவு முழுவதையும் அரசே ஏற்கும்' என்பது தான். போலிமதச்சார்பின்மை கொண்டாடும் சுதந்திர குடியாட்சியில் அரசாங்கமே ஆலய திருப்பணிச் செலவு முழுவதையும் ஏற்ற செயல் பெரியவரின் அருள் ப்ரவாஹத்தால் அன்றி வேறு எதனால் சாதிக்க இயலும்!

✦✦✦✦✦✦

47

அலகிலா விளையாட்டு

"துன்பத்தைப் பற்றி வருந்திக் கொண்டிருப்பது அதை தீர்ப்பதற்கான வழியாகாது. நாம் சங்கடமான நிலைமையில் இருக்கும்போது தீய எண்ணங்கள் நம் மனதில் புகாமல் இருக்க பிரார்த்தனை செய்ய வேண்டும். அவ்வாறு செய்தால் சமாளிக்கும் திறமை வலுப்பெற்று துன்பமே அர்த்தமற்றதாகிவிடும். அத்தகைய நோக்கு ஞானத்தில் பிறப்பதாகும். ஒவ்வொருவரும் தத்தம் முயற்சியாலேயே ஞானத்தை அடைய வேண்டும்."

ஸ்ரீமஹா பெரியவரின் ஒவ்வொரு வார்த்தைக்கும் உயிருண்டு. ஏதும் வீண் பேச்சு அல்ல. ஒருவரின் மனம் சத்தியத்திலேயே ப்ரதிஷ்டை ஆகிவிட்டால், அவர் வாக்கும் சத்தியமாகிவிடும். இப்படி மனம், மொழி, மெய் அனைத்திலும் சத்திய ப்ரதிஷ்டை ஆன பரம்பொருள் காஞ்சி மஹாஸ்வாமிகள். அவரது பக்தர் குழுவில் டாக்டர் S.V.நரசிம்மன் என்பவரும் முக்கியமானவர். கல்கத்தாவில் வசித்த இவர் மஹானை தரிசித்து வந்ததுடன் அவர் இட்ட பல அரும் பணிகளை செய்து 'கைங்கர்ய சிரோமணி' என்ற பட்டமும் பெற்றவர். இத்தகைய உத்தமரான நரசிம்மனின் அனுபவங்களை பார்க்கலாம்.

நடமாடும் தெய்வம், சென்னை எண்ணூரை அடுத்துள்ள காட்டுப்பள்ளியில் முகாமிட்டிருந்த சமயம், நரசிம்மன் கல்கத்தாவிலிருந்து அலுவல் நிமித்தமாய் சென்னை வந்தார். இவ்வளவு தூரம் வந்துவிட்டு மஹானை சென்று தரிசிக்காமல் ஊர் திரும்ப மனமில்லை. மதியம் 3 மணிக்குள் சென்னை திரும்பியே ஆக வேண்டும் என்ற நிர்பந்தம். எப்படியும் சமாளித்து விடலாம் என்ற முடிவுடன் காலை 10மணி அளவில் காட்டுப்பள்ளி சென்றார். மஹானோ 'முதல் கால' பூஜையில் இருந்தார்.

பூஜை முடிந்த உடன் நேராக உள்ளே சென்று விட்டார். ஆனால் ஒரு தொண்டர் மூலம் நரசிம்மனை சாப்பிட்டுவிட்டு அங்கேயே காத்திருக்க வேண்டும்' என்று செய்தி அனுப்பினார். நரசிம்மனுக்கோ தர்மசங்கடம், இருப்புக் கொள்ளவில்லை. எனினும் குரு ஆணையை மீறவும் முடியாத நிலை. மாலை 5 மணிக்கு மஹான் வெளியே வந்து தரிசனம் கொடுத்தார். முதலில் தரிசனம் செய்து விட்டு ப்ரசாதம் வாங்கிக் கொண்டு கிளம்பலாம் என்று எத்தனிக்கையில், சுமார் 150 பக்தர்கள் குழுமியிருந்த கூட்டத்தில் நரசிம்மனுக்கு கடைசியாகத்தான் அழைப்பு வந்தது. அப்போது மணி மாலை 6, நரசிம்மனை அருகில் அழைத்து அமரச்செய்து "கார்த்தால வந்ததுலேருந்து திரும்பிப்போகவே ரொம்ப அவசரமா இருக்கே இல்லயா?" என்றதும் நரசிம்மனுக்கு உடலில் மின்சாரம் பாய்ந்தது போல் இருந்தது.

மஹானிடமிருந்து அடுத்த ஆணை பிறந்தது. "நீ கல்கத்தாவில், முக்கியமான இடத்தில் ஒரு கட்டிடம் வாங்கி அதில் சாமவேத பாடசாலை நடத்து. அதுவும் வங்காள மாணவர்களுக்கு ப்ரத்யேகமாக இருக்க வேண்டும்" என்று சொன்னதோடு இடத்தையும் அவரே தேர்வு செய்தார். "லேக் அவின்யுவில் தென் இந்திய பஜனை சமாஜம் ஒரு கட்டிடத்தில் வாடகைக்கு இருக்கிறது. அந்த இடம் நல்ல இடம் என்றும் அதையே வாங்குமாறும்" உத்தரவு தந்தார். ஒரே இடத்தில் பஜனை சமாஜமும் வேத பாடசாலையும் இருக்கும் என்பது மஹானின் எண்ணம், ஆனால் நரசிம்மனுக்கோ அதிர்ச்சி. காரணம் லேக் ஏரியாவிலுள்ள அந்த கட்டிடத்தை வாங்க நிறைய பணம் வேண்டும். இதை அறிந்த மஹான் "ஸ்ரீ அண்ணாதுரை அய்யங்காரிடம் 50000 ரூபாய் வாங்கி கொண்டு வேலையை தொடங்கு. வசூலாகும் பணத்தில் 50000 ரூபாய் கடனை அடைக்க ஏற்பாடு செய்யலாம் என்றும் உத்தரவானது.

பெரும் பொறுப்பை தலையில் சுமந்து கொண்டு கவலையுடன் மறுநாள் காலை கிளம்பி கல்கத்தா வந்தார் நரசிம்மன். முதல் காரியமாக அந்தக் கட்டிட சொந்தக்காரர்

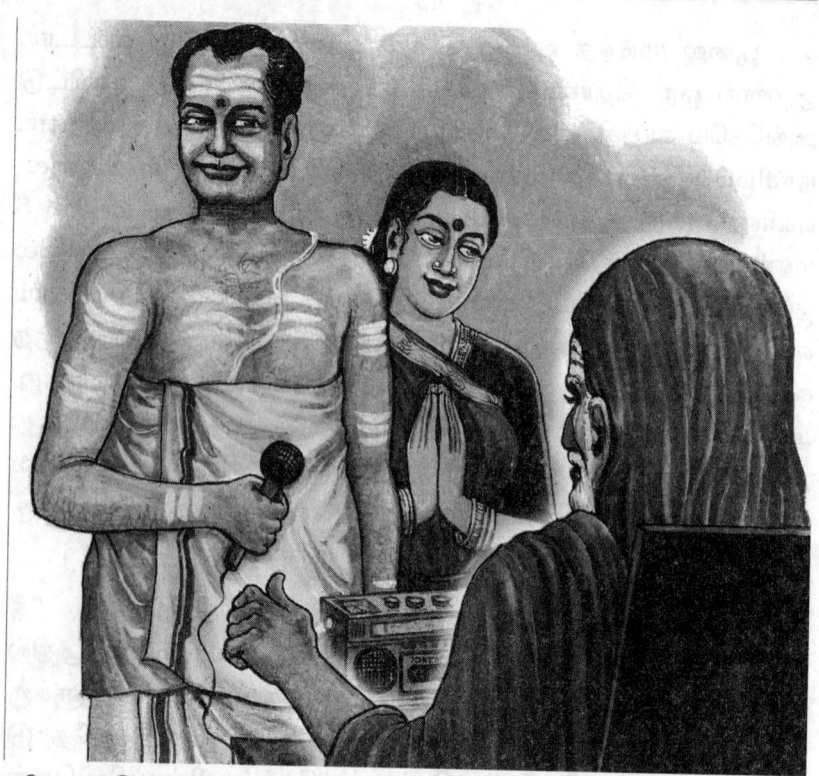

ஸ்ரீ ஆசுதோஷ் முகர்ஜியுடன் தொடர்பு கொண்டார். மஹா பெரியவாள் ஆணையை அவரிடம் தெரிவிக்கும் முன்பே முகர்ஜி சொன்னது நரசிம்மனை பேரதிர்ச்சியில் ஆழ்த்தியது "நேற்று இரவு கனவு ஒன்று கண்டேன். அதில் காளி அன்னை தோன்றி அந்தக் கட்டிடத்தை உங்களுக்கு கொடுத்து விடும்படி ஆணையிட்டாள். நாம் மேற்கொண்டு ஆவண செய்யலாம்" என்றார். இதற்கு மேல் என்ன சாட்சி வேண்டும், அன்னை காளி தேவியும் காஞ்சி மாமுனியும் ஒன்று என்பதற்கு... பிறகு கேட்க வேண்டுமா? மூன்றே மாதத்தில் அந்த கட்டிடம் "வேதபவனம்" என்ற பெயரில் இயங்கத் தொடங்கி இன்று கல்கத்தாவில் தலை சிறந்து விளங்குகிறது. மஹானின் சங்கல்பமும் வார்த்தையும் கண்முன் சத்திய உருவம் கொண்டு விளங்கும் என்பதற்கு இது சாட்சியாக உள்ளது.

மற்றொரு முறை, ஆந்திராவில் ஏலூரு என்ற இடத்தில் மஹான் முகாமிட்டிருக்கையில், கல்கத்தாவிலிருந்து

பிக்ஷாவந்தனம் செய்ய 50 பேர் நரசிம்மன் தலைமையில் வந்திருந்தனர். மாலை ரயில் வண்டியில் அனைவரும் கல்கத்தா திரும்பிப்போக முன்பதிவு செய்யப் பட்டிருந்தது. மதிய உணவு முடிந்ததும் புறப்படத் தீர்மானித்திருந்தனர்.

பிக்ஷாவந்தனத்திற்கு காணிக்கை கொடுத்திருந்த பலரால் நேரில் வர இயலாததால், அவர்களுக்காக பெரியவர் ஓர் ஆசிச் செய்தி தரவேண்டும் என்றும், அப்படி மஹான் திருவாயால் சொல்வதை ஒலி நாடாவில் பதிவு செய்து கொண்டு கல்கத்தா சென்று அதை ஒலிபரப்பி அனைவருக்கும் ப்ரசாதம் தரவேண்டும் என்றும் விரும்பி நரசிம்மன் அதற்கான ஏற்பாடுகளை செய்து, மஹானிடம் தெரிவித்தார். மதியம் 3½ மணிக்கு வரச்சொன்ன மஹான் மாலை 5 மணிக்குத் தான் ஆசிச் செய்தி தர முடிந்தது. அதை பதிவு செய்து கொண்டு ப்ரசாதம் வாங்கும் பொழுது மாலை 6½ மணி ஆகிவிட்டது. இதற்கிடையில் நரசிம்மன், தான் கிளம்புவதற்கு நேரமாகும் என்று கணித்து தன் மனைவியைத் தவிர மற்றவர்களை கிளம்பும்படி தெரிவித்து மறுநாள் காலை தாங்கள் வருவதாகவும் சொல்லி ஏற்பாடு செய்திருந்தார். நரசிம்மன் நினைத்தபடி மாலை 6½ மணிக்கு ப்ரசாதம் கொடுத்த கருணைத் தெய்வம் "கிளம்பி ஊருக்கு போகலாம்" என்று உத்தரவு தந்தார். நரசிம்மன் "இல்லை காலையில் தான் போகலாம் என்றிருக்கேன். இப்போ ரயில் போயிருக்கும்" என்று சொன்னார். சிரித்தபடியே மஹான் "போய்ப் பாரு. ரயில் லேட்டா வந்தாலும் வரலாம்" என்று சொன்னார். மஹானின் ஆணையை மீற முடியாமல் ஸ்டேஷன் வந்து பார்த்தார். வண்டி 3 மணி நேரம் காலதாமதம்!

இதுதான் சத்திய சந்தர்களின் மஹிமை.

*****

"சாதாரண மக்களுக்கான அவ்வளவு கடினமில்லாத தலம் பிருஹதாரண்யக உபநிஷத்தில் கூறப்பட்டிருக்கிறது. நமக்கு உடல் பாதிப்பு ஏற்பட்டால் அது நாம் தவம் செய்வது போன்று விரதம் இருப்பது. வலியை தாங்கிக் கொள்வது, குளிர் காய்ச்சல் போன்றவைகளை பொறுமையுடன் அனுபவிப்பது முதலியவற்றுக்கு கடவுள் அளித்த ஓர் வாய்ப்பு என்று எண்ணி உடல் உபாதைகளை வரவேற்க வேண்டும். நோய்வாய்ப்பட்டால் அது நாம் நம்முடைய தேவைகளை மறந்து கடவுளை நினைக்க வாய்ப்பு என்று எண்ண வேண்டும். அவ்வாறு நினைத்தால், நம்முடைய கடமைகளை ஆண்டவனுக்கு அர்ப்பணிக்கும் வகையில் செய்ய நாம் அறிந்து கொள்வோம்."

48

அலகிலா விளையாட்டு

ஸ்ரீமஹா பெரியவர் பக்த மண்டலத்தில் ஒருவர் மலக்குடி வைத்தியநாதன். ஸ்ரீ மஹா பெரியவாள் யாத்திரைகளில் Camp Manager ஆக இருந்த கோவிந்தபுரம் கணேச சிவனின் பெண்வயிற்றுப் பேரன் வைத்தியநாதன். குடும்பமே குரு கைங்கர்யத்தில் ஈடுபட்டிருந்ததால், மஹானிடம் எல்லையில்லா பக்தி என்பது பாரம்பரியமாய் வந்திருந்தது.

நன்கு பாடும் திறமை படைத்தவர் வித்வான் வைத்தியநாதன். இவரது குரு மாயூரம் புல்லாங்குழல் வித்வான் K.V.ராஜாராம அய்யர்.

ஒரு சமயம் அவர் பெரியவாள் முன்னிலையில் பாடவேண்டும் என்று விரும்பிச் சென்ற பொழுது பாட சந்தர்ப்பம் வாய்க்கவில்லை. மனம் வருந்திய வைத்தியநாதன், மஹான் தங்கியிருந்த இடத்தில் வெளியே படுத்து உறங்கிக் கொண்டிருக்க, யாரோ ஒருவர் வந்து "இங்கு வைத்திய நாதன் யார்? பெரியவா உத்தரவாகிறது. உடனே வரவும்" என்று அழைத்தார். உறங்கிக்கொண்டிருந்தவர் வியப்படைந்து, உள்ளே செல்ல, பெரியவா அவரை உட்காரச் சொல்லி "பாடு" என்று உத்தரவிட்டார்.

வைத்தியநாதனுக்கு வியப்பு தாளவில்லை. என்னே மாமுனியின் கருணை! மனம் வெதும்பி படுத்திருந்தவரை எழுப்பி, அருள் செய்யும் கருணையை எண்ணி எண்ணி வியந்த வண்ணம் பாடினார். முத்துஸ்வாமி தீக்ஷிதரின் நவக்ரஹ

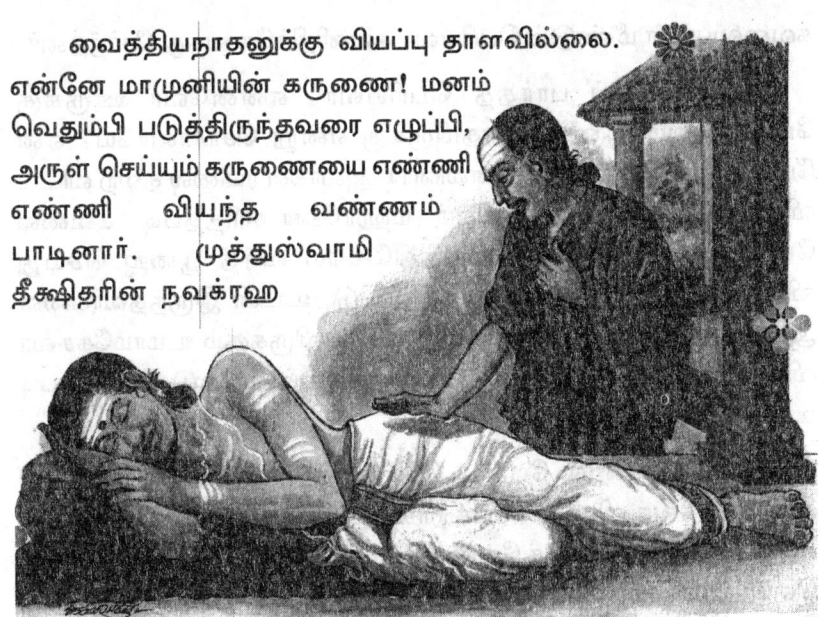

கீர்த்தனம், நவாவரண கீர்த்தனம் மற்றும் பல கீர்த்தனங்களையும் வைத்தியநாதன் பாடக் கேட்டு, மஹான் ரசித்தார். நள்ளிரவு வரை தொடர்ந்தது இசை விருந்து. பிறகு பூர்த்தி செய்யச் சொல்லி ஆசி வழங்கினார். பக்தர்கள் மனக்குறையை மஹானால் தாள முடியாது. உடனே அருள் மழை பொழிய வேண்டும். அதற்கு நேரம் காலமெல்லாம் கிடையாது.

இவரது தாய் வாலாம்பாள், தந்தை பஞ்சாபகேச ஐயர். இருவரும் ஓரிக்கையில் முகாமிட்டிருந்த பெரியவாளை தரிசிக்கச் சென்றனர். தரிசனம் செய்த மறுநாள் வாலாம்பாள் ‘உமாமகேசுவர’ விரத பூஜை செய்ய வேண்டி இருந்தது. செங்கல்பட்டு சென்று ரயில் பிடித்து மாயூரம் வந்து வீட்டில் விரத பூஜை செய்ய வேண்டியிருந்ததால் ஊருக்கு செல்ல உத்தரவு வேண்டினர். ஆனால் உத்தரவு கிடைக்காமல் காலதாமதம் ஆனது. காரணம் புரியாத தம்பதிகள் வண்டிக்கு காலதாமதம் ஆகிக் கொண்டிருப்பதை எண்ணித் தவித்தனர். ஒரு விதமாய் உத்தரவு பெற்றுக் கொண்டு அவசரமாக செங்கல்பட்டு சென்றால் ரயில் போய்விட்டது. என்ன செய்வது என்று புரியாமலும், மறுநாள் காலை எப்படி விரத பூஜை செய்வது என்றும் குழம்பியபடி

கவலையுடன் மீண்டும் பெரியவா சன்னிதிக்கே வந்து சேர்ந்தனர்.

இவர்களைப் பார்த்த பெரியவா "என்னவோ ஊருக்கு போயாகணும், பூஜை, விரதமிருக்கு என்று சொன்னாயே? ஏன் போகவில்லை?" என்று வினவினார். அவர்கள் ரயிலை தவற விட்ட விஷயம் சொல்லி வருந்தினர். மஹானோ சிரித்தபடி "கவலை வேண்டாம். இங்கேயே மடத்திலேயே விரத பூஜை செய்து விடலாம்." என்று ஆறுதல் கூறிவிட்டு, உடன் இருந்தவர்களை அழைத்து மறுநாள் வாலாம்பாள் செய்யவிருக்கும் உமாமகேசுவர விரத பூஜைக்கு வேண்டிய அனைத்தையும் ஏற்பாடு செய்யும்படி உத்தரவிட்டார்.

மேற்கொண்டு பேசிய பெரியவா, "சரி, உன் மனைவி உமாமகேசுவர விரதம் செய்கிறாள், அதற்கு கணவன் சிவபூஜை எடுத்துக் கொண்டிருக்க வேண்டுமே, நீ பூஜை எடுத்துக் கொண்டு செய்கிறாயோ?" என்று வினவ, "இல்லை" என்றார் பஞ்சு. "அது இல்லாமல் விரதம் செய்வது உசிதமல்ல. எனவே நாளைக்கு உனக்கும் பஞ்சாயதன பூஜை எடுத்து வைக்கிறேன். அதை எடுத்துக் கொள், பிறகு விரதம் செய்யலாம்" என்று அவர் சொன்னதும் 'மாமுனிவர் எதனால் காலாகாலத்தில் உத்தரவு கொடுத்து ஊருக்கு அனுப்பவில்லை' என்று புரிந்தது. "மிகநுட்பமான தர்ம சூக்ஷுமத்தை காட்டவும், உமாமகேசுவர விரதத்தை பூர்ணமாக அனுஷ்டித்து, பூர்ணபலன் பெறவுமே, உமாமகேசுவரரின் அவதாரமான குருநாதன் ஆடிய அருள் விளையாட்டு அது" என்று உணர்ந்து, மகிழ்ந்தார் பஞ்சு ஐயர்.

பெரியவா மாயூரத்தில் இவர்கள் இல்லத்தில் முகாமிட்டிருந்த பொழுது, ஒருநாள் காலை சந்திர மௌலீஸ்வரர் பூஜைக்கு ஸ்நானம் முடித்து சமையல்கட்டு வழியாக பூஜை மேடைக்கு வந்தவர், ஏதோ சிந்தனை செய்தவராய் உடனே சமையலறையில் பூஜைக்கு நைவேத்தியம் தயார் செய்து கொண்டிருந்தவரை அழைத்து 'அது வரை தயார் செய்த அனைத்து பதார்த்தங்களையும் கொட்டி விடும்படியும், பிறகு சமையல்அறை, மற்றும் பாத்திரங்களை சுத்தம் செய்து, மீண்டும் புதியதாக எல்லாம் தயார் செய்யும்படியும் கட்டளையிட்டார். அனைவருக்கும் திகைப்பாகவும், மலைப்பாகவும் இருந்தது. காரணம் புரியவில்லை.

"சமையலில் என்ன குற்றம் நடந்ததோ? எந்த விஷ ஜந்துக்கள் விழுந்ததோ? முக்காலம் உணர்ந்த ஞானிக்குத் தானே தெரியும் காரணம்! "உத்தரவுப்படி நடப்பதே நமது கடமை, அதுவே நல்லது. இல்லையேல் விபரீத விளைவு களைத்தான் சந்திக்க நேரும்" என்று எண்ணி அதன்படியே செய்தார்கள். ஆதிசங்கரரின் 'ப்ரச்னோத்தர ரத்தின மாலிகை' என்ற நூலில் சொல்லப்பட்டிருப்பதைப் பார்க்கலாம். சீடனுக்கு 'எது விஷம்' என்ற கேள்விக்கு, 'குருவின் வார்த்தையை மதிக்காமலிருப்பதே' என்று பதில் இருக்கும். எனவே குரு வார்த்தையை மதிக்காத, கடைபிடிக்காத சீடனுக்கு 'எமன் வெளியில் இல்லை, அவனே அவனுக்கு எமன், துரோகி' என்று பொருள் கொள்ள வேண்டும். அன்று பூஜை முடிய மாலை 6 மணி ஆனது.

சென்னையில் பெரியவர் முகாமிட்டிருந்த சமயம் ராயப்பேட்டை மாசிலாமணி முதலித் தெரு வழியாக திருவல்லிக்கேணி பார்த்தசாரதி பெருமாளை சேவிக்கச் செல்ல ஏற்பாடு ஆகியிருந்தது. மாமுனிவருக்கு எதிர்ப்பு தெரிவிக்கும் எண்ணத்துடன் சிலர் கருப்புக் கொடி காட்டிக் கண்டனம் தெரிவிப்பது என்றும் அதை லாயிட்ஸ்ரோடு சந்திப்பில் நடத்துவது என்றும் தீர்மானித்து தயாராய் இருந்தனர். இதை கேள்வியுற்ற மடம் சிப்பந்திகள் 'அந்த வழியாக செல்வது, நல்லதல்ல' என்று பெரியவரிடம் கூறி வேறு மாற்று வழியாக செல்ல ஆயத்தப்படுத்தினர். ஆனால் மஹானோ, முதலில் தீர்மானித்த வழியாகத்தான் செல்ல வேண்டும் என்றும், 'முன்பே அறிவித்திருந்ததால் வழியில் பக்தர்கள் பலர் தரிசிக்க காத்திருப்பார்கள்; அவர்களை ஏமாற்றம் அடையச் செய்யக் கூடாது என்றும், யாரோ ஒரு சில விஷமிகளுக்குப் பயந்து நல்லவர் பலர் வருந்தக் காரணமாக இருக்கக் கூடாது' என்றும் சொல்லி அதே வழியிலேயே நடந்து வந்தார்.

மாசிலாமணி தெரு -லாயிட்ஸ்ரோடு சந்திப்பு வந்ததும் தயாராய் கோஷமிட்டு, கருப்புக்கொடி காட்டி ஆர்ப்பரிக்க இருந்த அனைவரும் மௌனச் சிலையாய் இருந்தனர். மடத்தின் சிப்பந்திகள் மற்றும் அனைவருக்கும் ஆச்சர்யம். பெரியவரும் அமைதியே வடிவாய், அருளே உருவாய் அனைவரையும் கடாட்சித்து (கருப்புக்கொடி ஏந்தி நின்ற பக்தர்களையும் சேர்த்துத்தான்) அருளிய வண்ணம் திருவல்லிக்கேணி சென்றார்.

'ஏதோ பெரியதாய் விபரீதம், அசம்பாவிதம் நடக்கும், நமக்கு நல்ல செய்தி கிடைக்கும், நல்ல வியாபாரம் ஆகும்' என்று ஆர்வமுடன் அங்கு கூடியிருந்த செய்தியாளர்களுக்கோ பெருத்த ஏமாற்றம்! எதனால் எதிர்ப்பாளர்கள் அமைதியாய் நின்றனர் என்று புரியாமல் அவர்களிடமே சென்று காரணம் கேட்க, அவர்கள் அளித்த பதில் செய்தியாளர்களை சிலையாக்கியது.

அன்பும், அருளும், உருண்டு திரண்டு மனிதவடிவில் நடந்து வருவதைக் கண்ட நாத்தீகர்களுக்கு கண்டனக் குரல் எழுப்ப வாய் வரவில்லையாம்! மேலும் அவர்கள் கண்டது ஒரு சாதாரண ஆன்மீக மனித உருவமாக இல்லாமல் ஏதோ ஒரு ஒளிப்பிழம்பு, சூரியனே வருவது போல் தெரிந்ததாம்! அதனால் தான் அதிர்ச்சியில் சிலையானார்களாம்.

என்னே வினோதம்! கடவுள் சிலைகளைக் கண்டால் உடைக்கும் அவர்கள், காஞ்சி மாமுனியைக் கண்டதும் சிலையானதை என் சொல்ல! சூரியனே நடந்து வருவது போலிருந்ததாம்! சரிதானே! வெறும் சூரியனா நடந்தது? ஞான சூரியனே அல்லவா நடந்தது? சூரியனாய் இருந்தாலும் சுடாமல், தகிக்காமல் வெண்மதிபோல குளுமையாக அல்லவா இருந்தது! அன்பெனும் அமுதைப் பொழியும் சந்திரனாக, சந்திரசேகரனாக அல்லவா நடந்தது!

கண்ணால் கண்ட எவரால்தான் எதிர்க்க முடியும்? மறுக்க முடியும்? அனவரதமும் வசைபாடிய சிசுபாலனுக்கும் முக்தியருளிய கருணைக்கடல் பார்த்தசாரதியின் மறுவடிவம்தானே நம் காஞ்சி மஹாபெரியவர்!

✤✤✤✤✤

"கடந்த காலங்களில் எத்தனையோ சோதனைகளை சந்தித்த போதிலும் நம்முடைய மதம் இன்றுவரை தழைத்திருப்பதற்கு நம்முடைய கோவில்களும், ஆலயங்களில் நடைபெறும் உற்சவங்களும் காரணம். வேதங்களில் கூறப்பட்ட ஆன்மீகக் கொள்கைகளும் ஒழுங்கு முறைகளும். நன்னெறிகளும் புராணங்கள் வழியே மக்களிடையே பரவி இன்று நிலவுகின்றன. அவை அடிப்படை உண்மைகளை நம் மனம் ஏற்கும்படி கூறுகின்றன. பொக்கிஷம் போன்ற இந்த மத நூல்களைப் படித்து, ஆராய்ந்து நாமும் நன்மை பெற்று உலகும் நன்மை பெறச் செய்வோமாக."

49

அலகிலா விளையாட்டு

அடியார்கள் விரும்பும்படி அருளுவதே ஆண்டவனுக்கழகு. நாம் ஒன்று நினைக்க தெய்வம் ஒன்று அருளினால் எப்படியிருக்கும்? ஆனால் நடமாடும் தெய்வம் காஞ்சி ஸ்ரீமஹாபெரியவரோ அன்பர்கள் எண்ணம் அறிந்து அருளும் கருணை மாமலையல்லவா! அத்தகைய அருள் விளையாட்டை காண்போம்.

கும்பகோணத்தை அடுத்த ஏரகரம் என்ற ஊரைச் சேர்ந்த ஸ்ரீ நடேச சாஸ்திரிகளின் பேரன் ஸ்ரீ ராமமூர்த்தி. காஞ்சி மாமுனிவரின் பரமபக்தரான அவரின் எண்ணமறிந்து மஹான் அருளியது எப்படி?

1972ஆம் வருடம் கும்பகோணத்தில் பொதுப் பணித்துறையில் பணியாற்றி வந்த ராமமூர்த்தி, அவரது மேலாளரான கிருஷ்ணன் என்பவருடன் சபரிமலை சென்று ஐயப்பனை தரிசிக்க, விருப்பம் கொண்டார். ஆனால் குருசாமியான கிருஷ்ணன் ராமமூர்த்தியிடம் "சபரிமலைக்கு வரலாம். ஆனால் பெற்றோர்களின் அனுமதியுடன் தான் வரவேண்டும்'' என்று கண்டிப்பாக சொல்லிவிட்டார்.

ராமமூர்த்தி தாயிடம் அனுமதி பெற்றுவிட்டார். ஆனால் தந்தையோ அனுமதி தர மறுத்துவிட்டார். வருந்திய ராமமூர்த்தி குருவருளை நாடி காஞ்சீபுரம் விரைந்தார்.

ஸ்ரீ மடத்தில் கண்கண்ட தெய்வத்தின் சந்நிதியில் தஞ்சம் அடைந்த ராமமூர்த்தியை கனிவுடன் அழைத்த மஹான் விவரம் வினவ, தனது விருப்பத்தை வெளியிட்ட ராமமூர்த்தியிடம் "போய்ட்டு வாயேன்" என்றார் மாமுனிவர்.

ராமமூர்த்தி "எங்க அப்பா போகக் கூடாது என்கிறார்" என்று சொல்ல, "அப்போ போகாதே" என்றார். ராமமூர்த்தியோ விடாமல் "எனக்கு ரொம்ப ஆசையாயிருக்கு" என்று கூற, பெரியவர் கழுத்தில் இருந்த ஒரு ருத்ராட்ச மாலையை கழற்றும் பாவனையில் கையை உயர்த்தினார். ராமமூர்த்திக்கு ஆர்வம் மிகுந்தது. "குருநாதர் தனக்கு மாலையே தரப்போவதாகவும் மலைக்குப் போக அருளுடன் மாலையையும் தருவதால் தந்தை நிச்சயம் அனுமதி அளித்து விடுவார்" என்று எண்ண, அடுத்த கணம் மாலையிலிருந்து கையை எடுத்து விட்டார் மாமுனிவர்.

ராமமூர்த்திக்கோ பெருத்த ஏமாற்றம். தனது எண்ணம் 'தவறோ, அகந்தையோ' என்று குழம்பி வருந்தி நிற்க, கருணைக்கடல் சிறிது மௌனமாகி பிறகு "நீ ஊருக்குப் போய் மடத்து தெருவிலே இறங்கி, கடையிலே ஒரு மஞ்சள் கயிறு வாங்கி அதைக் கொண்டுபோய் உங்க அப்பாவிடம் கொடு. அதில் 32 முடிச்சு போட்டு கொடுக்கச் சொல்லி அதையே மாலையா போட்டுண்டு மலைக்கு போயிட்டு வா" என்று உத்தரவிட்டார். ராமமூர்த்தியோ "எங்க அப்பாதான் போகக் கூடாதுங்கறாளே" என்று சொல்ல "போய் நான் சொன்னேன்னு சொல்லு" என்றார் மாமுனிவர்.

மஹாபெரியவா சொன்னபடியே ஊருக்கு வந்து மஞ்சள் கயிறு வாங்கிக் கொண்டு வீட்டிற்குள் அவர் நுழைந்தார். தனயன் எதுவும் சொல்வதற்கு முன்பே தந்தையார் "மஞ்சள் கயிறு வாங்கிண்டு வந்திருக்கியா?" என்று கேட்க, ஆச்சர்யத்தில் உறைந்த மகன் கயிறைக் கொடுத்தார். மறுபடியும் எதுவும் விவரம் கூறும் முன்பே தந்தையார் கயிற்றில் 32 முடிச்சு போட்டு அதை ஸ்வாமி படம் முன்பு வைத்துவிட்டு எடுத்து தனயனிடம் தந்து "இந்தா இதைப் போட்டுண்டு பத்திரமா மலைக்கு போயிட்டுவா" என்று கூற,

ராமமூர்த்தி அடைந்த மகிழ்ச்சியையும், திகைப்பையும் விவரிக்கவும் வேண்டுமா?

"யாதேவி ஸர்வ பூதேஷு புத்திரூபேண ஸம்ஸ்த்திதா" என்று கூறும் சர்வசக்தியான பரம்பொருள்தான் காஞ்சி மஹாபெரியவர் என்பதைக் காட்ட வேறு உதாரணமும் வேண்டுமோ?'தந்தை சொல்மிக்க மந்திரமில்லை' என்பதை வலியுறுத்தவே தந்தை உத்தரவு பெற்று மலைக்கு போகும்படி உபதேசம் செய்தது. எனினும் 'அந்த தந்தையையும் இயக்கி வைக்கும் சர்வசக்தன் தானே' என்பதையும் காட்ட, மடத்தில் திருவாய் மலர்ந்து அருளிய உத்திரவை, வீட்டில் தனயன் வாய்திறக்கும் முன்பே நடைமுறைப்படுத்திய அருள் விளையாடல்தான் அந்நிகழ்ச்சி.

மடத்தில் இருந்தபடியே அருளாணை பிறப்பிப்பது மட்டும் தானா? இல்லை. வீட்டிற்கு வந்தும் திருத் தொண்டு செய்து ஆலயம் தொழவைக்கும் அருள் வள்ளல் தான் மஹாபெரியவர்.

1992ஆம் ஆண்டு மார்கழி மாதம் ஒரு நாள் இரவு, ராமமூர்த்தி தன் மகன் சதீஷ் மற்றும் அவன் நண்பன் மோகன்

மூவருமாக மஹாபெரியவாளின் கருணையை பற்றி பேசிக் கொண்டிருந்தனர். இரவு 12 மணி வரை பேச்சு வளர்ந்தது. மோகன் மத்வ சம்பிரதாயத்தவராயினும் காஞ்சி மஹானிடம் அளவிலா பக்தி கொண்டவர்.

பேச்சு சுவாரஸ்யத்தில் மணி 12 ஆனது தெரியவில்லை. கவனம் திரும்பிய ராமமூர்த்தி, மோகனிடம் "மணி 12க்கு மேலாகிவிட்டது, காலையில் தூங்கி விட்டால் கோயிலுக்குப் போய் ப்ரதட்சிணம் செய்வது கெட்டுவிடும். எனவே நீ காலம்பற 4 மணிக்கு என்ன வந்து எழுப்பி விடு" என்று கூற, மோகன் உடனே "நீங்க ஏன் மாமா கவலைப்படறேள். எல்லாம் பெரியவா பாத்துப்பா" என்று கூற அனைவரும் தூங்கச் சென்றனர். தனுர்மாதமானதால் தினமும் காலை 4 மணிக்கு எழுந்து நீராடி அருகிலுள்ள சக்ரபாணி பெருமாள் கோயில் சென்று 12 ப்ரதட்சிணம் செய்வது ராமமூர்த்தியின் ப்ரார்த்தனை.

விடியற்காலை 4மணிக்கு வாசல் கதவை தட்டும் சத்தம் கேட்டது "மாமா மணி 4 ஆச்சு எழுந்திருங்கோ" என்று மோகன் குரல் ஒலித்தது. உடனே எழுந்திருந்த ராமமூர்த்தி குளித்து கோயில் சென்று ப்ரதட்சிணம், தரிசனம் முடித்து வீட்டிற்கு 6 1/2 மணிக்கு வந்து, வாசலில் மோகன் நின்று கொண்டிருப்பதைப் பார்த்து "ரொம்ப தாங்க்ஸ் மோகன், சொன்னபடியே 4 மணிக்கு எழுப்பி விட்டாயே" என்று கூறினார். அதிர்ச்சி அடைந்த மோகன் "மாமா நான் இப்பதான் எழுந்திருந்தேன். நான் எழுப்பியதாக கனவு கண்டீர்களா?" என்று கேட்க, ராமமூர்த்தியோ "இல்லை நீதான் கதவை தட்டி எழுப்பி கூப்பிட்டாய்" என்று சொல்ல, அவரோ "நான் எழுந்திருக்கவும் இல்லை, இங்கு வரவும் இல்லை" என்றவுடன் இருவரும் ஆச்சர்யத்தில் திளைத்தனர். 'என்னே குருநாதரின் பெருங்கருணை' என்று எண்ணி எண்ணி அவர்கள் கண்ணீர் பெருக்கினர்.

'கண்ணன் என் சேவகன்' என்று பாடினான் பாரதி. ஆனால் இங்கோ, உண்மையாகவே பக்தர்களுக்கு சேவை செய்வார் நம் காஞ்சி மஹாபெரியவர்.

✤✤✤✤✤

50
அலகிலா விளையாட்டு

‘அருட்ஜோதி தெய்வம்’, ‘அலகில் சோதியன்’ என்றெல்லாம் பலவாறாக பரம்பொருள் ஜோதி வடிவாய் இருப்பதாக சொல்லப்படுகிறது. ‘ஆதியும் அந்தமும் இல்லா அரும்பெரும் ஜோதியாய்’ அந்த பகவான் நின்ற நாளே சிவராத்திரி என்று போற்றப்படுகிறது. நடு இரவில் ஹரியும், அயனும் காணாத ஜோதியான சங்கரன், தன் அடியாருக்காக நடு இரவில் அறையில் ஜோதியாய் அருளினார் என்றால் அந்த பக்தர் எவ்வளவு பாக்கியசாலியாக இருக்க வேண்டும்? அந்த பக்தர் யார்? எப்பொழுது? எங்கு இந்த தரிசனம்?

மேலைநாட்டு தத்துவ ஆராய்ச்சியாளர், தத்துவமேதை பால்பிரண்டன். நமது இந்து மத தத்துவங்களை கற்றறிந்த பால் பிரண்டனுக்கு பல சந்தேகங்கள் இருந்தன. ரிஷிகள் பற்றிய செய்திகளெல்லாம் அவருக்கு வியப்பாக இருந்தது. ‘மனித சக்தியால் இவ்விதமெல்லாம் செயல்பட முடியுமா?’ என்பது போன்ற பல சந்தேகங்கள், மற்றும் மனித உலகின் துன்பம், அமைதியின்மையின் காரணம், அதை நிவர்த்திக்கும் வழி போன்ற பல கேள்விகள் அவருள் எழுந்தன. ‘ஏதோ ஒரு காலத்தில் இருந்ததாக சொல்லப்படும் ஆன்மீக பலம்

“நாம் உலக ரீதியாக பயன் பெறுவதற்காக கடவுளிடம் பக்தி செலுத்தினால், அது பக்தியாகாது. பண்டமாற்று வியாபாரமாகும். நம்முடைய ஆன்மீக உயர்வுக்காக பக்தி செலுத்தினால் ஒரு நதி சமுத்திரத்தை அண்டும்போது அதன் ஓசையும், வேகமும் அடங்கி சாந்தப் படுவதைப் போல நாமும் சாந்தியைப் பெறுவோம். தனக்கு வெளியிலே, தன்னைத்தவிர ஒன்று இருப்பதாகக் கருதி, ஆனந்தத்தைத் தேடி அந்த ஒன்றிடம் பக்தி செலுத்துகிறான். தன்னையே ஒருநாள் அறிந்து கொள்ளும் போது தானும் கடவுளும் வேறல்ல ஒன்றுதான் என்ற உணர்வு ஏற்படும்.”

கொண்ட மனிதர்கள் இன்றும் இருக்க முடியுமா? அப்படி எவராகிலும் இந்தியாவில் உள்ளனரா? இருந்தால் அவரை நேரில் பார்க்க வேண்டும், அவரிடம் மேலேகண்ட பல சந்தேகங்களை தெளிவு படுத்திக் கொள்ள வேண்டும்; அவரிடமிருந்து உபதேசம் பெற்று தன் வாழ்வை பயனுள்ளதாக்கிக் கொள்ள வேண்டும்' என்ற பலவித எண்ணங்களுடன் லண்டனிலிருந்து 1931ஆம் வருட வாக்கில் பாரதம் வந்தார். பல இடங்களிலும் பலரையும் பார்த்துவிட்டு, நண்பர் K.S. வெங்கட்ரமணி என்பவர் மூலம் ஸ்ரீ மஹா பெரியவாளை தரிசிக்க வந்தார். அச்சமயம் மகான் செங்கல்பட்டில் முகாமிட்டிருந்தார்.

அவரை தரிசனம் செய்த ஆங்கிலேயர் ஆச்சர்யம் அடைந்தார். அவர் கேட்ட பலவிதமான கேள்விகளுக்கும் ஸ்வாமிகள் பொறுமையாய் தெளிவாய் பதில் கூற, பால்பிரண்டன் பெரும் திருப்தி கொண்டு தன்னை சீடனாக ஏற்றுக் கொண்டு தன் ஆன்மீக வாழ்வுக்கு வழிகாட்டும்படி வேண்டினார். சுவாமிகள் 'தாம் ஒரு பீடாதிபதியாக இருப்பதாலும் அதற்கென உள்ள கடமைகளை செய்ய வேண்டியிருப்பதாலும் தனக்கு அது சாத்தியமில்லை' என்று கூறி, பகவான் ஸ்ரீரமண மகரிஷிகளை பற்றி எடுத்துரைத்து, திருவண்ணாமலை சென்று அவருக்கு சீடராகி நன்மை அடையும்படி அறிவுறுத்தினார்.

செங்கல்பட்டில் பிரண்டன் மஹாசுவாமிகளை தரிசித்ததற்கு முதல் நாள்தான் சுப்பிரமணியம் என்ற ஒரு யோகி வந்து, தன்குருவான ஸ்ரீரமணரைப் பார்க்க திருவண்ணாமலை வரும்படி கேட்டார். 'தனக்கு நேரமில்லாததாலும் உடனே ஊருக்கு கிளம்ப ஏற்பாடு செய்திருப்பதாலும் 'வர இயலாது' என்று பிரண்டன் பதில் கூறியிருந்தார். ஆனால் இப்பொழுது செங்கல்பட்டில் தரிசித்த ஆசார்யர், 'திருவண்ணாமலை செல்லும்படி கூறியது' பிரண்டனுக்கு வியப்பை அளித்தது. இதில் ஏதோ தெய்வீக சங்கல்பம் உள்ளது என உணர்ந்தார்.

செங்கல்பட்டில் தரிசனம் முடிந்தது. 'பெரியவாளின் உருவம், குரல்' முதலியவற்றிலேயே மனதைச் செலுத்தி அசைபோட்டுக்

கொண்டு நள்ளிரவில் தன் இருப்பிடம் வந்து சேர்ந்த பிரண்டன் 'எப்படியும் திருண்ணாமலை செல்ல வேண்டும்' என முடிவெடுத்தார். "ஆனால் யோகி சுப்பிரமணியத்தை எங்கு தேடுவது?" என்ன அதிசயம்! அவர் தங்கியிருந்த இடத்தில் முன்னதாகவே வந்து காத்திருந்தார் சுப்ரமணியம். மிகுந்த ஆச்சர்யமடைந்த பிரண்டன் நள்ளிரவு ஆகிவிட்டதாலும் பிரயாணத்தினால் களைப்படைந்திருந்ததாலும் அவருடன் சிறிது நேரம் பேசிவிட்டு படுக்கச்சென்றார். களைப்பு மிகுதியால் ஆழ்ந்து உறங்கிவிட்டார்.

திடீரென விழித்துக்கொண்டார் பால்பிரண்டன். அறை முழுவதும் முழு இருட்டாக இருந்தது. நரம்புகளில் ஏதோ முறுக்கேறியது போன்ற உணர்வு! சுற்றிலும் ஏதோ மின்சாரம் பரவி இருந்தது போன்ற நிலை. தலையணை அடியில் இருந்த கடிகாரத்தை எடுத்துப் பார்த்தார். மணியோ மூன்றை தொட கால்மணி பாக்கியிருந்தது. பிறகு பார்த்தால் படுக்கையின் கால்பக்கத்தில் ஏதோ ஒரு வெளிச்சம் தெரிவது கண்டு எழுந்து அமர்ந்து கொண்டு நேராக அந்த ஒளியை பார்த்தார்.

பெருவியப்புடன் கண் இமைக்காமல் பார்க்க, அந்த ஒளியில் மஹாபெரியவரின் உருவம் தெரிந்தது.

இது என்ன கனவா? அல்லது நினைவா? பிரமையா? அல்லது ஏதாகிலும் பேய் உருவா? சந்தேகத்திற்கு இடமின்றி மனித உருவமல்லவா தெரிகிறது! அவரைச் சுற்றி இனம் புரியாத ஒளி! அதுவே அந்த அறையின் இருட்டிலிருந்து வேறு பட்டு காட்சி அளித்தது.

நிச்சயமாக இந்தக் காட்சி நடக்கக் கூடியதா? அவரைப் பார்த்துவிட்டுத்தான் செங்கல்பட்டிலிருந்து வந்து விட்டோமே! பிரண்டன் பரீட்சை செய்து பார்க்க விரும்பி கண்ணை இறுக மூடிக்கொண்டார். ஆனால் அப்பொழுதும் அதே காட்சி மறையவில்லை. 'இல்லை, இது அவருடைய தோற்றம் தான்' என்ற நம்பிக்கை வந்தது. கண்ணைத் திறந்து, தளர்ந்த காவி உடையிலுள்ள அவரைக் கவனித்தார்.

அந்த திருமுகம் புன்னகை புரிந்தது. வாய் மலர்ந்து "தாழ்மையுடன் இரு நீ விரும்பியதை அடைவாய்" என்றது.

பிறகு அந்தக் காட்சி வந்தவிதம் போன்றே புரியாத வகையில் மறைந்து விட்டது. இப்பொழுது பிரண்டனிடம் கவலையற்ற மகிழ்ச்சியான உணர்வே மிஞ்சியிருந்தது. அன்று மீதமிருந்த இரவில் தூக்கம் இல்லை. இந்திய மக்களின் எளிமைக்கு ஏற்ப கடவுளும் சாதாரண எளிய மனித உருவில் வந்து, அருள்வதை எண்ணி மகிழ்ந்தார், வியந்தார்.

திருவண்ணாமலை போகச் சொன்னாலும் அங்கிருக்கும் அதே அருட்பெருஞ்சோதிதான் 'தான்' என்பதைக் காட்ட இப்படியொரு ஜோதி தரிசனமோ? என்னே பால்பிரண்டனின் பாக்யம்!

திருமதி சுனிதா மாதவன், பாட்டி கல்யாணி, அம்மா மரகதவல்லி என்று பரம்பரையே மஹா பெரியவாளிடம் பக்தி கொண்ட குடும்பம். தங்கம் சவரன் 55 ரூபாய் விற்றகாலம்.

'ஸ்ரீராமஜயம்' என்ற மந்திரத்தை 25000 எழுதி காஞ்சி மகானிடம் சமர்ப்பித்தால் ஒரு பவுன் காசு தருவார். நாம் நாமம் சொல்லி நற்கதி அடைய அவர் பொன்னையும் பொருளையும் வாரி இறைத்தார். இதுபோல் எவராகிலும் செய்ததுண்டா! செய்யத்தான் முடியுமா? சிறுமியாக இருந்தபோது சுனிதாவும் தங்கக்காசு பெறும் ஆசையில் ராமநாமம் எழுதத் தொடங்கினார்.

மாம்பலம் சங்கரமடத்தில் எழுந்தருளியிருந்த மகானிடம், அன்னை அழைத்துப்போக, ராமநாமம் எழுதிய புத்தகங்களை வைத்து வணங்கி தங்கக் காசுக்கு காத்திருந்தார். ஆனால் கிடைத்ததோ மகானின் கனிவான புன்னகையும், நிறைய குங்குமம் வைத்துக் கொடுத்த பவானி அம்மன் படமும்தான்! தங்கக்காசு? அதான் புன்னகை பூத்துவிட்டாரே! அற்ப பொற்காசு அதற்கு ஈடாகுமா? சிறுமிக்கு இதெல்லாம் புரியுமா? ஏமாற்றம் தான் கவ்வியது. காலம் நகர நகர பகவன் நாமத்தை 'அருளை குறிக்கோளாகக் கொள்ளாமல் பொருளை குறிக்கோளாகக் கொண்டு எழுதியதே இந்த ஏமாற்றத்துக்கு காரணம்' என்று உணர்ந்தார் சுனிதா. அதுதான் குருவருள் சூட்சுமம். அன்றிலிருந்து இந்த எண்ணதோஷம் ஏற்பட்டதற்கு பிராயச்சித்தமாக ராமநாம ஜபம் செய்வது என்று உறுதியுடன் ஆரம்பித்தார். ஒரு லட்சம் ஜபம் முடியும், மீண்டும் ஆரம்பிப்பார். இவ்வாறு பல லட்சங்கள் ஜபமாக ஓடியது.

பவானி படம் கொடுத்தாரல்லவா! திருமணம் ஆனது. கணவர் பெயர் 'ஸ்ரீராம'சர்மா! இரண்டு பெண்களும் பிறந்தன. வருடங்கள் ஓடின.

ஒருநாள் ஞாயிற்றுக் கிழமை. மாலை விளக்கு ஏற்றி வைத்துவிட்டு ராமநாமம் சொல்லிக் கொண்டிருந்தார். சரியாக எண்ணிக்கை 25000 ஐ தொட்டது. வாசலில் கார் வந்து நின்று கதவு திறக்கும் சத்தம். யார் வருகிறார்கள் என்று எழுந்து பார்க்கையில் சுனிதாவின் தாயார் கையில் அணைத்தபடி ஒரு Frame போட்ட படத்தை எடுத்து வந்தார். நேராக பூஜை அறைக்கு

வந்து ஆசனத்தில் படத்தை வைத்தார். சுனிதாவிற்கு ஆச்சர்யம் தாங்கவில்லை. அபூர்வமாக பட்டாபிஷேக கோலத்தில் ராமர் திருஉருவப்படம். "இப்போதெல்லாம் 25000 ராமநாமம் எழுதுபவர்களுக் கென்றே பிரத்யேகமாக இந்த படம் போடச் சொல்லி மஹா பெரியவா கொடுக்கிறார். நானும் உன் தம்பியும் எழுதினோம். படத்தை பெரியவா கொடுத்தா. உனக்குத்தான் இருக்கட்டுமே என்று எடுத்துவந்தேன்" என்றார் அன்னை.

பெரியவாளின் அருளுக்குத்தான் எல்லை யுண்டோ! ஒரு நாள் முன்னால் இந்த படம் வந்திருந்தால் 25000 நாமம் ஆகியிருக்காது! ஏன் ஒரு சில நிமிடம் முன்னால் வந்திருந்தால் கூட ஆகியிருக்காது, சரி, சில நிமிடம் பின்னால் வந்திருந்தால் கணக்கு 25000 ஐதாண்டியிருக்கும்! என்னே அருட்கணக்கு!

பலனை எதிர்பார்த்து செய்தபொழுது ஏமாற்றமே மிஞ்சியது. பலனை எதிர்பாராமல் செய்த பொழுது ஆச்சர்யம் மிஞ்சியது. இதைத்தான் கீதையில் பகவான் சொல்கிறாரோ? பலன்பாராது செய்ததால் தானே நேரில் வந்து விடுவதை காட்டினாரோ?

*****

"கட்டுப்பாடற்று பேசுவது மனஸ்தாபங்களுக்கும், தொல்லைகளுக்கும் வழி வகுக்கும். நமக்கு ஆன்மீக ரீதியில் நன்மை பயக்கக்கூடிய பேச்சாலோ அல்லது பிறர் மனம் நோகாவண்ணம் பேசும் பேச்சாகவோ இருந்தால் பல தொல்லைகளைத் தவிர்க்கலாம். இது நம்முடைய செய்கைகளுக்கும் பொருந்தும்."

51

அலகிலா விளையாட்டு

'தர்ம ஸம்ஸ்தாபனார்த்தாய ஸம்பவாமி யுகேயுகே' என்பது கீதைவாக்கு. 'எப்பொழுதெல்லாம் தர்மத்திற்கு கஷ்டம் வருகிறதோ அப்பொழுதெல்லாம் அவதாரம் செய்து தர்மத்தை நிலைநாட்டு வதாக' ஸ்ரீகிருஷ்ணன் சொல்கிறார். அந்த கீதாசார்யனே ஜகதாசார்யராக வந்து தர்மத்திற்கு சங்கடம் நேர்ந்த பொழுது காத்த அதிசயம் இதோ! பல்கலை வித்தகரும், ஸ்ரீமஹாபெரியவரின் அன்பிற்கு பாத்திரமானவரும் அணுக்கத் தொண்டருமாகிய ஸ்ரீ அக்னிஹோத்திரம் ராமானுஜ தாத்தாச்சாரியார் விவரித்துள்ள பேரருள் நிகழ்ச்சியை காண்போம்.

பாரத நாடு சுதந்திரம் அடைய இருந்த சமயம், மாமுனிவா் கும்பகோணம் அருகில் மேலூர் என்ற கிராமத்தில் இருந்தபோது, அக்னிஹோத்திரம் மற்றும் சில பிரமுகர்களை அழைத்து 'சுதந்திர பாரதத்தில் நமது மதத்திற்கும் மதநிறுவனங்களுக்கும் உரிய பாதுகாப்பு, அரசியல் சாசன ரீதியாகக் கிடைக்க வழி செய்ய வேண்டும்' என்பதை வலியுறுத்தி, அதற்கான முயற்சியில் உடனே ஈடுபடும்படி கூறினார். ஆனால் கேட்டவர்களுக்கோ அதன் முக்கியத்துவமும், அவசரமும் புரியவில்லை. எனினும் மாமுனியே

அதையும் புரியவைத்தார். இது நடந்த சில நாட்களிலேயே தவமலையான மஹாபெரியவரின் தீர்க்க தரிசனம் வெளியானது.

பிரிட்டிஷ் அரசாங்கம் அனுப்பிய பார்லிமெண்ட் தூதுக் குழு அடுத்த சில தினங்களில் பாரதம் வந்தது. இந்திய அரசாங்கத்திற்கான புதிய அரசியல் சாசன சட்டம் பற்றி விவாதிப்பது அதன் உத்தேசமாக இருந்தது. இதில் பெருவியப்பிற்குரிய விஷயம் யாதெனில் இந்த விவரங்களை ஸ்ரீ காமகோடி பீடம் மஹாபெரியவர் ஒருவரைத் தவிர மற்ற மடாதிபதிகள், மதத் தலைவர்கள் எவரும் அறியாமலே இருந்ததுதான்.

பெரியவர் விருப்பப்படி அக்னி ஹோத்திரம் குழுவினர் பல தந்திகளை அந்த தூதுக் குழுவிற்கு அனுப்பினர். ஆனால் எதிர்பார்த்தபடி பதில் எதுவும் இல்லை. எனினும் மஹான் நம்பிக்கையுடனேயே இருந்தார். செயல்பட்டார். மஹானின் தெய்வீக சங்கல்பத்தால் குழுவினர்கள் எதிர்பாராத ஒரு திருப்பம் வந்தது.

சென்னைக்கு உடனே வரும்படி அக்னி ஹோத்திரம் அவர்களுக்கு 'தி ஹிந்து' பத்திரிகை அலுவலகத்திலிருந்து ஒரு தந்தி அனுப்பி இருந்தார்கள். அவரும் சென்றார். 'ஹிந்து' ஆசிரியர் திரு கஸ்தூரி சீனிவாசன், தாத்தாச்சாரியாரிடம் இன்னும் சற்று நேரத்தில் பிரிட்டிஷ் பாராளுமன்றக் குழு அப்பத்திரிகை அலுவலகத்திற்கு வர இருப்பதாகவும் அவர்களை கௌரவித்து ஒரு விருந்தளிக்க இருப்பதாகவும் கூறினார்.

குழுவினர் வந்தனர். அறிமுகம் செய்யப்பட்டது. நேருக்கு நேர் சந்திக்க முடிந்தது. அந்த குழுவின் காரியதரிசியிடம் தாத்தாச்சாரியார் 'பல தந்திகள் அனுப்பியும் பதில் வராததை' தெரிவிக்க அவரும் மிக்க மரியாதையுடனும் அன்புடனும் விவரங்களை கேட்டுக்கொண்டு, குழுவின் முக்கிய பிரமுகரான திரு சோரன்சன்னிடம் விவரங்களை தெரிவிக்கும்படி யோசனை சொன்னார். அவரிடம் பேசியபோது, அனைத்தையும் ஒரு அறிக்கையாக எழுதித் தரும்படியும் மீண்டும் டில்லிக்கு வந்து தன்னை சந்திக்கும்படியும் கூறினார்.

உடனே இந்த அதிசய திருப்பங்களை குழுவினர் பெரியவாளிடம் வந்து தெரிவிக்க, அவரும் உடனே 'அறிக்கை' தயாரிக்கும்படி உத்தரவிட்டார். அதிலும் முக்கிய விஷயம் என்னவெனில், மத சுதந்திரம் மக்களின் 'பிறப்புரிமை'யாக இருக்க வேண்டும் என்று வலியுறுத்தியதுதான். 'பிறப்புரிமை' என்ற பதமே புழக்கத்தில் இல்லாத காலம் அது. இன்னும் சொல்லப்போனால் பிறப்புரிமை என்று இன்று கேட்கும் முழக்கங்களுக்கு ஆரம்பம் அன்று காஞ்சி மஹான் வலியுறுத்தியதே எனலாம்.

டெல்லியில் சோரன்சன்னிடம் அறிக்கை சமர்ப்பிக்கப்பட்டது. அதைக் கண்ட அவர் மிகவும் அதிசயமடைந்ததோடு, மஹான் அனைத்தையும் கவனித்திருப்பதைக் கண்டு சந்தோஷமும் அடைந்தார்.

பார்லிமெண்ட் குழுவிற்குப் பிறகு மந்திரிசபைக் குழு வந்தது. அதன் தலைவர் சர் ஸ்டாஃபோர்டு க்ரிப்ஸை நம் குழுவினர் சந்திக்க, அவரும் இவர்கள் கருத்தை ஏற்றுக் கொண்டார். எனினும் இந்திய அரசியல் தலைவர்கள்தான் அரசியல் சாசனச் சட்டத்தை

வடிவமைக்கப் போவதால் அவர்களை சந்திக்கும்படி அறிவுறுத்தினார்.

சுதந்திரப் போராட்ட இயக்கம் உச்சத்தில் இருந்த அந்த சமயத்தில் தாத்தாச்சாரியார் குழுவினர் சர்தார் வல்லபாய் பட்டேலை சந்தித்து, இந்த விவரங்களை தெரிவித்தனர். அவரோ முதலில் பொரிந்து தள்ளினார். மஹாபெரியவரின் உள்ளத்தையும், விருப்பத்தையும், முயற்சியையும் எடுத்துச் சொன்னபின் சர்தார் பட்டேல் மிகவும் ஈர்க்கப்பட்டார். அப்பொழுது "இந்தியாவில் இப்படியும் ஒரு மடாதிபதியா? தன் சொந்த மடம், சிந்தாந்தம் பற்றி மட்டும் கவலை கொண்டு செயல்படாமல் அனைவரையும் பற்றி கவலைப்படவும் ஒருவர் இருப்பதை என்னால் நம்பவே முடியவில்லை" என்று கூறி, தன்னால் முடிந்ததைச் செய்வதாக பட்டேல் உறுதியளித்தார்.

அதன்பிறகு தாத்தாச்சாரியார் குழுவினர் பெரியவரின் அருளாணைப்படி நாட்டிலுள்ள அனைத்து மடாதிபதிகளையும், மதத்தலைவர்களையும் சந்தித்து இந்த விவரங்களைக் கூறி கருத்து அறிந்து வந்தனர். செய்தி கேட்ட அனைவரும் அப்பொழுதுதான் தாங்கள் விஷயத்தையே தெரிந்து கொண்டதாகக் கூறினர். அத்துடன் தங்கள் ஆதரவை தெரிவித்துவிட்டு பெரியவரின் மகத்தான செயலுக்கு இதய பூர்வ நன்றியறிதலையும் வெளிப்படுத்தினர். அதில் முக்கியமாக குறிப்பிடவேண்டிய மஹான், சிருங்கேரி ஸ்ரீ சந்திரசேகர பாரதி ஸ்வாமிகளாவார்.

நாடு சுதந்திரமும் அடைந்தது. அரசியல் சாசனச் சட்டம் இயற்றும் குழுவும் அமைக்கப்பட்டது. அந்தநாளில் எவரும் மதத்திற்கும் மத சுதந்திரத்திற்கும் போதிய முக்கியத்துவம் தரவில்லை. காஞ்சி மஹான் ஒருவரே இது பற்றி கவலை கொண்டிருந்தார். அவர் தவவலிமையாலேயே எல்லாக் காரியங்களும் அழகாக நடந்தன. பிரபல வழக்கறிஞர்களை அழைத்து விவரத்தை சொல்லி அதற்கு ஏற்ற ஷரத்தை வடிவமைக்குமாறு மஹான் உத்தரவிட, அவர்களும் மிகவும் பிரயாசைப்பட்டு நீளமாக வடிவமைத்துத் தந்தனர். அரசியல்

சாசனக் குழு அதை நிராகரித்து எளிய முறையில் சுருக்கமாக தரும்படி கூற, காஞ்சி மஹானே வடிவமைத்தது தான் இன்று நம் அரசியல் சாசனத்திலுள்ள Article 26 என்ற பகுதி.

டாக்டர் அம்பேத்கரும் மஹானின் தீர்க்க தரிசனத்தையும் மேதா விலாசத்தையும் கண்டு வியந்து அதை அப்படியே ஏற்றுக் கொண்டார்.

இன்று ஹிந்துக்கள் மட்டுமல்ல மற்ற அனைத்து மதத்த வருமே சுதந்திரமாக வழிபாடு செய்வதற்கு காரணம் அன்று காஞ்சி மாமுனிவர் செய்த அருட் செயலே ஆகும்.

இன்னும் பல வியக்கவைக்கும் சம்பவங்களும் இதில் உண்டு. அதில் ஒன்று இந்த ஷரத்து மாநிலப்பட்டியலில் இருக்க, அதை மத்திய பட்டியலுக்கு மாற்ற வேண்டும் என்று மஹாபெரியவர் தெரிவித்த போது அனைவரும் தயங்கினர். காரணம் நேருஜி முன்பே மத்திய பட்டியலின் பளு கூடி இருப்பதாக எண்ணியதுதான். எனினும் மஹானின் தவம் பொய்க்குமா? தாத்தாச்சாரியார் குழுவினர் விளக்கமளித்த பிறகு நேருவும் தடை சொல்லாமல் அதை அப்படியே ஏற்றுக் கொண்டார்.

இப்படியாக சாஸ்திர ரீதியாகவோ, சட்ட ரீதியாகவோ இன்றும் தர்மம் இருக்கிறது என்றால் அதற்கு காஞ்சி ஸ்ரீ மஹாபெரியவரே முழு காரணம் என்பதை நியாயவான்கள் எவராலும் மறுக்க முடியாது.

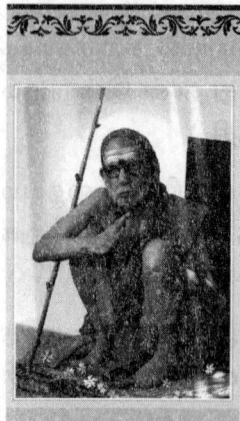

"இந்த வாழ்க்கையில் நலம் அடையக்கூடிய நிரந்தர செல்வம் பக்தி ஒன்றே.

ஆகவே பாகவதம், புராணம் போன்றவைகளைக் கேட்டு பக்தியை விருத்தி செய்துகொள்ளும் சந்தர்ப்பங்களை நழுவ விடக்கூடாது."

52. அலகிலா விளையாட்டு

'மனதின் எண்ண அலைகளை பூர்ணமாக கட்டுப்படுத்தும் யோகியால் பிறர் மனத்தே எழும் எண்ணங்களை நன்கு அறிய முடியும் என்று யோக சூத்திரம் சொல்கிறதல்லவா? அத்தகைய பிரசாந்தமான மஹாயோகிதான் நம் காஞ்சி ஸ்ரீமஹா பெரியவர்.

ஒரு பக்தர் பெரியவாளிடம் தன் குறைகளை சொல்லி அழுதுவிட்டு கிளம்பும் போது "என் மனக் குறையைச் சொல்லி அழுது பெரியவாள் மனதையும் சிரமப்படுத்தி விட்டேன்" என்று கூறி வருந்த "உன் பெரியவாளுக்கு மனமும் இல்லை, வருத்தமும் இல்லை; நிம்மதியா போய்ட்டுவா" என்று பெரியவாள் கூறியது முற்றிலும் உண்மை. இத்தகைய மஹாயோகியிடம் சென்றா, நம் மனதில் உள்ளதை வெளிப்படுத்த வேண்டும்? தேவையே இல்லை. அந்த சன்னிதியை சென்று அடைந்தாலே போதும். எங்கிருந்தாலும் அந்த பிரம்ம வஸ்து அனைத்தையும் அறிந்து அடியவர்கள் மனம்போல் அருளவும் செய்வார்.

சங்கர நாராயணன் என்ற பக்தர், அடிக்கடி காஞ்சி மஹானை தரிசிக்கும் பாக்யவான். திடீரென பக்தருக்கு 100-101 டிகிரி காய்ச்சல்

வரும். இரண்டு மூன்று நாள் இருந்து குணமாகும்; பத்துப் பதினைந்து தினங்களில் மீண்டும் வரும். இதே போல் அடிக்கடி வர, பலவித வைத்தியம், மருந்து, பரிசோதனைகள் என்று மாறி மாறி சிகிச்சை செய்தாலும் காய்ச்சல் மட்டும் மாறாத நிலை. 'இனி வைத்தியம் செய்து பலனில்லை, குருபாதமே கதி' என்று முடிவு செய்து, ஒரு ஞாயிறு காலை ஸ்ரீமடம் வந்தார். தரிசனம் செய்தார். மஹானும் எதுவும் விவரம் கேட்கவில்லை.

"இப்பதான் வரயா?" என்று அவர் வினவ "ஆம்" என்ற பதில் பக்தரிடமிருந்து வந்தது.

"இங்கு காஞ்சியில் ஜுரஹரேஸ்வரர் கோயில் இருக்கு தெரியுமோ? போயிருக்கியோ?" இது மஹானின் கேள்வி.

"தெரியாது. போனதில்லை" இது பக்தர் பதில்.

"இன்று கார்த்திகை ஞாயிற்றுக் கிழமை. ஜுரஹரேஸ்வரரையும் கச்சபேஸ்வரர் கோயிலில் சூர்ய பகவானையும் தரிசிக்கலாம் வா" என்று உத்தரவிட்டு நடக்கத் தொடங்கிய நடமாடும் தெய்வத்தை, பசுவைப் பின் தொடரும் கன்றாய் பின்தொடர்ந்தார் சங்கர நாராயணன்.

ஜுரஹரேஸ்வரர் கோயிலுக்குப் போய், பிராகாரத்தை வலம் வந்து சுவாமி சன்னிதி செல்கையில் அர்ச்சகர் பூஜையை முடித்து விட்டு சென்று விட்டார்; எனினும் தரிசனம் செய்து கொண்டனர். "கையில் ஏதாவது ரூபாய் வெச்சிருக்கியா?" என்று பக்தரை மஹான் கேட்க, "இல்லை. பர்ஸ் ஸ்ரீ மடத்தில பையில் இருக்கு" என்று அவர் சொன்னார். "அப்போ அங்கே மண்டபத்துல இருக்கறவாகிட்ட யாசகம் கேட்டு வாங்கு" என்று பெரியவாள் உத்தரவிட, அவர் சென்று யாசித்தார். நிமிடத்தில் ரூபாய் 10,15 கிடைத்தது. அதை வந்து தெரிவிக்க, "சுவாமி முன்னாலே தட்டு வெச்சிருக்கு. அதில் போடு. உண்டியலிலும் சமர்ப்பணம் செய்" என்று உத்தரவிட்டார். பக்தர் அப்படியே செய்து திரும்பினார். (டாக்டர் ஃபீஸோ?)

"சரி வா. கச்சபேஸ்வரர் கோயில் போகலாம். அங்கே கார்த்திகை ஞாயிறு உற்சவம் நடக்கிறது. 'ஆரோக்யம் பாஸ்கராதிச்சேத்'

(சூரியன் அருளால் உடல் ஆரோக்யம் பெற வேண்டும் என்று பொருள்) என்பது தெரியுமோல்லியோ?" என்று சொன்னவாறே பெரியவாள் நடந்தார். பக்தர் பின்தொடர, இருவரும் கச்சபேஸ்வரர் ஆலயம் அடைந்தனர்.

சுவாமி தரிசனம், சூரிய பகவான் தரிசனம் எல்லாம் ஆன பிறகு அருகிலுள்ள மண்டபத்தில் அமர்ந்து பண்டிதர்களை அழைத்து ஸூர்யசதகம் கூறச் சொல்லி அதற்கு விளக்கமும் அளித்தார் மஹான். எல்லாம் ஆனவுடன் "நாழியாச்சு. நீ போய் சாப்பிட்டுவிட்டு ஊருக்குப் போயிட்டு வா" என்று உத்தரவு தர, பிரியாவிடை பெற்றார் பக்தர். எனினும் 'தன் உடல் நிலை பற்றி தெரிவிக்க சந்தர்ப்பமே வாய்க்கவில்லையே' என்று ஆதங்கத்துடன்தான் புறப்பட்டார் அவர். ஆனால் என்ன? டாக்டர்களுடைய பரிசோதனை, வைத்தியம், மருந்து அனைத்தையும் ஏமாற்றிக் கொண்டிருந்த அந்தப் பொல்லாத காய்ச்சலும் அல்லவா நிரந்தரமாக விடைபெற்றுக் கொண்டு விட்டது! இதிலென்ன ஆச்சர்யம் இருக்கிறது! முதலில் சொன்னது

போல மஹா யோகிக்கும், யோகீஸ்வரருக்கும் சொல்லித் தெரிய வேண்டுமா தேவையே இல்லை. அந்த சன்னிதி நாடிச் சென்றாலே போதும். ஏன்? மனதால் நினைத்தாலே கூடப் போதும். வேண்டுவது அனைத்தும் கிட்டும்.

T.S. குரு மூர்த்தி அய்யர் கும்பகோணவாசி. மஹானின் பரமபக்தர். மஹான் இட்ட கட்டளைப்படி பல அரிய சாதனைகளை கைங்கர்யமாக செய்த உத்தமர். ஒரு சமயம் அவரோடு, காரைக்குடி அழகப்பா கல்வி நிறுவன நிர்வாகியும் அவர் மனைவியும் தரிசனத்திற்கு காஞ்சீபுரம் வந்தனர். மஹான் முன் பெருங் கூட்டம். எப்படி அருகில் சென்று தரிசிப்பது என்று மூவருக்கும் கவலை. எப்படியோ முண்டியடித்து குருமூர்த்தியும் உடன் வந்த நிர்வாகியும் உள்ளே சென்று விட்டனர். ஆனால் நிர்வாகியின் மனைவியால் உள்ளே செல்ல முடியவில்லை.

உள்ளே சென்றவர்களிடம் சுமார் ஒரு மணிநேரத்திற்கு மேல் உரையாடிய முனிவர், தட்டில் பிரசாதம் எடுத்து வரச்சொல்ல, ஆர்வ மிகுதியால் நிர்வாகி வாங்கிக் கொள்ள கையை நீட்டினார். பெரியவாள் கையை அமர்த்தியபடி "உன்னோடு இன்னும் யார் வந்திருக்கா?" என்று கேட்க, உலக உணர்வு வந்த நிர்வாகி தன் மனைவி வந்திருப்பதாகக் கூறினார். அவரையும் உள்ளே அழைத்து வர உத்தரவிட்ட பெரியவாள் அந்த அம்மையாரிடம் "தரிசனம் கிடைக்காதோ என்று கவலைப்பட்டாயோ?" என்று வினவியபடி இருவருக்கும் சேர்த்து பிரசாதம் அருள 'வெளியில் பரிதவித்துக் கொண்டு நின்ற தன்னையும் அன்புடன் அழைத்து பிரசாதம் அருளிய' கருணை மலையைக் கண்டு உருகி நின்றார் அம்மையார். கேளாமலே அருளும், சொல்லாமலேயே அறியும் கண்கண்ட தெய்வம்!

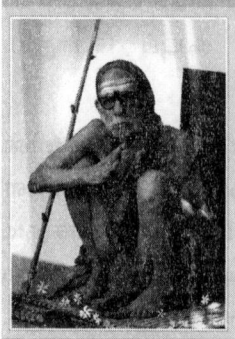

53. அலகிலா விளையாட்டு

மஹான்கள் அடியவர்களுக்கு எப்படியும் அருள்வார்கள் என்பதை நிரூபிக்கும் அருள் விளையாட்டைப் பார்க்கலாம்.

மேல் நாட்டில் இருந்து படித்து டாக்டராகப் பணிபுரிந்து வந்த பக்தர் ஒருவர், பூர்வ புண்ணிய பலனால் ஆன்மீகத்தில் நாட்டம் கொண்டு பாரதம் திரும்பி பக்தியில் ஈடுபட்டு, குறிப்பாக கிருஷ்ண பக்தியில் மனம் லயித்தார். அவரது வெகு நாளைய கனவாகிய நடமாடும் ஸ்ரீ கிருஷ்ணனான மஹாபெரியவாளையும் தரிசித்து அருள் பெற்றார். அடிக்கடி மஹானை சென்று தரிசிப்பார். எனினும் தன்னை யாரென்று பெரியவாளிடம் தெரிவிக்கும் ஆசையே இல்லாமல், அவர்முன் சென்று நிற்பதும் தரிசிப்பதுமே போதும் என்று நினைத்திருந்தார் அந்த உத்தமர்.

அப்பக்தர் தினம் விடியற்காலை 4 மணிக்கு முன்பே எழுந்து ஜபம் செய்யும் பழக்கம் உடையவர். ஒருநாள் விடியற்காலை பெரியவாள் கனவில் தரிசனம் கொடுத்து, "உன் கிருஷ்ண பக்தி எப்படி இருக்கிறது? தினம் கிருஷ்ணாஷ்டகம் பாராயணம் செய்" என்று அருளினார்.

கண்விழித்த உடன் தன் மனைவியிடம் இதைத் தெரிவித்தவர், கிருஷ்ணாஷ்டகம் எந்தப் புத்தகத்தில் உள்ளது என்று தேடியும்

"உடற்பயிற்சிகள் தேகத்தின் தசைகளை வலுவாக்குவதுபோல் அடிக்கடி மந்திரங்களை உச்சரிப்பது நம்முடைய நரம்பு, நாடிகளை பலம்பெறச் செய்கிறது. இதனால் சித்தம் சுத்திபெற்று, நம்முள் கடவுள் தங்கும் இடம் தூய்மை பெறுகிறது. நடத்தையாலும் ஆசார அனுஷ்டானங்களாலும் தகுதி பெற்றவர்கள் மந்திரங்களை அறிந்து அவைகளைப் பயனுள்ள வகையில் உபயோகிக்கவும், காப்பாற்றவும் முடியும்."

கிடைக்கவில்லை.

சுமார் இருவாரங்கள் கழித்துத் தனது சொந்த ஊரான ஆலப்புழைக்குச் சென்ற டாக்டர், அப்படியே குருவாயூர் முதலிய க்ஷேத்திரங்களையும் தரிசித்து விட்டுவர எண்ணம் கொண்டார். அங்கிருந்தபோது ஒருநாள் விடியற்காலை மறுபடியும் கனவில் வந்த மஹான் "கிருஷ்ணாஷ்டகம் படிக்கச் சொன்னேனே, ஏன் ஆரம்பிக்கவில்லை?" என்று கேட்க, 'அந்தப் புத்தகம் தன்னிடம் இல்லை' என்று பக்தர் பதிலளிக்க உடனே மஹான் "உன் வீட்டு ஃபிரிஜ்ஜின் மேல் உள்ள ப்ருஹத் ஸ்தோத்ர ரத்னாகரத்தில் உள்ளது" என்று கூறி ஆசீர்வதித்து மறைந்தார், திகைப்படைந்த டாக்டர் உடனே ஆலப்புழையில் தங்காமல் வீடு திரும்பி, பார்த்தால் கனவில் மாமுனி சொன்னபடியே ஃபிரிஜ்ஜின் மேல் அந்தப் புத்தகமும் அதில் கிருஷ்ணாஷ்டகமும் இருந்தன. ஆனந்தமும், ஆச்சர்யமும் அடைந்த அவர் பரவசத்துடன் அன்று முதலே பாராயணம் செய்ய தொடங்கினார்.

அதுமுதல் கிருஷ்ணாஷ்டகம் படித்து முடித்து அர்ச்சனை செய்யும் பொழுது நடமாடும் கிருஷ்ணனான மஹா பெரியவாளுக்கே முதல் நாமாவால் துளசி அர்ச்சனையை சமர்ப்பிப்பார் டாக்டர்.

மும்பையில் வசிக்கும் ரோகிணி அம்மாள் ஸ்ரீ மஹாபெரியவாளின் பரமபக்தை. ஸ்ரீமடத்திற்கு தினமும் சென்று தரிசனம் செய்ய வேண்டும் என்ற எண்ணத்துடன் காஞ்சீபுரத்தில் வீடு வாடகைக்கு எடுத்து தங்க விரும்பினார். காஞ்சீபுரம் டவுன் ரொம்ப நெரிசலாக இருப்பதால், ஊருக்கு வெளியே சற்று தள்ளி செங்கல்பட்டு போகும் சாலையில் ஒரு இடத்தை தேர்வு செய்து அங்கு வீடு அமைத்துக் கொண்டார். தினமும் காலை பஸ்பிடித்து ஸ்ரீமடம் வந்து அதிஷ்டானத்தை தரிசனம் செய்வதை வழக்கமாக கொண்டார். அவ்வப்பொழுது அந்த வீட்டைப் பூட்டிவிட்டு மும்பை சென்று அங்கு சிலகாலம் வசிப்பார். இப்படியாக காஞ்சீபுரம்- மும்பை என்று இரு இடங்களிலும் வசிப்பவராக இருந்தார் அவர்.

ஜனவரி மாதத்தில் 'செங்கல்பட்டு சாலை' வீட்டிலிருந்த ரோகிணியால் சில நாட்கள் காஞ்சீபுரம் தரிசனத்திற்கு வர இயலாமல் போனது. பெரியதாக காரணம் இல்லை. ஏனோ தரிசனம் தடைப்பட்டது. இதனால் மனம் வருந்தி மஹானிடம் மானசீகமாக முறையிட்டார். 'ஏன் தரிசனம் தடைபடுகிறது? என்னிடம் உள்ள தவறு என்ன? பெரியவாளுக்கு என்னிடம் பிரியமில்லையா? பார்க்க, தரிசனம் கொடுக்க விருப்பமில்லையா?' என்பது போன்ற கேள்விகள் அவருக்குள் எழுந்தன. விடையின்றி வாடிய அம்மாதின் கனவில் மதியம் வந்து காட்சியளித்த கருணைமலை "நீ தரிசனத்திற்கு வராவிட்டாலும் பரவாயில்லை. நாளை மதியம் 3 மணிக்கு பஜ்ஜி பண்ணிக்கொடு" என்று உத்தரவிட்டார்.

கண் விழித்த அவர் ஆச்சர்யம் மேலிட 'இது பகல் கனவல்லவா! பலிக்காதே' என்று எண்ணினார். எனினும் சர்வசாதாரணமாக அதை ஒதுக்கித் தள்ள கனவு என்று மனம் வரவில்லை. பஜ்ஜி செய்து எப்படி தருவது? வீட்டில் பூஜை அறையிலேயே மஹானின் திருஉருவப்படம் முன்பு நிவேதனம் செய்யலாம். ஆனால் மறுநாள் மும்பை செல்ல ஏற்பாடாகி இருந்ததால் எல்லா சாமான்களும் காலி. ஒன்றும் இல்லை. கடைக்குச் சென்று சாமான்கள் வாங்கி வந்து பஜ்ஜி செய்து நிவேதனம் செய்யவும் சாத்தியமற்ற சூழல். செய்வதறியாது தவித்த பக்தை, 'தன் கனவில் நிஜமாக வந்து

உத்தரவிட்டிருந்தால் அது நடக்கட்டும்' என்ற திடநம்பிக்கையுடன் சமையலறையை துழாவ, வீட்டில் அரிசி, பருப்பு என்று மிக அத்தியாவசியமான எந்த பொருளும் இல்லாத இடத்தில், ஒரு டப்பாவில் ஒரு பொட்டலம் இருக்கக் கண்டு எடுத்துப் பார்க்க அரை பாக்கெட் கடலைமாவு மட்டுமிருந்தது. ஏது? எப்படி வந்தது? அருள் விளையாட்டில் கேள்வி கேட்டு பிரயோஜனமில்லை. தீபத்திற்கான எண்ணையில் சிறிது மீதமிருந்தது. சரி, எண்ணை, மாவு கிடைத்து விட்டது! பஜ்ஜிக்கு கறிகாய் ஏதாவது வேண்டுமே? என்ன செய்வது? இந்த இருசாமான்களும் கிடைத்ததால் நம்பிக்கை வலுத்த பக்தை, 'இது மஹானின் இச்சை' என்று உறுதியாக எண்ணி, கறிகாய் பையுடன் வாங்குவதற்காக வீதியில் நடந்தார். அக்கம் பக்கத்தில் வீடே இல்லாத அத்வானத்தில் சற்று தொலைவில் ஒரு பெரும்புள்ளியின் Farm house பங்களா இருக்க, அதன் வெளியே ஒரு காவல்காரர் தென்பட்டார். அந்த காவலாளி தானே வலிய அவரிடம் வந்து பேச்சுக் கொடுத்து, "எங்கு செல்கிறீர்கள்?" என்று கேட்க இவரும் 'கறிகாய் ஏதாகிலும் கிடைக்குமா' என்று தேடப்போவதாக கூறினார். அந்த காவலரோ தன்னிடம் சில உருளைக் கிழங்குகள் இருப்பதாக கூறி உள்ளே சென்று எடுத்து வந்து தந்தார். ஆச்சாய மடைந்த ரோகிணி தன் இருப்பிடம் வந்து, பரபரப்புடன் பஜ்ஜி தயார் செய்துவிட்டு கடிகாரத்தைப் பார்க்க, மணி சரியாக 2.58 காட்டியது. ஆச்சாயத்தில் உறைந்தார், பக்தியில் கரைந்தார் மங்கை. என்னே மஹானின் அருள்லீலையும் காலக்கணக்கும்!

சரியாக 3 மணிக்கு நிவேதனமும் ஆனது. உடனே கிளம்பி காஞ்சி வந்து தரிசனமும் செய்து உருகினார் பக்தை. ஸ்ரீமடம் அதிஷ்டானம் வந்த உடன்தான், மஹானின் அருள் மழையின் மற்றொரு அதிசயமும் தெரிந்தது. ஆம் அன்று ஜனவரி 8ஆம் தேதி. மாமுனிவர் ஸித்தியான நாள். ஸித்தியான நேரமும் அதே 2.58 தான். தமது ஸ்தூல சரீரம் மறைந்தாலும் சூக்ஷ்ம சரீரத்துடன் அருள் விளையாடல் புரியும் மஹானின் தெய்வீகத்தை என்னென்பது!

✤✤✤✤✤

54. அலகிலா விளையாட்டு

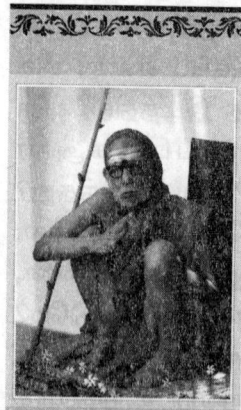

"கடவுள் நாமத்தை விடாமல் உச்சரிக்க நாவைப் பழக்கப்படுத்த வேண்டும். நாம் விழிப்பு நிலையில் இருக்கும்போது எதை நினைக்கிறோமோ அதையே நாம் கனவில் பார்க்கிறோம். அதுபோலவே விடாமல் கடவுள் நாமத்தை எப்போதும், எந்த சூழ்நிலையிலும் உச்சரித்துக் கொண்டிருந்தால், மரணத் தருவாயில் தானாகவே கடவுளை அழைக்க முடியும். இல்லையேல் மரணத் தருவாயில் கடவுளை நினைவு கூர்வதென்பது இயலாத காரியம்."

ஞானிகளை சரணடைந்த ஆன்மாக்களின் துன்பங்கள் சூரியனைக் கண்ட பனிபோல் ஓடி மறையும் என்பது உலகில் அனுபவ சத்தியம். அவரவர்களின் பிராரப்த கர்ம வினைப்பயனை அனுபவிக்க வேண்டிய தருணத்தில், சமய சஞ்சீவியாக அந்த ஞானகுரு வந்து காத்து, தலைக்கு வந்தது தலைப் பாகையுடன் செல்வது போல் வினைப்பயனை பெருமளவு குறைத்தும் அருள்வார். அவர் அருளால் எளிதில் கர்ம வினைப்பயனை கடந்து விடலாம்.

இருபதாம் நூற்றாண்டிலும் பண்டிதர் முதல் பரம பாமரர்கள் வரை அனைவரும் கண்டு வியந்து போற்றி வணங்கிய காஞ்சி ஸ்ரீமஹா பெரியவரின் ஞான அருள் வலையில் கட்டுண்ட பக்தர்களின் தெய்வீக அனுபவங்கள் அமுதமயமானவை. முக்காலமும் அறிந்த அந்த முனிவரின் அருள் லீலைகளைக் கண்டு அனுபவித்த பாக்கியசாலிகளில் ஒருவர் தர்மசம்வர்த்தனி என்ற மாதரசி.

ஒரு சமயம் இளையாத்தங்குடியில் முகாமிட்டிருந்தார் மாமுனிவர். தீபாவளிக்கு முதல் நாள் பம்பாயிலிருந்து வந்த நாராயணி அம்மாளுடன் மஹானை தரிசனம் செய்யச் சென்றார் மாதரசி.

இருவரும் வந்தனம் செய்து எழ, மாமுனிவர் "நாளைக்கு பொழுது விடிஞ்சா தீபாவளி. வீட்டில் கணவர், குழந்தைகள் எல்லோரையும் விட்டு இங்கு வந்துவிட்டாயே? பம்பாய் என்ன கூப்பிடுதூரமா? உடனே செல்ல முடியாதே?" என்று நாராயணி அம்மாளைப் பார்த்துக் கேட்க, "உடனே புறப்பட்டு வா என்று பெரியவா உத்தரவு செய்தாற் போல் தோன்றியது. அதனால் வந்துவிட்டேன்" என்றார் அந்த அம்மாள்.

மறுநாள் காலை. இருவரும் கங்கா ஸ்நானம் செய்து புத்தாடை அணிந்து ஸ்ரீமடத்தில் அனைவருடனும் சேர்ந்து மஹா பெரியவாளை கண்ணாரத் தரிசித்து இருந்தனர்.

உள்ளேயிருந்த ஸ்ரீமஹாபெரியவாள் திடுமென அவசரமாக வெளியே வந்து "பம்பாயிலிருந்து நேற்று வந்த அந்த அம்மாளை உடனே கூப்பிடு" என்று உத்தரவிட, கூட்டத்தின் நடுவிலிருந்த அந்த அம்மையார், "இங்கேதான் இருக்கேன்" என்று பதிலுரைக்க "இந்தா ப்ரஸாதம்" என்று கொடுத்து விட்டு அருகிலிருந்தவரிடம் "பூஜை முடிந்த உடன் இவளுக்கு சாப்பாடு போட்டு தகுந்த துணையுடன் பம்பாய்க்கு அனுப்பி வைக்க ஏற்பாடு செய்" என்று உத்தரவிட்டு நொடியில் உள்ளே சென்று விட்டார். இதைக் கேட்ட அனைவரும் பிரமித்து நின்றனர்.

பூஜை முடிந்து, உத்தரவுப்படி அந்த அம்மையார் பம்பாய்க்கு புறப்பட்டு சென்றார். மதியம் மடத்திற்கு பம்பாயிலிருந்து ஒரு தந்தி வந்திருந்தது. அதில் நாராயணி அம்மாளை உடனே புறப்பட்டு வரும்படி கண்டிருந்தது.

ஏன்? எதற்கு? என்ன விஷயம்?

நாராயணி அம்மாளுக்கு நான்கு பிள்ளைகள். சிறுவர்கள் தீபாவளியை படு குஷியாக கொண்டாடிக் கொண்டிருந்தனர். ஆர்வத்தால் பட்டாசுகளை பாத்ரூமில் வெந்நீர் அடுப்புமேல் ஒரு தட்டில் வைத்து காயவைத்துக் கொண்டிருந்தனர், உஷ்ணம் அதிகமாக, தட்டில் வைத்த பட்டாசுகள் வெடிக்க ஆரம்பிக்க, குழந்தைகள் பயந்து பதறினர். உடனே சிறுவர்கள் முன் பெரியவர் உருவம் தோன்றி அவர்களைப் பின்னுக்குத் தள்ளி, காவலாய் நிற்க, வெடிச்சத்தம் கேட்ட தந்தை பயந்து போய் பாத்ரூம் வர, கதவு தாளிடப்பட்டிருப்பதைக் கண்டு பதைபதைத்து பிள்ளைகளைக்

கூப்பிட்டார். உள்ளேயிருந்து "பயப்படாதே. நான் இங்கே உள்ளதான் இருக்கேன்" என்று மஹானின் அபயக் குரல் கேட்க, ஆச்சர்யத்தில் உறைந்து நின்றார் தந்தை. சரியாக காலையில் அந்த அம்மையாருக்கு பிரசாதம் தந்து ஊர் செல்ல உத்தரவிட்ட அதே நேரத்தில்தான், பம்பாயில் விபத்து நடந்தது என்பது கவனிக்க வேண்டிய அதிசயம். கண்கண்ட, காவல் தெய்வம் மாமுனிவர் என்பதற்கு இதுபோல் பல சாட்சிகள் உண்டு. மஹான் ஏதோ மனித உருவத்துடன் நேரில் இருக்க வேண்டும், என்பது இல்லை. ஞானிகளின் திவ்ய சரீரம் மறைந்தாலும், நாமும் நம் வீட்டிலேயே இருந்தாலும், அவரை நினைக்காவிட்டாலும் கூட ஆபத்துக் காலத்தில் எந்த உருவிலும் ஓடிவந்து அருளும் கருணாமூர்த்தி காஞ்சி மஹாபெரியவர்.

திருவாரூர் ஆடிட்டர் பாலசுப்பிரமணியத்தின் புதல்வர் ஆடிட்டர் சூரி. காரைக்காலில் வசிக்கும் இவர் வீட்டில் நடந்த அதிசயத்தைப் பார்க்கலாம்.

ஒருநாள் ஆடிட்டர் சூரி அலுவலகம் சென்றிருந்தார். அவர் மனைவி வீட்டின் வெளியே ஏதோ ஒரு காரியத்தில் ஈடுபட்டிருந்தார். குழந்தைகள் இருவர் வீட்டின் உள்ளே நடு ஹாலில் விளையாடிக் கொண்டிருந்தனர். ஹாலின் ஓர் ஓரத்தில் கடந்த வருட தீபாவளி பட்டாசுகளில் மீதமிருந்தது அனைத்தும் ஒரு பையில் போட்டு வைக்கப்பட்டிருந்தது. அதன் அருகிலேயே

சில ரசாயனப் பொருட்கள் அடங்கிய பிளாஸ்டிக் குடுவைகள். எப்படித் தீப்பற்றியது என்று புரியாத மர்மம். திடீரென பட்டாசுகள் அனைத்தும் வெடிக்கத் தொடங்கின. 'பெரிய பெரிய வெடிகள், ராக்கெட்', பட்டாசுக் குவியல், நான்கு புறமும் வெடித்துச் சிதறியது. இதைக் கண்ட குழந்தைகள் பயந்து போய், நேராக வாசலுக்கு ஓடிச் சென்று அன்னையிடம் சொல்ல, அவராலும் உள்ளே செல்ல முடியவில்லை பட்டாசுகள் சீறிப்பாய்ந்து நான்கு புறமும் வெடிப்பதைக்கண்டு செய்வதறியாது திகைத்தார். வீடே புகை மண்டலமாக ஆனது. சத்தம் கேட்ட அக்கம்பக்கத்து ஜனங்கள் 'ஆடிட்டர் வீட்டில் தீ விபத்து' என்று அலறியபடி ஓடி வர, ஒரே அமர்க்களம்! ஒருவழியாக அனைத்து பட்டாசுகளும் வெடித்து காலியாகின.

விவரமறிந்து சூரியும் வந்து உள்ளே சென்று பார்த்தால் வீடே அமர்க்களமாக உள்ளது. ராக்கெட் சீறி அருகிலிருந்த சமையலறையில் காஸ்சிலிண்டர் அடியில் பாய்ந்திருந்தபோதிலும் சிலிண்டர் வெடிக்கவில்லை. ஒரேஒரு சட்டையை தவிர வேறு துணிகள் தீப்பற்றவில்லை. பெரும் விபத்துக்குள்ளாகி இருக்க வேண்டியது சேதாரமில்லாமல் தப்பித்தது. பட்டாசுகள் வெடித்ததும் அருகிலிருந்த ரசாயனக் குடுவைகள் உருகியதுடன் நின்றது. அந்த அதிசயத்திற்குக் காரணம் என்ன?

ஹாலில் பட்டாசுக் குவியலுக்கு மேல் கை எட்டும் உயரத்தில் மஹாபெரியவர் திருஉருவப்படம் லேமினேட் செய்து மாட்டப்பட்டு இருந்தது. அந்தப் படத்தின் மேல் பெரியவர் உடுத்தியிருந்த காஷாய வஸ்திரத்தின் ஒரு பகுதியும் சார்த்தப்பட்டிருந்தது. பெரியவர் படம், வெடிகள் வெடித்த அதிர்ச்சியில் கீழே பட்டாசுக் குவியல் நடுவில் விழுந்திருந்தது. எனினும் எதுவும் ஆகவில்லை. அருகிலிருந்த பிளாஸ்டிக் குடுவைகள் உருகியிருந்தும், திருஉருவப்படமோ, வஸ்திரமோ ஒன்றும் ஆகவில்லை எனில் அர்த்தமென்ன? மஹானே இந்த இரண்டு வடிவிலும் இருந்து பேராபத்திலிருந்து காத்தருளியுள்ளார் என்பது தானே?

ஞானிகள் எங்கும் எந்த சமயத்திலும் எப்படியும் இருந்து காத்து ரட்சிப்பார்கள் என்பது நிரூபணமாகிறது.

✤✤✤✤✤

55. அலகிலா விளையாட்டு

"நம்முடைய மனநோய்களைத் தீர்ப்பதற்கு நமக்கு கடவுளின் அருள் வேண்டும். நம்முடைய மனதிலிருந்து கோபம், வெறுப்பு, பேராசை, காமவெறி இவைகளை விரட்ட வேண்டுமானால் மனதை அன்பால் நிரப்ப வேண்டும். ஒவ்வொருவர் உள்ளத்திலும் கடவுள் குடிகொண்டிருக்கிறார். நம்முடைய சுயநலத்தினாலும் மற்ற ஆசாபாசங்களாலும் அவர் பின்னுக்குத் தள்ளப்படுகிறார். அன்பு வழியாக அவைகளை அகற்றி மனதை அன்பினால் நிரப்பினால் அது கடவுள் குடிகொள்வதற்குத் தகுதியாக தூய்மை பெறும்."

ஸ்ரீராமர், ஸ்ரீகிருஷ்ணர் போன்ற அவதார புருஷர்கள், உருவத்துடன் இன்று நம்மிடையே உலாவவில்லை. எனினும் அவர்களின் அருள் இன்றளவும் நம்பும் அடியவர்களுக்கு கிடைத்துக் கொண்டுதானே இருக்கிறது. நாம் ஊனக்கண்ணால் அவர்களைப் பார்க்க இயலாவிடினும் மனக் கண்ணால் கண்டு வழிபட்டு அருளைப் பெறுகிறோம். அதுபோல் ஸ்ரீமஹா பெரியவாளின் அவதார திருமேனியை, இன்று நாம் ஊனக்கண்கொண்டு தரிசிக்க இயலாது போனாலும் அந்த திருமேனியை அடக்கம் செய்து அதன் மேல் எழுப்பப்பட்ட பிருந்தாவனம் என்னும் அதிஷ்டானம் ஸ்ரீமஹா பெரியவாளின் அவதார திருமேனிக்கு சமமானதே. அவரிடம் நேரில் நாம் என்ன வழியில் பக்தி செய்தோமோ அதே வழியில் அதிஷ்டான சந்நிதியிலும் நாம் பக்தி செய்து வழிபட வேண்டும். பரம நாத்திகர்கள் கூட தங்கள் அன்புத் தலைவரின் பூத உடலைப் புதைத்த இடத்தில் மரியாதையுடன் வழிபடும் பொழுது ஆத்திகர்கள் தங்கள் அன்புத் தெய்வத்தின் அடக்க இடத்தில் வழிபடுவது இயற்கையானதுதானே. ஆனால் சாதாரண

மனிதர்களின் சவக்குழிக்கும் மஹாஞானிகளின் சமாதிக்கும் மிகப் பெரிய வித்தியாசம் உள்ளது. ஞானிகளின் சமாதியில் அவர்கள் அருவமாய் என்றும் பேசிக் கொண்டும் நடமாடிக் கொண்டும் அருளிக் கொண்டும் இருப்பதை பாமரர்கள் கூட மிக எளிதில் உணரலாம். அப்படிப்பட்ட கலியுக கண்கண்ட தெய்வமாம் ஸ்ரீ மஹா பெரியவாளின் அதிஷ்டானத்தில் இன்றளவும் நிகழும் அதிசயங்கள் பலப்பல.

சென்னை மேற்கு மாம்பலத்தில் வசிக்கும் திரு ராமமூர்த்தி ஒரு புகைப்படக் கலைஞர். ஒருமுறை இவருக்கு தீராத வயிற்று வலிவந்து மிகவும் வருந்தி, வைத்தியரிடம் சென்று, வைத்தியம் செய்தும் அவதி குறையவில்லை. செய்யும் வகை அறியாமல் அவர் தவித்து நிற்கையில் அவரது நண்பர் 'விக்னேஷ் போட்டோ ஸ்டூடியோ' குமார் அவர்களின் ஆலோசனைப்படி காஞ்சிபுரம் ஸ்ரீசங்கர மடம் சென்று அங்கு நித்யவாசம் செய்யும் மஹா பெரியவாள் அதிஷ்டான சந்நிதியை ஒருமுறை அங்கப் பிரதட்சிணம் செய்து விட்டு பிறகு சென்னை வந்து மருத்துவரிடம் பரிசோதனை செய்ததில் வயிற்றில் எந்தக் குறையும் இல்லை என தெரிந்ததுடன் உடல் உபாதையும் அன்றுடன் மாயமாய் மறைந்தது எனில் மஹா ஸ்வாமிகளின் அதிஷ்டான மகிமையை எப்படி விவரிப்பது! இதுபோல் அருள் பெற்று நோய் குணமானவர்கள் இன்றளவும் தொடர்வதுதான் அதிசயம்.

காஞ்சீபுரம் பஸ்ஸ்டாண்ட் வாசலில் பூ வியாபாரம் செய்து வந்த காமாட்சி அம்மாள், ஸ்ரீமஹா பெரியவாளின் பரமபக்தை. இந்த அம்மாளின் பக்திக்கு ஈடாக மாற்று சொல்வது கடினம். பெரியவாளை 'அப்பா' என்று அன்புடன் அழைக்கும் பக்தை அவர். நாள்தோறும் கூடை நிறைய பூக்களை கொண்டு வந்து பெரியவருக்கு அர்ப்பணம் செய்து ஆனந்தமடைவார். நடமாடும் தெய்வமும் அவரின் கூடையை காலியாக அனுப்பாமல் பலவித பழங்களை நிரப்பித் தருவது வழக்கம். இந்த திருப்பணி பெரியவாள் சித்தி ஆன பிறகும் தொடர்ந்து நடைபெற்றது. அன்றைய தினமும் எப்போதும் போல் அதிஷ்டானத்தில் தன் கூடைப் பூவை

அர்ப்பணம் செய்தார் காமாட்சி அம்மாள். பூஜை செய்த அன்பர் பூக்களை மஹானின் சமாதியில் சாற்றிவிட்டு காலிக் கூடையாக திருப்பித் தந்தார். அப்போது காமாட்சி "அப்பா! நீ இருந்தா இப்படி பூக்கூடையை வெறும் கூடையாய் திருப்பி தருவியா?" எனக் கூற, உடனே கிடைத்தது பதில். என்ன அதிசயம் என்றால் அதிஷ்டான துளசி மாடத்தில் இருந்த செம்பருத்திப் பூ பறந்து வந்து பூக்காரக் காமாட்சி கூடையில் விழுந்தது. இப்படிக் கேட்டவுடன் வழங்கும் கண்கண்ட தெய்வம் தான் நம் ஸ்ரீமஹா பெரியவாளும் அவரது அதிஷ்டானமும்..

ஒருமுறை கேரளாவில் பாலக்காட்டில் ஒருவாரம் நிகழ்ச்சிக்கு ஏற்பாடு செய்யப்பட்டிருந்தது. நிகழ்ச்சி நிறைவடைந்த பின் சென்னை வழியாகச் செல்லும் சென்னை-பாட்னா எக்ஸ்ப்ரஸ் என்ற ரயிலில் முன்பதிவு செய்யப்பட்டிருந்தது. அது ஓணம் சமயமாக இருந்ததால், கேரள ரயில் வண்டிகளில் கால்வைக்கக்கூட இயலாத அளவு பெருங்கூட்டம். முன்பதிவு செய்யப்பட்டிருந்த ரயிலை திடீரென ரத்து செய்துவிட்டார்கள். அதில் முன்பதிவு செய்திருந்த அனைத்து பயணிகள் நிலைமையும் அதோகதிதான். ஸ்டேஷனில் பயணிகள் செய்வதறியாது தவிப்புடன் அலைய அடியேனுக்கும் அதே கதிதான். மறுநாள் காலை சென்னையில் இருந்தே ஆகவேண்டிய கட்டாயம். துணையாய் கஷ்டப்பட சேஷாத்திரி என்ற நண்பர் வேறு. நாங்கள் இருவரும் இரவில் பாலக்காடு ரயில் நிலையத்தில் பெட்டிகளைத் தூக்கிக்கொண்டு சென்னைக்கு செல்லும் ரயில்களில் எல்லாம் ஏற முயற்சித்தோம். ஆனால் கால் வைக்கக்கூட இயலாத நிலை. நண்பர் சேஷாத்திரி சலிக்காமல் எனக்கு ஆறுதல் சொல்லிக்கொண்டு "மஹா பெரியவா நம்மை

கைவிடமாட்டார். எப்படியும் சௌகர்யமாய் ஊர்போய்ச் சேருவோம்" என்று சொல்லிக் கொண்டிருந்தார். அடுத்து கடைசியாக வரும் ரயிலில் எப்படியும் ஏறிவிடுவது என்ற உறுதியுடன் காத்திருந்தோம். அந்த ரயில் வர, நடைமேடையிலிருந்த ஒரு டிக்கட் பரிசோதகரிடம் சென்று "எங்காவது காலி இடம் கிடைக்குமா?" என்று வினவினார் சேஷாத்திரி. அந்த அதிகாரியும் "S8 or S9 ஏறிக்கொள்ளுங்கள்" என்று சொன்னார். நாங்கள் இருவரும் அவசர அவசரமாய் S8ல் ஏறி அங்கு கூட்டம் அதிகமாக இருந்ததால், உள் வழியாக S9ஐ அடைந்தோம். சேஷாத்ரி பக்கவாட்டு இருக்கையில் இருந்த இரண்டு இளைஞர்களிடம் சொல்லி என்னை மட்டும் உட்காரவைத்துவிட்டு, எங்களை ஏறிக்கொள்ளச் சொன்ன அதிகாரியைத் தேடி வண்டி முழுவதும் அலைந்தார். அலைந்ததுதான் மிச்சம். அவர் எங்கு மறைந்தாரோ! பிறகு நண்பரும் என்னருகில் வந்து ஒண்டிக்கொள்ள அருகிலிருந்த ஒரு இளைஞர் எங்களைப் பார்த்து "வண்டி முழுவதும் ஒரே கூட்டம். எனக்கு படுக்கை வசதி இல்லை. இனி கிடைக்கவும் வாய்ப்பில்லை என்று பரிசோதகரும் சொல்லிவிட்டார்" என்று புலம்பினார். S9 பெட்டி முழுவதும் ஐயப்ப பக்தர்கள் கூட்டம். அதில் ஒருவர் கழிவறை சென்றுவிட்டு திரும்பும் போது அடியேனை பார்த்து வணக்கம் தெரிவித்தார். அவர் தன்னை அறிமுகம் செய்து கொண்டு, தான் பெசண்ட் நகரில் இருப்பதாகவும் எனது நிகழ்ச்சிகளுக்கு வந்திருப்பதாகவும் கூறி, என்னை அருகிலிருந்த அவருடைய நண்பருக்கு அறிமுகம் செய்து வைத்தார். அவரும், தன் தந்தை மஹா பெரியவருக்கு மிக நெருங்கி கைங்கர்யம் செய்த டன்லப் கிருஷ்ணன் என்று கூறினார். இப்படி பேசிக்கொண்டே வரும்போது அவர்கள் "கவலை வேண்டாம், இந்தப் பெட்டியில் 60 டிக்கெட் எங்களுடையதுதான். இதில் மூவர் திருச்சூரில் தங்கிவிட்டார்கள். அந்த படுக்கைகள் காலியாகத்தான் உள்ளன. நீங்கள் கவலைப்படாமல் அதில் படுத்து சௌகர்யமாக வரலாம் " என்று சொன்னார். இதைக் கேட்டு எனக்கும் என் நண்பர் சேஷாத்ரிக்கும் எப்படி ஆச்சரியமாக இருந்திருக்கும் என்பதை நினைத்துப் பாருங்கள். அதை எழுத்தில்

வடிக்க முடியாது. மூன்று படுக்கைகள் காலியாக இருந்ததால், படுக்கை வசதி கிடைக்க வாய்ப்பில்லை என்று புலம்பிய இளைஞருக்கும் இடம் கிடைத்தது. அவர் ஆச்சரியம் தாளாமல் மஹா பெரியவரைப் பற்றி அந்த நிமிடத்தில் தெரிந்து கொண்டு, அவர் அருட் பெருமையை அந்த நிமிடத்திலேயே அனுபவித்து "உங்களைப் பார்த்த அதிர்ஷ்டம் எனக்கும் பெரியவர் அருள் கிடைத்தது" என்று அகம் மகிழ்ந்தார். அதுசரி S9ல் ஏறிக்கொள்ளச் சொல்லிவிட்டு மாயமாய் மறைந்தவர் யார்? சாத்தியமே இல்லாததையும் சாத்தியமாக்கி, சாதனையாக்கிக் காட்டும் பேசும் தெய்வம்தான். இதில் மற்றொரு விஷயம்! இவையாவும் 1994க்குப் பிறகு நடந்தவை என்பதை நினைவில் கொள்ளவும்.

அலகிலா அருட்கடலான காஞ்சி ஸ்ரீமஹா பெரியவாளை நம்பியவர்கள் எவரும் அவரது அருளைப் பெறாமல் போனதில்லை. ஏன்? நம்பாதவர்களுக்கும் கூட அவரது அருள் என்றும் உண்டு.

'ஆதிமூலமே' என்று ஆபத்தின்போது அழைத்த யானைக்கு ஓடிவந்து அருள் செய்த வரதராஜன் அல்லவோ அவர்! தீனர்களின் குரல்கேட்டு, சமயத்தில் கைகொடுத்து காக்கும் கலியுக கண்கண்ட நடமாடும் தெய்வம் அந்த குருநாதன்!

அந்த மஹானிடம் அளவிலா பக்தி கொண்டு, அன்புடன் குருஸேவை புரிந்த உத்தமர் ஸ்ரீ ஹரிஹர அய்யர். சென்னை மாம்பலத்தில் இருந்த அவருடைய இல்லம் தேடி வந்து அருள் செய்தார் மாமுனிவர். அவர் மட்டுமின்றி அவரது குமாரர்கள், குமாரிகள், பேரன், பேத்தி என்று அனைவருமே அளவற்ற பக்தியுடன், 'தெய்வத்தின் குரல்' சொன்ன அறவழியில் வாழ்பவர்கள். பரம பக்தரான ஹரிஹர அய்யரின் குமாரர் திரு. C.H. சுவாமிநாதனுக்கும் அவர் மனைவிக்கும் மஹா

பெரியவரிடத்திலும் அவர் அமர்ந்து அறம் வளர்த்த ஸ்ரீ காஞ்சி காமகோடி பீடத்திலும் அளவிலா அன்பு, பக்தி, மரியாதை. இவர்களுக்கு வந்த பெரும் சோதனையையும், அவர்களுக்கு அருளிய குருவருளையும், அதன் வலிமையை உலகறியச் செய்த அருள் விளையாட்டையும் பார்ப்போம்.

பிப்ரவரி-மார்ச் 2010 ல் மோக்ஷபுரிகளில் ஒன்றான ஹரித்துவாரில் நடைபெற்ற கும்பமேளாவில் கலந்து கொண்டு புனித கங்கையில் நீராடவும், ஜபம், ஔபாஸனம் முதலான அனுஷ்டானங்களை செய்யவும் ஆவல் கொண்டு, சுவாமிநாதன் மனைவியுடன் 2010 பிப்ரவரி 14ஆம் தேதி புறப்பட்டு இரவு ஹரித்துவார் அடைந்து கங்கைக் கரையிலேயே உள்ள மதராஸிபவன் என்ற ஸ்ரீ காஞ்சி மடத்தில் தங்கினார்கள்.

15ஆம் தேதி திங்கள் காலை 5 மணிக்கு கங்கையில் நீராட இருவரும் சென்றனர். மாசி மாத குளிரில் தண்ணீர் ஐஸ்வாட்டர் போல் 'சில்' லென்று இருக்க, குளிரை பொருட்படுத்தாமல் இருவரும் நீரில் இறங்கி மூழ்கினர். அடுத்த நிமிடம் சுவாமிநாதனின் மனைவி அலறியபடி எழுந்தார். தாங்க முடியாது தலை வலிப்பதாக கூறிய அவரை தூக்கிவந்து அறையில் கிடத்தினார் சுவாமிநாதன். காலையில் குளித்ததால் தான் தலைவலி வந்தது என்று எண்ணிய அவர், மறுநாள் மதியம் 'ஹர்கிபுடி' எனும் இடத்திற்கு மனைவியை நீராட அழைத்துச் சென்றார். அங்கு சென்று கங்கையில் காலை வைத்ததும் நிலைமை முன்பைவிட இன்னும் மோசமாகியது. மீண்டும் கடுமையான தலைவலி வந்ததோடு, ஒரு அங்குலம் கூட காலை நகர்த்த முடியாத நிலைமை. மிகுந்த சிரமப்பட்டு அங்கு இருந்த அவசர உதவி மையத்திலிருந்த மருத்துவரிடம் வைத்தியம் செய்யச் சொல்ல, அவர் ஒரு ஊசி போட்டு விட்டு திடீர் தலைவலிக்கு என்ன காரணம் என்று ஆராய்ந்தார், ரத்த அழுத்தம் 210 ஐ தொட்டது. மிகுந்த சிரமத்துடன் இருவரும் இருப்பிடம் வந்து சேர்ந்தனர். எனினும் இதை பொருட்படுத்தாது கங்காஸ்நானம், அனுஷ்டானம் இவற்றில் கவனமாயிருந்தார்கள்

தம்பதிகள். அவ்வளவு பக்தி, சிரத்தை! மேலும் இரண்டு நாள் இந்த உபாதைகளுடனேயே அங்கு காலம் கழித்தனர். 18ஆம் தேதி வியாழக் கிழமை நிலைமை மோசமடைந்தது. தாங்க முடியாத தலைவலியால் புழுவாய் துடித்தார் மனைவி. அருகில் எந்த மருத்துவ உதவியும், சரியாக கிடைக்கவில்லை. செய்வதறியாமல், மஹாபெரியவாளை தியானித்து அவர் திருநாமத்தை வாய் ஓயாமல் ஜபித்த வண்ணம் இருந்தனர். பக்தி சிரத்தையுடன் தினம் செய்யும் ஔபாஸன ரக்ஷயை மனைவிக்கு இட்டார் சுவாமிநாதன்.

19ஆம் தேதி காலை ஒருவாறு முதலுதவி செய்து கொண்டு டெல்லிக்கு பிரயாணமானார்கள். தாங்க முடியாத உபாதையுடன் சுமார் ஆறு மணி நேரத்திற்கு மேல் பிரயாணம் செய்து நொய்டாவில் உள்ள ஒரு மருத்துவமனையை அடைந்தனர். (காரில் டெல்லி வரும் வழியில் சுவாமிநாதனும், அவர் மனைவியும் ஒருவர் அறியாமல் மற்றவர், வந்த வியாதி குணமானால் காஞ்சி வந்து மஹாபெரியவாள் அதிஷ்டானத்தை 108 முறை பிரதக்ஷணம் செய்வதாக வேண்டிக் கொண்டனர்.)

மருத்துவமனையில் பரிசோதித்துவிட்டு ரத்த அழுத்தம் குறைய ஊசிபோட்டுவிட்டு, CT ஸ்கேன் செய்யச் சொன்னார்கள். ஸ்கேன் செய்து பார்த்த பிறகு, மூளையில் ஹெமரேஜ் ஆகியிருப்பதாகவும் உடனே 'ஆஞ்ஜியோ' செய்ய வேண்டும் என்றும், தீவிர சிகிச்சை பிரிவில் சேர்க்க வேண்டும்' என்றும் டாக்டர்கள் கூற, நிலைகுலைந்தனர் தம்பதிகள்.

ஆனால் 'மூளை ஆஞ்ஜியோ' செய்யும் வசதி அந்த மருத்துவமனையில் இல்லாததால் அருகிலிருந்த மற்றொரு மருத்துவமனைக்குச் செல்லும்படி அவர்கள் சொன்னார்கள். மாலை நேரம் ஆகிவிட்டதால், சுவாமிநாதன் டெல்லியிலிருந்த சகோதரர் வீட்டிற்குச் சென்று ஔபாஸனம் செய்துவிட்டு மறுநாள் காலை 11 மணிக்கு வந்து ஆஞ்ஜியோ செய்து கொள்ளத் தீர்மானித்தார்.

நிம்மதி இழந்த நிலையில் சுவாமிநாதன் சென்னையில் இருந்த தனது மகளுக்கு Phone செய்து 'காஞ்சிபுரத்தில் ஸ்ரீ புது

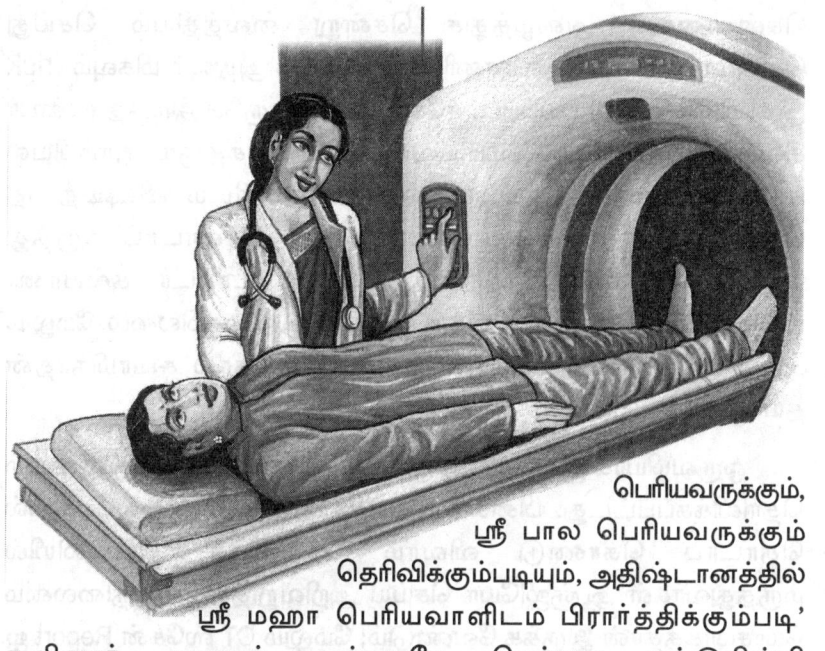

பெரியவருக்கும், ஸ்ரீ பால பெரியவருக்கும் தெரிவிக்கும்படியும், அதிஷ்டானத்தில் ஸ்ரீ மஹா பெரியவாளிடம் பிரார்த்திக்கும்படி' கூறினார். மகளும் அவ்வாறே செய்தது மட்டுமின்றி அதிஷ்டானத்தை 108 பிரதக்ஷிணமும் செய்தார்.

ஸ்ரீபுது பெரியவர் ஆந்திராவில் ஒரு விழாவில் இருந்தாலும், விஷயம் அறிந்து 'பயப்பட வேண்டாம்; ஹரிஹர அய்யர் செய்துள்ள குருசேவை நிச்சயம் காக்கும்' என்று நல்வாக்கு அருளினார். ஸ்ரீ பாலபெரியவாளும், அருணாசலம் அய்யர் மூலம் நல்வாக்கு அருளினார்கள். இது சுவாமிநாதனுக்கு சற்று ஆறுதல் தந்தது.

மறுநாள்காலை 20ஆம் தேதி 9 மணி வாக்கில் மருத்துவனை சென்றனர். CT ஸ்கேன் Report ஐ பார்த்த மூத்த மருத்துவர்கள் ஹெமரேஜ் ஆகி இருப்பதை உறுதி செய்து, உடனே 'ஆஞ்ஜியோ செய்வதுதான் நலம்' என்றும் மேலும் 'ஆஞ்ஜியோ செய்தாலும் நிலைமை மிகவும் மோசமாக இருப்பதால் உத்திரவாதம் தர முடியாது' என்றும் சொல்லிவிட்டனர்.

ஆபரேஷன் செய்தாலும் உத்திரவாதம் இல்லாத நிலையில் செய்வதறியாது குழம்பிய சுவாமிநாதன் 'மனைவியை

சென்னைக்கு அழைத்துச் சென்று வைத்தியம் செய்து கொள்ளலாம்' என்று எண்ணினார். ஆனால் அதுவும் மிகவும் risk ஆகிவிடும் என்று பயப்பட, சகோதரர் வீட்டருகே இருந்த நண்பர் சிவராமன் என்பவர், 'பெரியவாளின் பரமபக்தரும், நரம்பியல் மாமேதையுமான டாக்டர் கல்யாணராமனிடம் விஷயத்தை தெரிவித்து என்ன செய்யலாம் என்று இரண்டாம் கருத்து கேட்கலாம்' என்று அறிவுறுத்தினார். டாக்டர் கல்யாண ராமனையோ, சுவாமிநாதனுக்கு முன்பின் அறிமுகமில்லை. மேலும் அவர் மிகவும் பிஸியான மருத்துவர் என்பதால் சுவாமிநாதன் தயங்கினார்.

ஒருவழியாக ஸ்ரீமடத்தின் மூலம் கல்யாண ராமனுக்கு விஷயம் தெரிவிக்கப்பட்டது. பின்னர் சுவாமிநாதனும் தொலைபேசியில் தொடர்பு கொண்டு விவரம் தெரிவிக்க 'டெல்லியில் மருத்துவர்கள் ஆஞ்ஜியோ செய்ய அறிவுறுத்தினால் நிலைமை மோசமாகத்தான் இருக்க வேண்டும்; மேலும் CT ஸ்கேன் Report ஐ பார்த்த பிறகே தன்னால் எதுவும் சொல்ல இயலும்' என்று டாக்டர் கல்யாணராமன் சொன்னார். சுவாமிநாதனும் ஸ்கேன் Report ல் எழுதியிருந்ததை தொலைபேசியிலேயே படிக்க, அதை கவனமாக கேட்டுக் கொண்ட டாக்டர் கல்யாணராமன், 'ஆஞ்ஜியோவிற்கு செல்லும் முன், ஒரு MRI ஸ்கேன் செய்வதுதான் சிறந்தது என்றும், MRI ஸ்கேன் Report நல்லவிதமாக இருந்தால் ஆஞ்ஜியோ இன்றி மருந்துகள் மூலமாகவே குணப்படுத்தலாம்' என்று கூறியது வியப்பாகவும் சற்று தைரியமாகவும் இருந்தது.

ஆனால் நிலைமையோ நெருக்கடி! ஆஞ்ஜியோவிற்கு குறித்திருந்த நேரமான 11 மணிக்கு சில நிமிடங்களே இருந்தன. MRI ஸ்கேன் வசதியும் இப்பொழுதிருந்த மருத்துவமனையில் இல்லாததால் முன்பு சென்ற பழைய மருத்துவமனைக்கே செல்ல வேண்டிய நிலைமை. அதற்கு முன்பு ஆஞ்சியோவுக்காக தீவிரசிகிச்சை பிரிவில் சேர்க்கச் சொன்ன மருத்துவரிடம் தொலைபேசியில் தொடர்புகொண்டு டாக்டர் கல்யாணராமன் சொன்ன விவரம் சொல்லி MRI ஸ்கேன் எடுக்கும்படி கேட்டுக்

கொண்டார். அந்த மருத்துவருக்கு மிகுந்த கோபம் வந்துவிட்டது. அவர் பொரிந்து தள்ளி 'MRI ஸ்கேன் Report ஐ நம்புவது சரியில்லை; 100% சரியாக இருக்கும் என்று சொல்ல முடியாது' என்றும், 'அதை எடுக்க குறைந்தது இரண்டு நாள் காத்திருக்க வேண்டும்' என்றும் கூற, சுவாமிநாதன் இதை பொருட்படுத்தாமல் முயற்சி செய்து பார்க்கலாம் என்று தீர்மானித்து, மருத்துவமனை சென்று MRI ஸ்கேனுக்கு பதிவு செய்துவிட்டு சகோதரர் வீட்டிற்கு உணவருந்த வந்தார்.

இவர்கள் வீட்டுக்கு வருவதற்குள்ளாகவே மருத்துவ மனையிலிருந்து தொலைபேசியில் உடனே ஸ்கேன் செய்து கொள்ள வரும்படி அழைப்பு வந்தது. அதிசயித்த இவர்கள் மருத்துவமனைக்கு வந்து சேர்வதற்குள்ளாகவே பல நினைவூட்டு அழைப்புகள் வந்து அவசரப்படுத்தின. இது குருநாதரின் அருளைத்தான் உணர்த்தியது.

சுமார் ஒரு மணிநேரம் ஸ்கேன் செய்யப்பட்டது. அந்தப் பிரிவில் பணிபுரிந்தவர் Report மறுநாள்தான் கிடைக்கும் என்றார். ஆனால் பெரியவாளின் அருள் வேகம் இயக்கியதுபோல், எந்த மருத்துவர் MRI ஸ்கேன் செய்ய தடை சொல்லி கோபப்பட்டாரோ அந்த மருத்துவரே, ஸ்கேன் செய்துமுடித்து ரிப்போர்ட் வந்தவுடன் பார்த்து ஆச்சரியப்பட்டவராய் விரைந்து தானாகவே வலியவந்து "உங்கள் மனைவிக்கு ஒன்றுமில்லை, ஆஞ்ஜியோ தேவையில்லை" என்று சொன்னதைக் கேட்ட சுவாமிநாதன் தம்பதிகளால் தங்கள் காதையே நம்ப முடியவில்லை.

'முதல்நாள் மிகவும் ஆபத்தான நிலை என்று கூறிய அதே மருத்துவர் இன்று சொல்வது முற்றிலும் மாறுபட்டிருக்கிறதே? எப்படி நிகழ முடியும், இது போன்ற மாற்றம்?' இதுபோல் பல வினாக்கள் எழுப்பி பிரயோஜனமில்லை. வைத்தீஸ்வரனாகிய மஹான் நினைத்து விட்டால், இப்படித்தான் நடக்கும். இதன் காரணமெல்லாம் விவரிக்க முடியாத அருள் ரகசியம் எனலாம்.

பிறகு என்ன? சுவாமிநாதன் தம்பதிகள் முன்பு திட்டமிட்டிருந்த படியே நலமுடன் 23ஆம் தேதி சென்னை திரும்பிவிட்டார்கள். இந்த எட்டு நாட்களில் ஒரு ஜீவன் தேறுமா தேறாதா என்று எமன்

கையில் பிடிபட்டு, கால காலரான ஸ்ரீமஹாபெரியவர் கருணையால் தப்பித்து மீண்டு வந்து விட்டார். இவை எல்லாவற்றையும் விட அதிசயம் என்னவெனில் இந்த ஒன்பது நாளும் மலையாக சோதனை வந்த பொழுதும் சுவாமிநாதன் மனைவி ஒரு நாள் கூட மருத்துவமனையில் சேர்க்கப்படாமல், காலை, மாலை வேளை ஔபாஸனம் முதலிய அனுஷ்டானங்கள் தவறாமல் நடந்தது தான். 'தெய்வத்தின்குரலை' படித்து, குரு வார்த்தைப்படி வாழவேண்டும், அதுவே குருவிற்கு செலுத்தும் காணிக்கை, மரியாதை என்று திடமாக நம்பி தம்பதிகள் செயலில் இறங்கியதுதான்.

'குரு ஸந்தோஷமாத்ரேண முக்தோ பவதி பார்வதி' என்று குரு கீதையில் பரமேஸ்வரர் பார்வதிக்கு உபதேசிக்கிறார். அதாவது குரு ஸந்தோஷம் அடையும்படி பணிவிடை செய்பவன் தவறாமல் முக்தி அடைவதாக சொல்கிறார். அது மட்டுமா? 'ஜ்ஞாநம் விநா முக்திபதம் லப்யதே குரு பக்தித:' என்று, முக்தி அடைவதற்கு இன்றியமையாத 'ஞானம்' இல்லாமலிருந்தாலும் 'குரு பக்தி' மாத்திரமே இருந்தால் பிறவிப் பெருங் கடலை கடக்க முடியும் என்று சிவன் பார்வதியிடம் கூறியது முற்றிலும் சத்தியம் எனபதை மெய்ப்பிக்கும் அரிதிலும் அரிதான நிகழ்ச்சி (நெகிழ்ச்சி) இதோ!

பார்வதிக்கு உபதேசமாகச் சொன்னால் மட்டும் போதாது, பாருக்கு நிதர்சனமாகவே காட்ட வேண்டும் என்று எண்ணியது போல் ஸ்ரீ காஞ்சி மஹாபெரியவர் நடத்திக் காட்டிய அலகிலா விளையாட்டு இது. மேலும் கர்மவினைக் கட்டு அறுந்தவர்களுக்கே கிடைக்கக் கூடிய அரிய வாய்ப்பு, ஸ்ரீமஹா பெரியவரின் தரிசனமும், அவருக்கு செய்யும் கைங்கர்யமுமே என்பதை நிரூபிக்கும் நிகழ்ச்சி இது. 'அநேக ஜன்ம ஸம்ப்ராப்த கர்மபந்த விதாஹினே ஞானால

ப்ரபாவேன தஸ்மை ஸ்ரீ குரவே நம:' என்று போற்றப்படுவது குருபக்தி, குருஸேவை.

'அடக்கமே உருவான பிரம்மச்சாரிப் பிள்ளை ஒருவன் இருந்தான். அவன் உஷத்காலத்தில் எழுந்து நீராடி நித்ய கர்மானுஷ்டானங்களை முடித்து வில்வம் பறிப்பான். ஒவ்வொரு வில்வ தளம் பறிக்கும் பொழுதும் வாய் 'சிவ சிவ' என்று ஜபித்த வண்ணமிருக்கும். கொண்டு சென்ற குடலை வழிய வழிய வில்வ பத்திரம் நிறைந்ததும் ததும்பி வழியும் பக்தியுடன் குடலையை ஸமர்ப்பிப்பான் ப்ரத்யக்ஷ பரமேஸ்வரனான மஹா பெரியவாள் சந்நிதியில். எந்த ஒரு பேச்சும், கோரிக்கையும் இன்றி, நெடுஞ்சாண்கிடையாக விழுந்து வணங்கி விடைபெறுவான். ஒருநாளா? இரண்டு நாளா? அமரிக்கையின் வடிவாய் அரும் பணி செய்தது எத்துணைநாள் என்ற கணக்கு அறவடிவான, அரன்வடிவான மாமுனிக்கே தெரியும்.

கல்பகோடி காலமாக செய்த யாகம், ஜபம், தவம் எல்லாம் குரு சந்தோஷமடைந்த மாத்திரத்தில் பலித்து விடுவதாக கூறப்படுகிறதே. அப்படி பலிதமாக வேண்டிய காலமும் கனிந்து வந்தது போலும்.

சிவ நாமம் தவிர பிறவற்றிற்கு வாய் திறவா பிரம்மச்சாரி எப்பொழுதும் போல் அன்றும் வந்து நின்றான் நித்திய கைங்கர்ய வில்வக் குடலையுடன். சரி, அவன்தான் வாய் திறக்கவில்லை. தெய்வமுமா பேசாது? அன்று பேசியது. ஆம்... பக்தி வழிய வழிய, குடலை வழிய வழிய அவன் அர்ப்பணம் செய்யும் வில்வத்தை இருவிழியால் கருணை வழியப் பார்த்து, இன்று நடமாடும் தெய்வம் பேசியது. தவம் பலித்து விட்டது போலும்! காரணம் குருநாதர் ஊரைவிட்டு யாத்திரை கிளம்பப் போகிறார். "யம் ஏவைஷ வ்ருணுதே தேநலப்ய:" என்பது உபநிஷத் வாக்கியம். இதற்கு இருவேறு சித்தாந்திகள் இருவேறு விதமாக பொருள் கூறுவர். 'ஆத்மா ஒன்றே குறியாக வரிக்கிற சாதகனுக்கே மோக்ஷம் கிட்டும்' என்பது ஒன்று. 'பரமாத்மாவே எவனொருவனை குறிவைத்து வரிக்கிறதோ அவனுக்கே மோக்ஷம் கிட்டும்' என்பது இன்னொரு விளக்கம்.

இங்கு இன்று ஸத்குரு பரமாத்மனே வலிய வரம் தர திருஉளம் கொண்டார். எனினும் அந்த வரத்தை பக்தனே கேட்டுப் பெறும் படியாகவும் அருள் விளையாட்டு ஆடினார்.

"என்னப்பா வேணும் உனக்கு?'-பரம பரிவுடன் 'வரதராஜன்' கேட்ட கேள்விக்கு, பளிச்செ ன சொன்னான். 'இன்னொரு ஜென்மா இல்லாம அனுக்ரஹம் செய்யணும்!'

பிழைக்கத் தெரிந்த பாக்யசாலி பிரம்மச்சாரி. இதய பூர்வமாக கேட்ட வரத்தை செவி மடுத்து, க்ஷணகாலம் கண் மூடித்திறந்து கடாக்ஷித்தார் குருநாதன். பிறகு என்ன வேண்டும் பவக்கடல் வற்ற? காலவெள்ளத்தில் எத்தனையோ வருடங்கள் உருண்டோடின.

நிலத்திற்கு நலம் சேர்க்க நீள நெடுக யாத்திரை செய்த நடமாடும் தெய்வம் ஆந்திரத்தில் முகாமிட்டிருந்தது.

எதையுமே சாஸ்திரவிதி வழுவாது செய்யும் ஞானிகளின் சில செயல்கள், நம் சிற்றறிவிற்கு புரியாமல் இருக்கும். சற்று வினோதமாகக் கூட தெரியும். ஆனால் எந்த கட்டுப்பாட்டிற்கும் அப்பாற்பட்ட ஞானிகளின் செயல்களுக்கு நம் சிற்றறிவு கொண்டு ஆராய்ச்சி செய்வது அபத்தம். எனவே அப்படியே பார்த்து ரசிக்க வேண்டியதுதான்.

அறம் வழுவா மஹானும் அன்று வேளை தப்பிய வேளையில் அருகிலுள்ள ஆற்றிற்கு நீராடச் சென்றார். ஏன்? எதற்கு? எவரும்

கேட்க முடியாது. ஸர்வசுலபனாக, ஸரளமாக, இருக்கும் அவரே சில சமயங்களில் அழுத்தத்திலும் அழுத்தமாகி விடுவார்!

ஸ்நானம் முடித்தவர் இடுப்பளவு நீரில் நின்று கொண்டு 'கூர்ச்சம்' கொண்டு வரச் சொன்னார். (கூர்ச்சம் என்பது தர்ப்பைப்புல்லை முறுக்கி செய்யப்படுவது. வைதீக சம்ஸ்காரங்களில் பயன்படுத்தப்படுவது)

கட்டளைப்படி கூர்ச்சம் மரத்தட்டில் வைத்து நீட்டப்பட்டது.

கையில் எடுத்து க்ஷணகாலம் கண்ணை மூடித்திறந்து, முடிச்சை அவிழ்த்து நதி வெள்ளத்தில் விசர்ஜனம் செய்தார்.

இப்படியாக பன்னிரண்டு முறை நடைபெற்றது. ஒரு வழியாக முழுக்குப்போட்டு, 'வழியனுப்பி', கரையேறி (கரையேற்றி!) சகஜமாக தமது காரியங்களில் பிரவேசித்தார். இதைக் கண்ட ஒருவருக்கும் ஒன்றும் விளங்கவில்லை. ஒரே புரியாத புதிராக இருந்தது.

சில நாட்கள் சென்றபின் ஒரு தகவல் வந்தது. வில்வக் காணிக்கைப் பிரம்மச்சாரி இறந்த செய்தி. (மன்னிக்கவும் இனி பிறவாச் செய்தி!)

ஓ! அவன் கேட்ட வரத்தை அளிக்கத்தான் சரியாக அவன் ஆவி புறப்பட்ட அதே நேரத்தில் ஆற்றிற்கு புறப்பட்டுச் சென்று துவாதச ஸ்நானம், கூர்ச்ச விசர்ஜனமோ?

ஸ்ரீ மஹா பெரியவாள் அழுத்தமாக பொத்தி வைக்கும் சில விஷயங்கள்கூட காலப்போக்கில் அவர் அருளால் சிலருக்கு புரியும்படி ஆவதுண்டு. அப்படித்தான் இங்கும் ஒரு பக்தர் தமது அனுமானத்தை (மன்னிக்கவும் அருளால் உணர்ந்ததை) அவரிடமே கேட்டும் விட்டார். 'ஜன்ம நிவிருத்தி கேட்டவனுக்கு அதை அருள பெரியவா சங்கல்பமே போதும். ஆனாலும் வைதீகமான ஒரு ஸம்ஸ்காரத்தாலதான் அப்படி நடந்ததாக் காட்டணும்னே இப்படி கூர்ச்ச விசர்ஜனம் ரூபமா பண்ணிக் காட்டினாப் போல இருக்கு' என்று இழுக்க.... 'அப்படித்தான்னு வச்சுக்கோயேன்' என்றார் குருநாதர்.

ஆஹா! ஸ்ரீ மஹாபெரியவாள் என்றாலே 'எளிமை' என்பது உலகறிந்த விஷயம். தீன சரண்யர், ஏழை பங்காளன் என்பது நிதர்சன சத்தியம். அதற்காக இப்படியா!

கர்ம மூட்டை என்பது எத்தனை கனம்? பிறவிப் பிணி என்பது எவ்வளவு துன்பம்? அவரை அண்டியவர்களுக்கு, அந்த மூட்டை ஒரு தர்ப்பை கூர்ச்ச அளவுதானா? பன்னிரண்டு ஜன்மம், அதன் அனுபவம் எல்லாம் முடிச்சவிழ்க்கும் நேரம்தானா? எல்லாம் பன்னிரண்டு நிமிடம் தானா?

ஆம், இவ்வளவுதான், இப்படித்தான். 'த்ரி ஜன்ம பாப ஸம்ஹாரம் ஏகபில்வம் சிவார்ப்பணம்' என்பது சத்தியமல்லவா? ஒரு பில்வம் சிவார்ப்பணம் செய்தாலே மூன்று ஜன்ம பாபம் பறந்தோடும் எனில், குடலை வழிய வழிய பலநாள் செய்த சிவார்ப்பணத்திற்கு முன் பன்னிரு ஜன்ம நாச அருள் சாமானியம் தானே?

இதற்குப் பின்னும் நாம் சும்மாயிருக்கலாமா? ப்ரத்யக்ஷ பரமேஸ்வரனான ஸ்ரீ மஹாபெரியவாள் பாதத்தில் தினம் தினம் ஒரு வில்வ பத்திரமேனும் அர்ச்சனை செய்வோம், பிறவிப் பிணி இன்றி பத்திரமாய் இருப்போம்.

சாக்ஷாத் பரமேஸ்வரனாகிய ஆதிசங்கரர் தாமே பீடாதிபதியாக 2500 வருடங்களுக்கு முன்பு அமர்ந்து அருளாட்சி செய்த தலைமைப் பீடமல்லவா காமகோடி பீடம்! அதில் இன்று வரை எழுபது பீடாதிபதிகள் அருளாட்சி செய்துவரும் ஞானபீட மன்றோ ஸ்ரீ காஞ்சி காமகோடி பீடம்! அந்த சங்கரரே, சந்திரசேகரராய் மீண்டும் அறுபத்தி எட்டாவது பீடாதிபதியாக வந்தாரல்லவா! அந்த நடமாடும் தெய்வத்தை திடமாக மனதில் இருத்தி, பக்தி செய்து, அவர் சொன்ன அறவழியில் நடந்து, நாம் அனைவரும் அவர் பாதங்களையே வணங்கி வேண்டுவோம். அந்த மகோன்னத பீடத்தையும், அதன் பீடாதிபதிகளையும் என்றும் வழிபட்டு குருபக்தியுடன் வாழ்ந்து குருவருளால் எல்லா நலன்களையும் பெறுவோம்.

******* முற்றும் *******